விஜயநகரப் பேரரசு

விஜயநகரப் பேரரசு

எஸ். கிருஷ்ணன்

கிழக்கு

விஜயநகரப் பேரரசு
Vijayanagara Perarasu
S. Krishnan ©

First Edition: December 2022
216 Pages
Printed in India.

ISBN 978-93-90958-51-1
Kizhakku - 1308

Kizhakku Pathippagam
177/103, First Floor, Ambal's Building, Lloyds Road,
Royapettah, Chennai - 600 014. Ph: +91-44-4200-9603
Email : support@nhm.in Website : www.nhm.in

kizhakkupathippagam kizhakku_nhm

Cover Image Courtesy: Panduranga Sharma

Maps Courtesy: Saraswati Mahal library

Photos: Wikimedia Commons Library

Kizhakku Pathippagam is an imprint of New Horizon Media Private Limited

<u>சமர்ப்பணம்</u>

விஜயநகரப் பேரரசைத் தென்னிந்தியாவில் நிலைநிறுத்தி
நம்முடைய கலாச்சாரத்தையும் பண்பாட்டையும் காப்பதற்குக்
காரணமாக இருந்த சிருங்கேரி ஸ்ரீசாரதா பீடத்திற்கு

உள்ளே

முன்னுரை

தமிழகத்தைப் பல்வேறு அரசுகள் ஆட்சி செய்திருக்கின்றன. சேர, சோழ, பாண்டியர்களும் பல்லவ மன்னர்களும் வேளிர்களும் இன்னும் பல சிற்றரசர்களும் தமிழ்நாட்டிற்குச் செய்த பங்களிப்பு அளவிட முடியாதது. அந்த வரிசையில் தமிழகத்தை 14ம் நூற்றாண்டு முதல் சுமார் 200 ஆண்டு காலம் ஆட்சி செய்து தங்கள் முத்திரையைப் பதித்த பெருமை விஜயநகரப் பேரரசுக்கு உண்டு. பதினான்காம் நூற்றாண்டின் முற்பகுதியில் தென்னிந்தியாவில் உதயமான விஜயநகர அரசுக்கு மற்ற அரசுகளுக்கு இல்லாத ஒரு பெரும் கடமை இருந்தது. அது தென்னாட்டை பெரும் சீரழிவிலிருந்து மீட்கும் பணி.

விஜயநகர அரசர்களின் ஆட்சி தென்னகத்தில் உதயமாவதற்கு முன்னால் இந்தப் பகுதிகள் பெரும் பிரச்சனையில் ஆழ்ந்திருந்தன. தொடர்ந்து டெல்லியிலிருந்து வந்த சுல்தான்களின் படையெடுப்பு, அதனால் ஏற்பட்ட அழிவுகள், படுகொலைகள் என்று எங்கும் ஒரு நிச்சயமற்ற தன்மை நிலவியது. அக்காலத்தில் இருந்து நமக்குக் கிடைக்கும் கல்வெட்டுகளும், மதுரா விஜயம் போன்ற காவியங்களும் நாடெங்கும் நிலைமை எவ்வளவு மோசமாக இருந்தது என்பதைச் சித்தரித்துக் காட்டுகின்றன.

இத்தகைய நிலையிலிருந்து நாட்டை மீட்டுச் செம்மைப்படுத்த வேண்டிய பணியை விஜயநகரத்தை ஆண்ட அரசர்கள் சிறப்பாகவே செய்தனர். நிர்வாகச் சீர்திருத்தங்கள், பொருளாதார மேன்மை, நீர்ப்பாசனத்தை முன்புபோலப் பெருக்குதல் போன்ற செயல்களால் தென்னகம் தலை நிமிர்ந்தது. குறிப்பாக 'காடு திருத்தி நாடு அமைத்துக் குளம் தொட்டு வளம் பெருக்கி' நாட்டின் பல

பகுதிகளை அவர்கள் மேன்மைப்படுத்தினர். கிட்டத்தட்ட 60 ஆண்டுகளாக இருந்த நிச்சயமற்ற தன்மையை விலக்கி மக்களுக்கு ஒரு நிலையான ஆட்சியைத் தந்தனர்.

இந்த முயற்சியில் அவர்கள் சந்தித்த எதிர்ப்புகளும் கொஞ்ச நஞ்சமல்ல. தக்காணத்தில் அதே காலகட்டத்தில் தோன்றிய பாமினி சுல்தான்களின் அரசோடு தொடர்ந்து அவர்கள் மோத வேண்டியிருந்தது. முதலில் சுல்தான்களின் நவீனப் போர் முறைகளையும் ஆயுதங்களையும் சமாளிக்க முடியாமல் திணறிய விஜயநகர அரசர்கள் விரைவிலேயே தங்களைத் தயார்ப் படுத்திக்கொண்டு சுல்தான்களைத் தோற்கடிக்க ஆரம்பித்தனர். அதேபோல கலிங்கத்தின் அரசர்களோடும் அவர்கள் அடிக்கடி போர் செய்ய வேண்டியிருந்தது. இதைத்தவிர உள்நாட்டில் அவ்வப்போது எழுகின்ற கலகங்கள் பலவற்றையும் அவர்கள் திறம்படச் சமாளித்தனர். விஜயநகர அரசர்களின் காலத்தில்தான் போர்ச்சுக்கீசியர்களைப்போன்ற ஐரோப்பிய அரசுகள் வணிகம் என்ற போர்வையில் இந்தியாவிற்கு வந்து தங்களுடைய ஆதிக்கத்தை நிலைநாட்ட முயன்றனர். அவர்களுடன் ஒருபுறம் வணிகம் செய்துகொண்டே அவர்களது ஆதிக்க ஆசைக்கு அணைபோடும் பொறுப்பும் விஜயநகர அரசர்களுக்கு இருந்தது.

எல்லாவற்றுக்கும் மேலாக அரசர்களின் குடும்பத்திலிருந்து வந்த எதிர்ப்புகள், சூழ்ச்சி, துரோகங்கள் ஆகியவையும் அரசைப் பாதித்தன. அரசுக்குப் பல வாரிசுகள் இருந்த நிலையில் அரியணைக்குப் பல சமயங்களில் கடுமையான போட்டி இருந்தது. சிலர் அதற்காகப் படுகொலைகளையும் செய்ய முயன்றனர். தென்னாடு அதுவரையில் சந்திக்காத வகையில் அரசியல் படுகொலைகள் அதிகமாக விஜயநகர அரசில்தான் இருந்தது என்று சொல்லலாம். இதுபோன்ற சிக்கல்களையும் கிருஷ்ணதேவராயர் போன்ற அரசர்கள் திறம்படச் சமாளித்து ஒரு பெரும் அரசை நிறுவியது சாதாரணமான விஷயமல்ல.

தங்களை இந்து சமயத்தின் பாதுகாவலர், வேதமத பிரதிஷ்டாபனாசார்யர்கள் என்றெல்லாம் விஜயநகர அரசர்கள் குறிப்பிட்டிருந்தாலும் மற்ற எல்லா சமயங்களையும் ஆதரித்தே வந்திருக்கின்றனர். புறச் சமயங்களான சமணம், பௌத்தம் மட்டுமல்லாது வெளியிலிருந்து வந்த மதங்களும் அவர்களது ஆட்சியில் சமயப் பொறையுடன் நடத்தப்பட்டன. அதேசமயம் எந்தவிதமான அத்துமீறல்களுக்கும் இடம் கொடாத வகையில், தாங்கள் பின்பற்றும் சம்பிரதாயத்திற்குக் குறை ஏதும்

ஏற்படாதவகையில் அவர்கள் ஆட்சியைத் திறமையாக நடத்தினர்.

அக்காலச் சமுதாயத்தின் அச்சாக விளங்கிய கோயில்கள் சுல்தானியப் படையெடுப்புகளின்போது இடித்து அழிக்கப் பட்டன. அவற்றை மீண்டும் மேலெழுப்பிச் சீர்திருத்தும் பணியும் விஜயநகர அரசர்களுக்கு இருந்தது. முன்பை விடச் சிறப்பாக கவின்மிகு கலையழகுடன் அவை எழுப்பப்பட்டன. நெடிதுயர்ந்த கோபுரங்கள், பெரும் மண்டபங்கள், கலைத்திறன் நிறைந்த தூண்கள், சிற்பங்கள், ஓவியங்கள் ஆகியவை இன்றும் விஜயநகர அரசர்களின் கலை மேன்மையின் அடையாளமாக நிலைத்து நிற்கின்றன.

ஒரு காலகட்டத்தில் சிறப்பாக ஓங்கி உயர்ந்து நிற்கும் பேரரசுகளுக்கு ஏற்படும் கதியே விஜயநகரத்திற்கும் நேர்ந்தது. துரோகம், அரசியல் அறிவின்மை, காலம் கருதாது செய்யும் செயல்கள் ஆகியவற்றால் வீழ்ந்த இப்பேரரசின் வரலாறு பல காலமாக அதிகம் அறியப்படாமல் இருந்தது. பல்வேறு குறிப்புகளிலிருந்து அதை மீட்டெடுத்து ஒரு அழகான சித்திரமாக அளித்த பெருமை ராபர்ட் ஸுவெல் என்ற அறிஞரையே சாரும். *'The Forgotten Empire'* என்ற பெயரில் அவர் எழுதிய நூல் விஜயநகரத்தின் வரலாற்றுக்கு ஆணிவேராக அமைந்தது. அதைத் தொடர்ந்து பல்வேறு இந்திய வரலாற்று ஆய்வாளர்கள் அந்த அரசின் ஆதாரங்களைத் திரட்டி விஜயநகரத்தின் வரலாற்றைச் செம்மைப்படுத்தினர்.

பல்துறைகளிலும் தங்கள் முத்திரையைப் பதித்து இந்திய வரலாற்றின் ஒரு முக்கியமான அங்கமாக விளங்கிய விஜயநகரப் பேரரசின் வரலாற்றை உங்கள் முன்னால் வைப்பதில் பெருமையடைகிறேன்.

எஸ். கிருஷ்ணன்

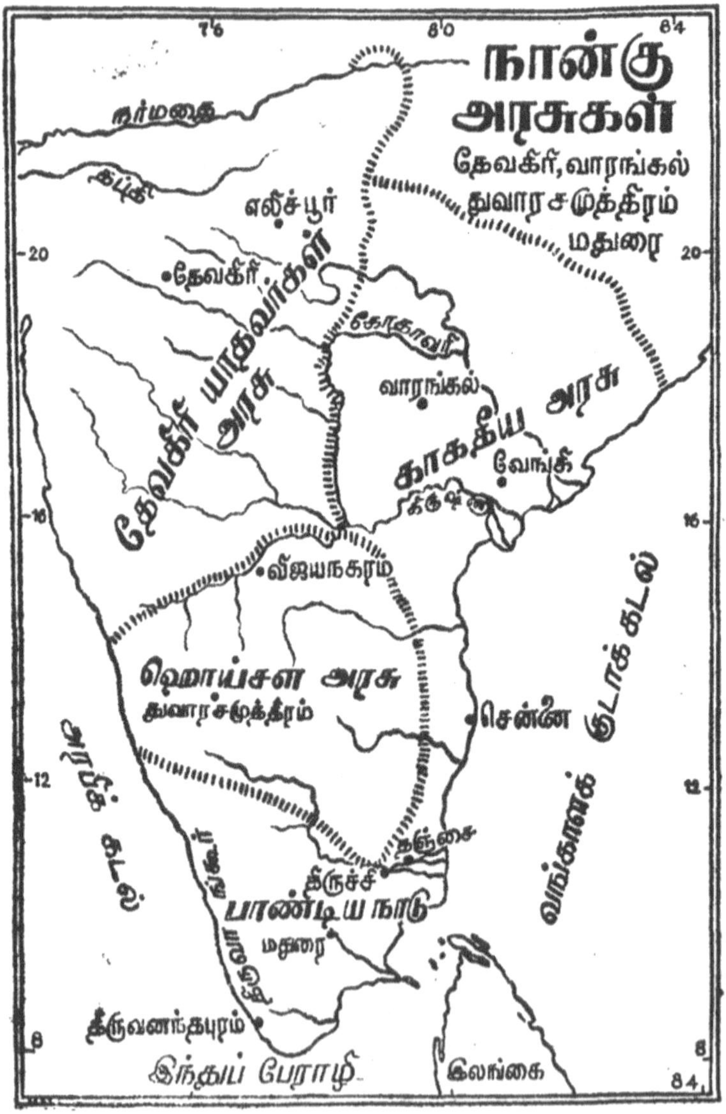
நான்கு
அரசுகள்
தேவகிரி, வாரங்கல்
துவார சமுத்திரம்
மதுரை
76
80
84
20
16
12
8
நர்மதை
எலிச்பூர்
தேவகிரி
தேவகிரி யாதவர்கள் அரசு
கோதாவரி
வாரங்கல்
காகதீய அரசு
வேங்கி
கிருஷ்ணா
விஜயநகரம்
ஹொய்சள அரசு
துவாரசமுத்திரம்
சென்னை
வங்காளக் குடாக் கடல்
அரபிக் கடல்
தஞ்சை
திருச்சி
பாண்டிய நாடு
மதுரை
திருவனந்தபுரம்
இந்துப் பேராழி
இலங்கை

அத்தியாயம் 1

பதினான்காம் நூற்றாண்டில் தென்னகத்தின் நிலை

பொது யுகம் பத்தாம் நூற்றாண்டிலிருந்து கொஞ்சம் கொஞ்சமாக வளர்ச்சியடைந்து, பதினொன்றாம் நூற்றாண்டில் தென்னிந்தியாவில் கோலோச்சிக்கொண்டிருந்த சோழப்பேரரசு தன்னுடைய வலிமையைப் பன்னிரண்டாம் நூற்றாண்டிலிருந்து சிறிது சிறிதாக இழக்கத் தொடங்கியது. தென்னகத்தில் சோழர்களுக்குப் பெரும் சவாலாக இருந்த மேலைச் சாளுக்கியப் பேரரசும் அக்காலகட்டத்தில் வீழ்ச்சியடையவே, பற்பல சிறிய அரசுகள் ஆங்காங்கே தோன்றி தங்களுடைய வலிமையை நிறுவ முயன்றன. இவர்களுக்கிடையே நான்கு முக்கியமான அரசுகள் தென்னகத்தில் ஆட்சி செய்யத் தொடங்கின. மதுரை பாண்டியர்களும், துவார சமுத்திரத்தைத் தலைநகராகக் கொண்டு ஹொய்சாளர்களும் வாரங்கலைத் தலைநகராகக் கொண்டு காகதீயர்களும் தேவகிரியைத் தலைநகராகக் கொண்டு யாதவர்களும் அரசாட்சி செலுத்தினர். ஆந்திராவின் தென்பகுதியைத் தெலுங்குச் சோழ அரசர்கள் ஆண்டு வந்தாலும் அவர்கள் இந்த அரசுகளில் ஏதாவது ஒன்றுக்கு அடங்கித்தான் ஆட்சி செய்யவேண்டியிருந்தது.

பாண்டியர்கள்

சோழர்களின் ஆட்சியில் அடங்கியிருந்த பாண்டியர்கள் மூன்றாம் குலோத்துங்கன் மதுரையில் செய்த அழிவு வேலைகளுக்கு அடுத்து

வெகுண்டு எழுந்தனர். முதலாம் மாறவர்மன் சுந்தரபாண்டியன் பதின்மூன்றாம் நூற்றாண்டின் முற்பகுதியில் சோழர்களின்மீது படையெடுத்துச் சென்று மூன்றாம் ராஜராஜ சோழனைத் தோற்கடித்தான். சோழநாட்டைத் தங்களோடு இணைத்துக் கொண்டு பழையாறை ஆயிரத்தளி மண்டபத்தில் வீராபிஷேகமும் விஜயாபிஷேகமும் செய்துகொண்டான். அதையடுத்து சோழ அரியணையில் ஏறிய மூன்றாம் ராஜேந்திர சோழன் ஓரளவுக்குப் பாண்டியர்களைச் சமாளித்தாலும் பொயு 1251ல் அரியணை ஏறிய ஜடாவர்மன் சுந்தரபாண்டியனை எதிர்த்து நிற்க அவனால் முடியவில்லை. மூன்றாம் ராஜேந்திரனைத் தோற்கடித்து அவனைச் சோழநாட்டிலிருந்து துரத்திவிட்டு அதைப் பாண்டிய நாட்டோடு இணைத்துக்கொண்டான் ஜடாவர்மன்.

அதன்பின் வடக்கு நோக்கிச் சென்று பல்லவன் கோப்பெருஞ்சிங்கனையும் தெலுங்குச் சோழ அரசனான விஜயகண்ட கோபாலனையும் தோற்கடித்தது மட்டுமின்றி காகதீய அரசன் கணபதியையும் தோற்கடித்து நெல்லூரில் வீராபிஷேகம் செய்துகொண்டான் 'எம்மண்டலமும் கொண்டருளிய' ஜடாவர்மன் சுந்தரபாண்டியன். அவனுக்குப் பின் ஆட்சி செய்த முதலாம் மாறவர்மன் குலசேகரபாண்டியன் ஆட்சி செல்வச்செழிப்போடு இருந்தது என்று மதுரைக்கு வந்த இத்தாலிய நாட்டுப் பயணியான மார்க்கோபோலோ குறிப்பிடுகிறார்

ஹொய்சாளர்கள்

சாலா என்ற இளைஞன் தன்னுடைய குருவைக் கொல்ல வந்த புலி ஒன்றை அடித்துக் கொன்றதாகவும், அடி என்பதற்கு 'ஹொய்' என்ற பொருள் கன்னடத்தில் இருந்ததால் அவன் தோற்றுவித்த அரசு 'ஹொய்-சாளர்' என்று பெயரிடப்பட்டதாகவும் ஒரு தொன்மம் உண்டு. இது பேலூரில் உள்ள ஒரு கல்வெட்டிலும் பொறிக்கப்பட்டிருக்கிறது. பொயு பன்னிரண்டாம் நூற்றாண்டின் முற்பகுதியில் ஹொய்சாள அரசை விரிவடையச் செய்தவன் விஷ்ணுவர்த்தனன். சோழர்களைத் தோற்கடித்து கங்கவாடியையும் நுளம்பப்பாடியையும் தன்னோடு இணைத்துக்கொண்டு தலை நகரையும் துவாரசமுத்திரத்திற்கு (தற்போதைய ஹளேபீடு) மாற்றினான் விஷ்ணுவர்த்தனன். மூன்றாம் குலோத்துங்க சோழனுக்குப் பின் ஏற்பட்ட பாண்டிய - சோழப் போர்களில் இரு தரப்பையும் மாறி மாறி ஆதரித்தனர் ஹொய்சாளர்கள் (போசாளர்கள் என்று தமிழில் இவர்கள் அழைக்கப்பட்டனர்).

முதலாம் மாறவர்மன் சுந்தரபாண்டியன் மூன்றாம் ராஜராஜ சோழனைத் தோற்கடித்துத் துரத்தியபோது ராஜராஜனைச் சிறையிலிட்ட காடவ மன்னன் கோப்பெருஞ்சிங்கனைத் தோற்கடித்து அவனைச் சிறைமீட்டவன் ஹொய்சாள மன்னன் வீர நரசிம்மன். பின்னர் மாறவர்மன் சுந்தரபாண்டியனுக்கும் ராஜராஜனுக்கும் சமாதானம் செய்துவைத்தான். அவனுக்கு அடுத்து வந்த வீர சோமேஸ்வரன் இரண்டாம் மாறவர்மன் சுந்தர பாண்டியனோடு மண உறவு வைத்துக்கொண்டு சோழர்களை எதிர்த்தான். அதனால் சுந்தரபாண்டியனால் மாமாடி என்று அழைக்கப்பட்டான். தமிழகத்தில் அதிகரித்து வந்த ஹொய்சாளர்களின் தாக்கத்தால் தனது இரண்டாவது தலைநகராகக் கண்ணனூர்க் கொப்பத்தைத் (சமயபுரம்) தேர்ந்தெடுத்தவன் இவன்.

ஜடாவர்மன் சுந்தரபாண்டியனின் படையெழுச்சியின்போது அவனோடு நேரடியாக மோதவும் இவர்கள் தலைப்பட்டனர். கண்ணனூர்க் கொப்பத்தில் நடந்த இந்தப் போரில் தங்கள் தண்டநாயகனான சிங்கணனை இழந்து ஹொய்சாளர்கள் பின்வாங்க நேரிட்டது. ஆயினும் கர்நாடகாவின் தென்பகுதியில் தொடர்ந்து தங்களுடைய ஆட்சியதிகாரத்தைச் செலுத்தி வந்தனர். வீர சோமேஸ்வரனுக்குப் பின் அவனது மகன் மூன்றாம் நரசிம்மனும் அதன்பின் அவனுடைய மகனான மூன்றாம் வல்லாளனும் ஆட்சி செய்தனர்.

காகதீயர்கள்

கொற்றவையின் மற்றொரு பெயரான ‘காகதீ’ என்பதைத் தங்கள் வம்சத்தின் பெயராகக் கொண்ட காகதீயர்கள் வட ஆந்திர / தெலிங்கானாப் பகுதியை நீண்ட நாட்களாக ஆட்சி செய்துவந்தனர். வாரங்கலைத் தலைநகராகக் கொண்டு முதலில் ராஷ்ட்ர கூடர்களுக்கும் பிறகு மேலைச்சாளுக்கியர்களுக்கும் அடங்கிய சிற்றரசர்களாக இருந்த காகதீயர்கள் பொயு 1149ல் ஆட்சி செய்த முதலாம் பிரதாப ருத்திரன் ஆட்சிக்காலத்தில் தன்னாட்சி பெற்றனர். அவனுடைய ஆட்சிக்காலத்தில் கிருஷ்ணா - கோதாவரி ஆறுகளுக்கு இடைப்பட்ட பகுதி முழுவதும் காகதீயர்களின் ஆதிக்கத்திற்கு உட்பட்டது. அவனுக்குப் பின் ஆட்சி செய்த கணபதி, அரசை மேலும் விரிவடையச் செய்து ஆந்திராவின் தெற்கில் ஆட்சி செய்துகொண்டிருந்த தெலுங்குச் சோழர்களைத் தோற்கடித்து அந்தப் பகுதியையும் தன்னுடைய ஆட்சியின் கீழ் கொண்டுவந்தான்.

ஜடாவர்மன் சுந்தரபாண்டியனின் படையெழுச்சியால் சிறிது பின்னடைவைச் சந்தித்தாலும் அதைச் சமாளித்துக்கொண்டு மேலும் வலுவடைந்தது காகதீய அரசு. கணபதிக்கு மகன்கள் இல்லாததால் அவனுடைய மகளான ருத்ரமாதேவி (ருத்ராம்பா) ஆட்சிசெய்யத் தொடங்கினார். ருத்ரமாதேவியின் ஆட்சியின் ஆரம்பக் காலத்தில் பல சிற்றரசர்கள் அவருக்கு எதிராகக் கலகம் செய்தனர். ஆனால் அவர்களை அடக்கியது மட்டுமல்லாமல், யாதவர்களையும் தோற்கடித்தார் ருத்ரமாதேவி. அதன்பின் தன்னுடைய பேரனான இரண்டாம் பிரதாப ருத்திரனுக்கு முடிசூடிவிட்டு மறைந்தார் அவர்.

பெருவீரனான இரண்டாம் பிரதாப ருத்திரன் கர்நாடகாவின் ஆதோனி, ரெய்ச்சூர் ஆகிய இடங்களைக் கைப்பற்றிக்கொண்டு அரசை மேலும் விரிவுபடுத்தினான். அவன் செய்த முக்கியமான சீர்திருத்தங்களில் ஒன்று நாட்டை 77 பகுதிகளாகப் பிரித்து ஒவ்வொன்றையும் 'நாயக்கர்கள்' என்று அழைக்கப்பட்டவர்கள் பொறுப்பில் விட்டதாகும். பிற்காலத்தில் இந்த முறையை விஜயநகர அரசர்கள் சீர்திருத்திப் பின்பற்றியது கவனிக்கத்தக்கது.

யாதவர்கள்

கிருஷ்ணன் பிறந்த யாதவகுலமே தங்கள் மூதாதையர்கள் என்று சொல்லிக்கொண்ட சௌன வம்சத்தினர் ஆண்ட அரசே யாதவ அரசு. தேவகிரியை (தற்போதைய மகராஷ்ட்ராவில் உள்ள தௌலதாபாத்) தலைநகராகக் கொண்டு ஆட்சி செய்த இந்த வம்சத்தினரும் மேலைச்சாளுக்கியர்களிடம் சிற்றரசர்களாக இருந்தவர்கள்தான். கன்னட மொழியைப் பேசிய இந்த அரசகுலத்தினர் வட கர்நாடக - தெற்கு மகாராஷ்ட்ரப் பகுதிகளை ஆட்சி செய்தவர்களாவர். பொயு 1175ல் ஐந்தாம் பில்லமனின் ஆட்சிக்காலத்தில் சாளுக்கியர்களுக்கு எதிராகப் போர்க்கொடி தூக்கி தங்களைத் தன்னாட்சி பெற்றவர்களாக இவர்கள் அறிவித்துக்கொண்டனர்.

இந்தக் காலகட்டத்தில் ஹொய்சாள அரசன் இரண்டாம் வீரவல்லாளன் மேலைச்சாளுக்கியர்களின் தலைநகரான கல்யாண புரத்தைத் தாக்கி அங்கிருந்து சாளுக்கிய அரசன் சோமேஸ்வரனைத் துரத்தியிருந்தான். அதன்பின் அவனுக்கும் பில்லமனுக்கும் மோதல் ஏற்பட்டது. அந்த மோதலில் வெற்றி பெற்ற பில்லமன், வல்லாளனைப் பின்வாங்கச் செய்து கல்யாணபுரத்தைக்

கைப்பற்றிக்கொண்டான். அதன்பின் தேவகிரி என்ற நகரை உருவாக்கி அதைத் தன் தலைநகராகவும் கொண்டான் அவன். ஆனால் மற்றுமொரு போரில் வீர வல்லாளன் பில்லமனைத் தோற்கடித்து கிருஷ்ணா நதியின் வட பகுதிக்குத் துரத்திவிட்டான். அதன்பின் அந்த நதியே இரண்டு அரசுகளின் எல்லை ஆயிற்று. அவனுக்குப் பின் ஆட்சிக்கு வந்த ஜெயதுகி அல்லது ஜயத்ரபாலன், காகதீயர்கள் மீது படையெடுத்து முதலாம் பிரதாப ருத்திரனுடைய மகனான மகாதேவனைக் கொன்று அவனுடைய மகனான கணபதியைச் சிறைபிடித்தான். பிறகு ஒரு கட்டத்தில் அவனைச் சிறையிலிருந்து விடுவித்து காகதீய அரசைத் திரும்பக்கொடுத்தான்.

ஜெயதுகிக்குப் பிறகு ஆட்சிக்கு வந்த அவன் மகன் இரண்டாம் சிங்கணனின் ஆட்சியில் யாதவ அரசு அதன் உச்சத்தை எட்டியது. ஹொய்சாளர்களையும் வென்று காகதீய அரசோடும் அவன் போர் தொடுத்தான். ஆனால் காகதீய அரசனை அவனால் தோற்கடிக்க இயலவில்லை. அவனுக்குப் பின் ஆட்சியேறிய அவன் பெயரனான கிருஷ்ணனும் அவன் தம்பி மகாதேவனும் ஆட்சிப்பரப்பைக் குறைக்காமல் தொடர்ந்து காத்து வந்தனர். மகாதேவனுக்குப் பின் ஆட்சியை ஏற்க வந்த ஆமனனை கிருஷ்ணனுடைய மகன் ராமச்சந்திரன் தோற்கடித்து, தானே அரியணையைக் கைப்பற்றிக் கொண்டான். ராமதேவன் என்ற பெயரிலும் அழைக்கப்பட்ட அவன், தனது ஆட்சிக்காலத்தில் தொடர்ந்து ஹொய்சாளர்களுடன் போரிட நேர்ந்தது.

சேரநாடு

இதே காலகட்டத்தில் சேர நாட்டின் நிலையையும் கவனிக்க வேண்டும். முதலாம் ராஜாதிராஜனின் சூறாவளிப் படை எடுப்பால் நிலைகுலைந்த சேர நாடு, அடுத்து முதலாம் குலோத்துங்கன், விக்கிரமசோழன் ஆகியோரின் படையெடுப்பு களால் சிதறுண்டது. மகோதையைத் தலைநகராகக் கொண்டு ஆட்சி செய்த பெருமாள்கள் வம்ச சேரர்களின் ஆட்சி முடிவுக்கு வந்து நாடு பதினேழு பகுதிகளாகப் பிரிந்தது. தொடர்ச்சியாக அன்னியர் குடியிருப்புகள் நிகழ்ந்ததாலும் அவர்களுக்குள் போட்டியும் பூசலும் நிலவியதாலும் சேர நாடு நிலையற்ற தன்மையைச் சந்தித்தது. அந்நாட்டின் தென்பகுதியில் கொல்லத்திலிருந்து திருவிதாங்கூர் பகுதியை ஆண்ட வேணாட்டின் அரசுதான் ஓரளவு நிலையாக இருந்தது.

டெல்லி சுல்தான்களின் படையெடுப்பு

பாண்டியர்கள், காகதீயர்கள், ஹொய்சாளர்கள், யாதவர்கள் என்று நான்கு அரசுகள் தென்னிந்தியாவின் பெரும்பான்மையான பகுதியைப் பிரித்து ஆண்டுகொண்டும் தங்களுக்குள் போரிட்டுக் கொண்டும் இருந்த சமயத்தில், டெல்லியில் சுல்தான்களின் ஆட்சி நிலைபெற்று அவர்களுடைய பார்வை தக்காணத்தின் மீது பதிந்தது. அது ஒரு பெரும் தாக்கத்தை இந்த அரசுகள் மீது ஏற்படுத்தியது.

டெல்லி சுல்தான்களின் வரிசையில் அடிமை வம்ச அரசர்களை அடுத்து கில்ஜி வம்சத்தைச் சேர்ந்த ஜலாலுதீன் கில்ஜி, பொயு 1290ம் ஆண்டு ஆட்சிக்கு வந்தான். அவனுடைய மருமகனான அலாவுதீன் கில்ஜிக்கு ஆட்சியைப் பிடிக்கவேண்டும் என்று ஆசை இருந்தது. ஆனால் அதைச் செயல்படுத்துவதற்கு ஜலாலுதீன் கில்ஜியின் அவையில் இருந்த பிரபுக்களை விலைக்கு வாங்க வேண்டியிருந்தது. அதற்குப் போதுமான செல்வம் அலாவுதீனிடம் இல்லை. மாளவ நாட்டில் அதிகமான செல்வம் குவிந்திருப்பதை அறிந்த அவன் ஏதாவது ஒரு சாக்கை வைத்துக்கொண்டு அந்நாட்டின் மீது படையெடுக்க நினைத்தான். ஜலாலுதீன் கில்ஜியின் அனுமதியைப் பெற்று மாளவ நாட்டின் மீது படையெடுத்தான் அலாவுதீன். மாளவத்தைத் தோற்கடித்து அங்குள்ள செல்வங்களைக் கொள்ளையடித்த அலாவுதீனுக்கு யாதவர்களின் நாட்டிலுள்ள செல்வங்களைப் பற்றிய செய்தியும் கிடைத்தது.

வந்தது வந்தோம் இன்னும் சிறிது தொலைவுதானே என்று நினைத்தானோ என்னவோ, தேவகிரியின் மீதும் தன்னுடைய படைகளைச் செலுத்தினான் அவன். அந்தச் சமயத்தில் யாதவர் களுக்கும் ஹொய்சாளர்களுக்கும் கிருஷ்ணா நதியின் தென் பகுதியில் போர் நடந்துகொண்டிருந்தது. அலாவுதீனின் படை தேவகிரியை நோக்கி வரும் செய்தியைக் கேட்ட யாதவ அரசன் ராமச்சந்திரன், படையின் ஒரு பிரிவைத் தன்னுடைய மகனான (மூன்றாம்) சிங்கணனிடம் விட்டுவிட்டு தான் தலைநகர் நோக்கி அவசரமாகத் திரும்பினான். ஆனால் அதற்குள் அலாவுதீன் தேவகிரியின் மீது தாக்குதலைத் தொடுத்து வெற்றி முகத்தில் இருந்தான். நிலைமையைச் சமாளிக்க முடியாத ராமச்சந்திரன் கில்ஜியின் படையெடுப்பின் நோக்கத்தை அறிந்து அவனிடம் கொஞ்சம் செல்வத்தைக் கொடுத்து சமாதானம் செய்துகொண்டான். மேலும் தன்னுடைய மகள்களில் ஒருத்தியையும் அலாவுதீனுக்குத்

திருமணம் செய்துகொடுத்தான். தன் மாமனாராகிவிட்ட ராமச்சந்திரனிடம் நாட்டை மீண்டும் கொடுத்துவிட்டுக் கொள்ளையடித்த செல்வத்தோடு அலாவுதீன் டெல்லி திரும்பினான். இந்தச் செய்திகளைக் கேட்டு விரைவாகத் தேவகிரி திரும்பிய சிங்கணனால் ஏதும் செய்ய இயலவில்லை. ஆனால் அவனால் இந்தத் திடீர் சொந்தத்தையும் நட்பையும் ஏற்றுக்கொள்ள இயலவில்லை.

தான் கொண்டுவந்த செல்வத்தைக் கொண்டு அரசவைப் பிரமுகர்களைக் 'கவனித்துக்கொண்ட' அலாவுதீன் கில்ஜி, ஜலாலுதீனைக் கொன்றுவிட்டு டெல்லி ஆட்சியைப் பிடித்தான். அவனுக்குச் செல்வத்தின் தேவை ஏற்படும்போதெல்லாம் கொள்ளையடிக்கும் கருவூலமாக தென்னிந்திய நாடுகள் இருப்பதை விரைவில் உணர்ந்த அவன் 'ருசி கண்ட பூனையாக' மீண்டுமொரு படையெடுப்பை நிகழ்த்தினான். இம்முறை அது காகதீயர்களின் வாரங்கலை நோக்கி இருந்தது.

ஆனால், அந்தப் படையெடுப்பிற்குத் தயாராக இருந்த இரண்டாம் பிரதாப ருத்திரன், கில்ஜியின் படையை முன்னேறித் தாக்கித் துரத்திவிட்டான். சுல்தானின் படைகள் இப்படித் தோல்வியடைந்ததை அறிந்த யாதவ இளவரசன் சிங்கணன் டெல்லிக்குக் கட்டிக் கொண்டிருந்த கப்பத்தை நிறுத்திவிட்டான். அது போதாதென்று, கில்ஜியால் தோற்கடிக்கப்பட்டு அடைக்கலம் கேட்டுவந்த குஜராத்தின் மன்னனுக்கும் அவன் மகளுக்கும் புகலிடம் தந்தான்.

அப்போது அலாவுதீனின் வலது கரமாக இருந்தவன் மாலிக்கபூர் என்பவன். மூன்றாம் பாலினத்தைச் சேர்ந்தவனாக ஆக்கப்பட்ட அவன் ஒரு பெரும் வீரன். யாதவர்களின் புரட்சியினால் ஆத்திரம் அடைந்திருந்த கில்ஜியிடம் சென்ற அவன், தான் சென்று அவர்களை அடக்குவதாகக் கூறினான். அதற்கு ஒப்புக்கொண்ட அலாவுதீனும் ஒரு படையுடன் மாலிக்கபூரை தேவகிரிக்கு அனுப்பினான். நகருக்கு வெளியே நடந்த கடும் போரில் சிங்கணன் தோற்று ஓடிவிட்டான். யாதவ அரசன் ராமச்சந்திரனைச் சிறைபிடித்துக் கொண்டு மாலிக்கபூர் டெல்லி திரும்பினான். மருமகனால் அன்புடன் உபசரிக்கப்பட்ட ராமச்சந்திரன் டெல்லியில் சிலகாலம் தங்கிவிட்டு மீண்டும் அரசனாக தேவகிரி திரும்பினான். அலாவுதீனிடம் இனி எப்போது அவன் தென்னகத்தின் மீது படையெடுத்தாலும் தன்னாலான உதவியைச் செய்வதாக வாக்குறுதியும் கொடுத்தான் ராமச்சந்திரன்.

ஏற்கெனவே தங்கள் படையைத் தோற்கடித்து அவமானத்திற்குள்ளாக்கிய வாரங்கலை நோக்கி மாலிக்கபூர் தனது அடுத்த படையெடுப்பை பொயு 1309ல் நடத்தினான். இம்முறை கில்ஜியின் படை ராமச்சந்திரன் கொடுத்திருந்த வாக்குறுதியின் அடிப்படையில் தேவகிரியின் வழியாகச் சென்றது. வாரங்கல் கோட்டையை முற்றுகையிட்ட அந்தப் படைகள், ஊரின் உள்ளே உணவுப்பொருள்களும் மற்றவையும் செல்வதற்குத் தடை விதித்தது. வேறு வழியில்லாமல், பிரதாப ருத்திரன் மாலிக்கபூரோடு சமாதானம் செய்து கொண்டு அதன்படி ஏராளமான செல்வத்தை அளித்தது மட்டுமின்றி ஆண்டுதோறும் கப்பம் கட்டவும் ஒப்புக்கொண்டான்.

இப்படித் தொடர்ந்து தன்னிடம் செல்வம் வந்து சேர்ந்ததால் மகிழ்ச்சியடைந்த அலாவுதீனிடம், மார்க்கோபோலோ போன்ற யாத்திரீகர்கள் ஹொய்சாளர்களிடமும் மாபார் என்று அழைக்கப் பட்ட மதுரையிலும் செல்வங்கள் குவிந்திருப்பதாகச் சொன்ன குறிப்புகள் வந்து சேர்ந்தன. எத்தனை காலம்தான் யாதவர்களையும் காகதீயர்களையும் கொள்ளையடிப்பது. இம்முறை தெற்கில் சென்று அந்த அரசுகளையும் ஒரு கை பார்க்கலாம் என்று நினைத்த கில்ஜி, மாலிக்கபூரை ஒரு படையோடு தென்னாடு நோக்கி பொயு 1311ல் அனுப்பினான்.

கிளம்பிய இரு மாதங்கள் கழித்து, தக்காணத்திலுள்ள தேவகிரிக்கு வந்து முகாமிட்டது இந்தப் படை. அங்கு சில நாள் தங்கிவிட்டு, கோதாவரியையும் பீமா நதியையும் கடந்து பண்டரிபுரத்தை அடைந்த மாலிக்கபூர் அங்குத் தங்கி தென்னகத்தின் நிலையை ஆய்வு செய்தான். அப்போது துவாரசமுத்திரத்தைத் தலைநகராகக் கொண்டு ஆட்சி செய்துவந்தவன் ஹொய்சாள மன்னன் வீர வல்லாளன். தமிழகத்தின் வடபகுதி வரை அவனது ஆட்சி பரவியிருந்தது.

தமிழகத்தின் தென்பகுதியைப் பாண்டியர்கள் ஆண்டுவந்தனர். குலசேகரப் பாண்டியனின் மகன்களான சுந்தர பாண்டியன், வீர பாண்டியன் சகோதரர்களுக்கு இடையே வாரிசுரிமைப் போர் ஏற்பட்டு, இளையவனான வீர பாண்டியன், மூத்தவன் சுந்தர பாண்டியனைத் துரத்திவிட்டு மதுரை ஆட்சியைக் கைப்பற்றி இருந்தான். இந்தக் குழம்பிய குட்டையில் மீன் பிடிக்கலாம் என்று நினைத்த வீர வல்லாளன், தன் படையோடு கிளம்பி பாண்டிய நாட்டின் மீது போர்தொடுக்க வந்துகொண்டிருந்தான்.

இந்த நிலையில், தன் நாட்டின் வட எல்லையில் மாலிக்கபூர் பெரும் படையோடு வந்து தங்கியிருப்பதை அறிந்த வல்லாளன், அவசரமாக பாண்டிநாட்டுப் படையெடுப்பைக் கைவிட்டு தலைநகர் திரும்ப நேரிட்டது. இதற்குள் மாலிக்கபூர் துவாரசமுத்திரத்தை நெருங்கி விட்டான். கில்ஜியின் வலுவான படைகளைக் கண்ட வல்லாளன், சமாதானத்தைக் கோரத் தீர்மானித்தான். இதற்கிடையில், அடுத்து தனக்குத்தான் ஆபத்து வரும் என்று கணித்த வீர பாண்டியன், வல்லாளனோடு இருந்த பகையை மறந்து அவனுக்கு உதவத் தீர்மானித்து ஒரு படையைத் துவாரசமுத்திரத்திற்கு அனுப்பி வைத்தான். ஆனால், இந்த உதவியை வீர வல்லாளன் நிராகரித்ததோடு மட்டுமல்லாமல், நன்றி மறந்து சுந்தர பாண்டியனுக்கு உதவத் தீர்மானித்தான். தன்னோடு சமாதானமாகப் போனால், மதுரைப் படையெடுப்புக்கு உதவுவதாக மாலிக்கபூருக்கு ஓலை ஒன்றையும் அனுப்பினான் வீர வல்லாளன்.

ஆனால், மாலிக்கபூர் உடனே சமாதானத்தை ஏற்கவில்லை. அரண்மனையிலிருக்கும் செல்வங்கள் அனைத்தையும் தன்னிடம் ஒப்படைக்கவேண்டும் என்றும், இஸ்லாமிய மதத்திற்கு வல்லாளன் மாறவேண்டும் அல்லது ஜிசியா வரியைச் செலுத்துவதாக ஒப்புக்கொள்ளவாவது வேண்டும் என்றும் நிபந்தனைகள் வைத்தான். இதை ஏற்றுக்கொண்டு 'தன்னுடைய பூணூலைத் தவிர' மற்ற எல்லாவற்றையும் டெல்லிப் படைகளிடம் ஒப்படைத்தான் வீர வல்லாளன். அந்தச் செல்வத்தோடு வல்லாளனின் மகன் டெல்லிக்குப் புறப்பட்டுச் சென்றான். வீர வல்லாளன் மாலிக்கபூருக்கு வழிகாட்ட, கில்ஜியின் படைகள் தமிழகத்தில் நுழைந்தன.

'சர்மலி மற்றும் தபார்' கணவாய்கள் வழியாக இந்தப் படைகள் தமிழகத்தில் நுழைந்தன என்று அமீர் குஸ்ரு தெரிவிக்கிறார். இவை, சேர்வராயன் மலைகள் மற்றும் தோப்பூர்க் கணவாயாகவே இருக்கவேண்டும். இவற்றைக் கடந்து காவிரியின் கரையில் அந்தப் படைகள் முகாமிட்டன.

துவாரசமுத்திர நிகழ்ச்சிகளைப் பற்றிக் கேள்விப்பட்டிருந்த வீர பாண்டியன், தன் படைகளோடு பாண்டிய நாட்டின் வடக்கெல்லையான ஜெயங்கொண்ட சோழபுரத்தில் முகாமிட்டிருந்தான். அங்கே விரைந்த மாலிக்கபூரின் படை களுக்கும் பாண்டியப் படைகளுக்கும் கடும் போர் மூண்டது. போரில் தோல்வியடைந்த வீர பாண்டியன் கண்ணனூர் கொப்பத்தை நோக்கிப் பின்வாங்கினான். கில்ஜியின் படைகள்

அங்கேயும் அவனைத் துரத்திச் சென்றன. அப்போது பாண்டியப் படைகளில் இருந்த இஸ்லாமியப் பிரிவு, வீர பாண்டியனுக்குத் துரோகம் செய்து மாலிக்கபூரிடம் சேர்ந்து கொண்டது. எனவே இங்கேயும் பாண்டியர்கள் தோல்வியடைந்தனர். இப்போது பாண்டியன் மீண்டும் கிழக்கு நோக்கிச் சென்று கங்கைகொண்ட சோழபுரத்தை அடைந்தான். மூன்றாவது முறையாக மாலிக்கபூர் அங்கே அவனைத் தோற்கடித்தான். அதன்பின் வீர பாண்டியன் கொல்லி மலைகளுக்குத் தப்பிச் சென்றான். இந்தத் தோல்விகளைப்பற்றி அறிந்த சுந்தர பாண்டியன் இப்போது மதுரையைக் கைப்பற்றிக் கொண்டான்.

பாண்டியப் படைகளை நிர்மூலமாக்கியது மட்டுமல்லாமல், போகும் இடங்களையெல்லாம் கொள்ளையடித்த மாலிக்கபூரின் பார்வை இப்போது சிதம்பரத்தை நோக்கித் திரும்பியது. 'பிரும்மஸ்தபுரி' (பிரும்மபுரி - சிதம்பரம்) என்ற இடத்தில் பெரும் செல்வமும், தங்கமும், யானைகளும் இருப்பதாக அறிந்த மாலிக்கபூர் சிதம்பரத்தை இரவில் தாக்கினான். கோயில் தரைமட்டமாக்கப்பட்டது. பொன்னும் பொருளும் 250 யானைகளும் கைப்பற்றப்பட்டன. 'விக்ரக வழிபாட்டாளர்கள், பிராமணர்கள் ஆகியோரின் தலைகள் கழுத்திலிருந்து உருண்டன, இரத்த ஆறு ஓடியது' என்று மாலிக்கபூரோடு வந்த வரலாற்றாசிரியர்கள் குறிப்பிடுகிறார்கள். லிங்கத் திருமேனியை உடைத்ததோடு மட்டுமல்லாமல், 'தியோ நாராயண்' என்று இஸ்லாமிய வரலாற்றாசிரியர்களால் குறிப்பிடப்படும் சித்திரகூடப் பெருமாளையும் அவர்கள் அகற்றினர்.

ஐந்து நாட்களுக்குப் பிறகு, மாலிக்கபூரின் படைகள் 'தீட்டிய மரத்தில் கூர் பார்ப்பது போல' அவனுடைய நண்பனாக இருந்த சுந்தர பாண்டியன் ஆட்சி செய்த மதுரையை நோக்கி விரைந்தன. வழியிலுள்ள ஆலயங்கள் இடிக்கப்பட்டன. ஊர்கள் கொள்ளையடிக்கப்பட்டன. நிலைமையைப் புரிந்துகொண்ட சுந்தர பாண்டியன், மதுரையை விட்டு ஓடிப்போனான். மதுரைக் கோயிலைத் தாக்கி அழித்த மாலிக்கபூர், அங்கிருந்து எண்ணிலடங்கா அளவு பொன்னையும், விலையுயர்ந்த நவமணி களையும், 512 யானைகளையும், குதிரைகளையும் கைப்பற்றி டெல்லி திரும்பினான்.

அடுத்த ஆண்டு அதாவது பொயு 1312ல் யாதவ அரசன் ராமச்சந்திரன் இறந்துபட்டதை அடுத்து அவன் மகனான மூன்றாம் சிங்கணன் அரியணை ஏறினான். ஏற்கெனவே அவனுக்கும் அலாவுதீனுக்கும்

ஏழாம் பொருத்தமாக இருந்த நிலையில், அப்படி ஒருவன் ஆட்சியில் இருப்பது தனக்கு ஆபத்து என்று நினைத்த கில்ஜி மீண்டும் ஒருமுறை மாலிக்கபூரை தேவகிரிக்கு அனுப்பினான். இம்முறை சிங்கணன் போரிடாமல் ஓடிப்போய்விட்டான். தலைநகரைக் கைப்பற்றிக்கொண்டு அங்குள்ள கோயில்கள் அனைத்தையும் இடித்த மாலிக்கபூர் யாதவர்களுடைய அரசு கில்ஜி அரசுடன் சேர்ந்துவிட்டதாகப் பிரகடனம் செய்தான். இதை யாதவர்களின் சிற்றரசர்களான கம்பிலி நாயக்கர்கள் ஏற்கவில்லை. அவர்களை அடக்குவதற்காகத் துங்கபத்திரையின் தென்பகுதியில் ஆனைகுந்தி நகரில் ஆட்சி செய்துவந்த கம்பிலி நாயக்கனை நோக்கி மாலிக்கபூர் படையெடுக்க நினைத்தான். ஆனால் அதற்குள் டெல்லியில் ஏகப்பட்ட குழப்பங்கள் ஏற்படவே அவன் அங்கே திரும்பிச்செல்ல வேண்டியதாயிற்று.

டெல்லி சென்ற மாலிக்கபூர் அலாவுதீன் கில்ஜியைத் தன் கைப்பொம்மையாக ஆட்டி வைத்து, அவனுடைய மகன்களைக் குருடாக்கியும் கொன்றும் பல கொடுமைகள் செய்தான். அலாவுதீனையும் 1315ல் மாலிக்கபூர் கொலைசெய்து விட்டு, அரசைக் கைப்பற்றிக்கொண்டான். ஆனால், இது நீண்ட நாட்கள் நீடிக்கவில்லை. அலாவுதீனின் மகன்களில் ஒருவனான முபாரக் கான், கபூரைக் கொன்று ஆட்சியைப் பிடித்தான்.

இந்தச் சந்தர்ப்பத்தைப் பயன்படுத்திக்கொண்ட ராமச்சந்திரனின் மருமகனான ஹரப்பாலதேவன் தேவகிரியைக் கைப்பற்றிக் கொண்டு மீண்டும் ஒருமுறை யாதவர்களின் ஆட்சியை நிறுவினான். ஆனால் அதை நீடிக்க விரும்பாத முபாரக் கான், அவனது அடிமையான குஸ்ரூகானுடன் சேர்ந்து தேவகிரிமீது படையெடுத்தான். அங்கே நடந்த போரில் ஹரப்பாலதேவன் கொல்லப்பட்டான். மாலிக் யாக் லக்கி என்ற ஓர் ஆளுநரைத் தேவகிரியில் நியமித்து விட்டு அவனுக்குத் துணையாக குஸ்ரூகானையும் நிறுத்திவிட்டு முபாரக் டெல்லி சென்றான்.

அலாவுதீன் இறந்ததைப் பயன்படுத்திக்கொண்டு டெல்லிக்குச் செலுத்திவந்த கப்பத்தை நிறுத்திவிட்ட காகதீயர்கள் மீது படையெடுத்த குஸ்ரூகான், பிரதாப ருத்திரனைத் தோற்கடித்து நின்றுபோன கப்பத்தை மீண்டும் செலுத்துமாறு சொல்லிவிட்டு டெல்லி திரும்பினான். ஆனால் மாலிக் யாக் லக்கி புரட்சி செய்து தேவகிரியின் அரசனாகத் தன்னைப் பிரகடனம் செய்து கொண்டான். ஆகவே மீண்டும் தேவகிரி மீது படையெடுத்து வந்த

குஸ்ரூகான், அவனைத் தோற்கடித்தது மட்டுமல்லாமல் தன் படையைத் தெற்கு நோக்கிச் செலுத்தினான்.

குஸ்ரூகானின் படை அதிக எதிர்ப்பைச் சந்திக்காமல் மதுரை நோக்கி முன்னேறியது. அப்போது மதுரையைப் பராக்கிரம பாண்டியன் என்ற அரசன் ஆட்சி செய்துகொண்டிருந்தான். டெல்லிப் படைகள் வருவதை அறிந்த பராக்கிரம பாண்டியன் தன் படைகளோடு கானப்பேர் (காளையார்கோயில்) சென்று ஒளிந்து கொண்டான். எதிர்ப்பேதும் இல்லாமல் மதுரையைக் கைப்பற்றிய குஸ்ரூகான் அங்கே சில காலம் தங்கியிருந்தான். அங்கேயிருந்து கொண்டு டெல்லியைக் கைப்பற்றத் திட்டங்கள் தீட்ட ஆரம்பித்தான்.

அப்போது மதுரையில் கடும் மழைக்காலம் தொடங்கியது. தகுந்த சந்தர்ப்பத்தை எதிர்நோக்கியிருந்த பராக்கிரம பாண்டியன் தன் படைகளோடு வந்து குஸ்ரூகானை எதிர்த்தான். எதிர்பாராத இந்தத் தாக்குதலாலும், கவனம் டெல்லியில் இருந்ததாலும் குஸ்ரூகான் கிடைத்ததைச் சுருட்டிக்கொண்டு டெல்லி திரும்பினான். மதுரை மீண்டும் பாண்டியர்கள் வசம் வந்தது. இந்தப் படையெடுப்பைப் பொருத்தவரை, தமிழகம் தனது செல்வங்களை மீண்டும் ஒருமுறை இழந்தாலும் சேதங்கள் குறைவாகவே இருந்தது.

குஸ்ரூகான் டெல்லி சென்றதும் நடந்தவை, கிட்டத்தட்ட மாலிக்கபூர் டெல்லி சென்றதும் நடந்ததைப் போலவே இருந்தது. தனது எஜமானனான முபாரக்கைத் தந்திரமாக வீழ்த்திவிட்டு, தான் மன்னனாக முடிசூட்டிக்கொண்டான் குஸ்ரூகான். ஆனால் இது அதிக நாட்கள் நீடிக்கவில்லை. காஸி மாலிக் என்பவன் குஸ்ரூவை வீழ்த்திவிட்டு, தானே சுல்தான் என்று பிரகடனம் செய்து கொண்டான். கியாசுதீன் துக்ளக் என்ற பெயருடன் டெல்லியில் துக்ளக் வம்சத்தை ஸ்தாபித்தான் காஸி மாலிக்.

தொடர்ந்த குழப்பங்களால் சீர்கெட்டிருந்த டெல்லி நிர்வாகத்தைச் சீரமைக்கத்தொடங்கிய கியாசுதீன், தன் மகனான உலூக்கானை அடுத்த வாரிசாக அறிவித்தான். இந்த உலூக்கான்தான் பின்னாளில் 'பிரசித்தி பெற்ற' முகமது பின் துக்ளக். வாரிசாக நியமிக்கப்பட்ட உலூக்கானின் பார்வை முதலில் தக்காணத்தின்பால் திரும்பியது.

முதலில் காகதீயர்களை நோக்கி தன்னுடைய படையைச் செலுத்திய உலூக்கான், வாரங்கல்லை முற்றுகையிட்டான். ஆனால் இம்முறை பிரதாப ருத்திரன் தயாராக இருந்தான். போதுமான உணவை உள்ளே சேர்த்து வைத்திருந்த அவன் ஆறு மாதம்வரை முற்றுகையைத்

தாக்குப் பிடித்தான். ஆனால், இந்த முற்றுகையினால் கோட்டைக்கு வெளியே உள்ள உணவுப்பொருள்கள் தீர்ந்துபோகவே உலூக்கானின் தளபதிகள் கலகம் செய்தனர். அவர்களில் சிலர் நாடு திரும்பவும் செய்தனர். எஞ்சியிருந்த படைமீது மின்னல் வேகத்தாக்குதல் ஒன்றைத் தொடுத்த பிரதாப ருத்திரன் அவர்களைத் தோற்கடித்துத் துரத்தினான். இன்னும் சிறிது காலத்திற்கு சுல்தான்களின் படையெடுப்பு தன் நாட்டின் மீது இருக்காது என்று நம்பினான் அவன்.

ஆனால் தன் முயற்சியில் தளராத கியாசுதீன் மீண்டும் ஒரு முறை உலூக்கானின் தலைமையில் வலுவான படை ஒன்றை வாரங்கலை நோக்கி அனுப்பினான். இம்முறையும் முற்றுகையை ஐந்து மாதங்கள்வரை தாக்குப் பிடித்த பிரதாப ருத்திரன், நிலைமை கைமீறிச் சென்றதை அடுத்து வேறு வழியின்றி உலூக்கானிடம் சமாதானம் செய்துகொள்ளவேண்டியதாயிற்று. அவனைச் சிறைபிடித்து டெல்லி கொண்டு சென்றான் உலூக்கான். ஆனால் வழியிலேயே பிரதாப ருத்திரன் தற்கொலை செய்துகொண்டான். இப்படியாக யாதவ அரசுக்கு அடுத்து காகதீய அரசும் டெல்லி சுல்தானியத்தில் இணைக்கப்பட்டது.

'மாபாரின்' செல்வங்களைப்பற்றிக் கேள்விப்பட்டிருந்த உலூக்கான், அந்த செல்வங்களைக் கொள்ளையடிக்க மட்டும் எண்ணாமல், துக்ளக்கின் ஆட்சியை மதுரைவரை நீட்டிக்க ஆசை கொண்டான். எனவே தமிழகத்தின் மீது தனது தாக்குதலைத் தொடங்கினான். வழியில் அவனை எதிர்த்த ஹொய்சாள அரசன் வீர வல்லாளனைத் தோற்கடித்து துவாரசமுத்திரத்தைக் கொள்ளையடித்தான். தமிழகத்தின் வடபகுதியில் அவனை எதிர்க்க வலுவான ஆட்சியாளர்கள் இல்லாததால், கண்ணனூர்க் கொப்பம்வரை உலூக்கானால் எளிதாக முன்னேற முடிந்தது.

பொயு 1323ம் ஆண்டு, பங்குனித் திருவிழா ஸ்ரீரங்கத்தில் விமரிசையாக நடந்து கொண்டிருந்தது. பங்குனி எட்டாம் திருநாள் உற்சவத்தில் நம்பெருமான் கொள்ளிடக் கரைக்கு எழுந்தருளினார். அருகிலுள்ள சமயபுரம்வரை உலூக்கானின் படைகள் வந்து விட்டதை எண்ணி மனம் கலங்கினர் ஆலய நிர்வாகிகள். விழா நடப்பதை அறிந்த உலூக்கானின் படைகள் ஆற்றைக் கடந்து விரைந்து வந்தன. காரியம் கைமீறிவிட்டதை அறிந்த பட்டர்கள், பிள்ளை லோகாச்சாரியார் என்ற ஆசார்யாரிடம் நம்பெருமான் விக்ரகத்தை ஒரு பல்லக்கில் ஏற்றி ஒப்படைத்து தெற்கு நோக்கி அனுப்பிவைத்தனர். விக்ரகத்தைக் காணாததால் ஆத்திரமடைந்த

டெல்லிப் படைகள் திருவிழாவில் கூடியிருந்தோரை, ஆண், பெண் சிறுவர்கள் அனைவரையும் கொன்று குவித்தனர். ஸ்ரீரங்கம் நகரின் மீதும் படையெடுத்து கோயிலைத் தாக்கியழித்தனர். நிராயுத பாணிகளான பலரின் தலை வெட்டப்பட்டு குருதி ஆறு ஓடியது. கிட்டத்தட்ட பன்னிரண்டாயிரம் பேர் இவ்வாறு கொல்லப் பட்டனர். 'பன்னீராயிரவர் முடிதிருத்திய பன்றியாழ்வான் மேட்டுக்கலகம்' என்று இந்நிகழ்ச்சி குருபரம்பரைச் சரிதத்தில் குறிப்பிடப்படுகிறது. தெற்கு நோக்கிப் பயணித்த நம்பெருமான், கேரளா வழியாக மேல்கோட்டைக்கு எடுத்துச் செல்லப்பட்டார். அங்கே சில காலம் தங்கியிருந்தபின் விக்ரகம் திருப்பதிக்குக் கொண்டு செல்லப்பட்டு அங்கே அவருக்கு வழிபாடுகள் தொடர்ந்து நடைபெற்று வந்தன.

ஸ்ரீரங்கத்தைத் தாக்கியழித்த உலூக்கான் அடுத்து தனது இலக்கான மதுரையை நோக்கித் தன் படைகளைச் செலுத்தினான். டெல்லிப் படைகள் மீண்டும் வருவதைக் கண்ட பராக்கிரம பாண்டியன் காளையார் கோயில் நோக்கிப் பின்வாங்கினான். ஸ்ரீரங்கம் கோயிலுக்கு நேர்ந்த கதையை அறிந்த மதுரை ஸ்தானீகர்கள் மதுரைக் கோயிலைக் காக்க முனைந்தனர். உற்சவ மூர்த்திகளைச் சிலரிடம் கொடுத்து தென்பாண்டி நாட்டிற்கு அனுப்பி வைத்தனர். சுவாமி சன்னதியின் விமானத்தில் மீனாட்சி அம்மையை அஷ்டபந்தனம் செய்து மறைத்து வைத்தனர். சன்னதியின் வாயிலைச் சுவர் எழுப்பி மூடிவிட்டு அதன் முன் வேறொரு லிங்கத்தை வைத்தனர். மதுரை நகருக்குள் புகுந்த உலூக்கானின் படைகள் பேரழிவை நிகழ்த்தின. ஆயிரக்கணக்கானோர் கொல்லப்பட்டனர். கோயிலுக்கும் பெருத்த சேதம் நிகழ்ந்தது. சன்னதியின் முன்னால் வைக்கப்பட்டிருந்த சிவலிங்கமும் உடைக்கப்பட்டது.

நகருக்கு நடந்த அழிவைக் கேள்விப்பட்ட பராக்கிரம பாண்டியன், தன்னுடைய படைகளைத் திரட்டிக்கொண்டு உலூக்கானுடன் மோதினான். ஆனால் அவனுக்கு முன்புபோல் வெற்றி கிட்ட வில்லை. டெல்லி திரும்பும்போது உலூக்கானால் சிறைபிடிக்கப் பட்டுக் கொண்டு போகப்பட்ட பராக்கிரம பாண்டியன் வழியிலேயே உயிரிழந்தான். அவனோடு மதுரைப் பாண்டியர் வம்சம் முடிவுக்கு வந்தது. மதுரையை வெற்றி கண்ட உலூக்கான் 'மாபார்' என்ற பெயரோடு அதை துக்ளக் ஆட்சியின் ஒரு மாகாணமாக அறிவித்தான். தன் பிரதிநிதியாக ஜலாலுதீன் ஆசான் கான் என்பவனையும் நியமித்து டெல்லி திரும்பினான். அங்கே முகமது பின் துக்ளக் என்ற பெயரோடு முடிசூடிக்கொண்டான்.

இப்படியாக தக்காணத்தில் இருந்த பல அரசுகளும் டெல்லி சுல்தானியத்தின் ஆதிக்கத்தின் கீழ் வந்தன. அதை முழுமையாக்கியவன் முகமது பின் துக்ளக். தேவகிரி, டிலிங், கம்பிலி, துவார சமுத்திரம், மாபார் என்று ஐந்து மாகாணங்கள் அவனது ஆட்சியில் இருந்ததாக இஸ்லாமிய வரலாற்றாசிரியர்கள் கூறுவார்கள். தான் வெற்றி கொண்ட இடங்களில் ஆங்காங்கே தனது ஆளுநர்களையும் அவன் நிறுத்தி வைத்திருந்தான். ஆனால் தென்னிந்தியாவில் இருந்த பல சிறிய அரசுகள் இந்த ஏற்பாட்டுக்கு இணங்காமல் கலகம் செய்து வந்தன. ஹொய்சாள அரசன் வீரவல்லாளன் அரை மனத்தோடு சுல்தானிய ஆட்சியை ஏற்றிருந்தான். அதுபோன்ற இன்னொரு அரசு கம்பிலிதேவன் ஆட்சி செய்த கம்பிலி அரசு. அனந்தபூர், ஷிமோகா, ரெய்ச்சூர் ஆகிய பகுதிகளை இணைத்து ஒரு வலுவான அரசை உருவாக்கி வைத்திருந்தான் கம்பிலி தேவன். அவனை டெல்லிக்குக் கப்பம் கட்டுமாறு முகமது பின் துக்ளக் பலமுறை அறிவுறுத்தினான். ஆனால் அதற்குக் கம்பிலிதேவன் செவிசாய்க்கவில்லை.

இதற்கிடையில் முகமது பின் துக்ளக்கோடு பிணக்குகொண்ட அவனுடைய உறவினனும் மத்தியப் பிரதேசத்தின் ஆளுநருமான பஹாவுதீன் கர்ஷப், துக்ளக்குக்கு எதிராகக் கலகம் செய்யத் தொடங்கினான். அதை அடக்குமாறு மாலிக் ஜாடா என்ற குஜராத்தின் ஆளுநரையும் மஜிர் அபு ரிஜா என்ற தேவகிரியின் ஆளுநரையும் துக்ளக் அனுப்பினான். இந்த இருவரின் படைகளையும் சமாளிக்க முடியாமல் தோற்று ஓடிவந்த பஹாவுதீனுக்கு, கம்பிலிதேவன் அடைக்கலம் அளித்தான்.

கும்மாட்டா என்ற கோட்டையில் பஹாவுதீன் தங்கியிருப்பதை அறிந்த துக்ளக்கின் படைகள் அதை முற்றுகையிட்டன. ஆனால் கம்பிலிதேவன் அவர்களை இருமுறை தோற்கடித்து விரட்டினான். ஆனால் மூன்றாம் முறை மாலிக் ஜாடாவின் தலைமையின் வந்த படை கோட்டையை வெற்றிகொண்டது. அங்கியிருந்து தப்பியோடிய கம்பிலிதேவன், பஹாவுதீனையும் அவன் குடும்பத்தாரையும் ஹொய்சாள அரசனிடம் தஞ்சம் புகுமாறு கூறிவிட்டு ஆனைகுந்திக்குச் சென்றான். ஆனைகுந்தியை முற்றுகையிட்ட துக்ளக்கின் படைகளின் தாக்குதலைச் சமாளிக்க முடியாமல், தன் குடும்பத்துப் பெண்களைத் தீக்குளிக்கச் சொல்லிவிட்டு தானும் தன் படையோடு வெளியே வந்து வீரப்போர் செய்து உயிர்துறந்தான் கம்பிலித் தேவன். அவனுடைய தலையை வெட்டி டெல்லிக்கு வெற்றிச் சின்னமாக அனுப்பினான் மாலிக் ஜாடா.

அடுத்ததாக பஹாவுதீனைப் பிடிப்பதற்காக ஹொய்சாளர்கள் மீது திரும்பினான் அவன். ஆனால் ஏற்கெனவே பாடம் கற்றுக் கொண்டிருந்த வீர வல்லாளன், பஹாவுதீனைத் தானே பிடித்து மாலிக் ஜோடாவிடம் அனுப்பிவைத்தான். டெல்லி சுல்தானிய ஆதிக்கத்தை ஏற்றுக்கொள்வதாகவும் அவன் அறிவித்தான். இதனால் மற்றும் ஒரு தாக்குதலில் இருந்து துவாரசமுத்திரம் தப்பியது. தன்னிடம் சிக்கிய பஹாவுதீனைத் துண்டு துண்டாக வெட்டி அரிசியோடு சேர்த்து யானைகளுக்கு உணவளிக்கச் சொன்னான் துக்ளக். ஆனால் யானைகள் அதை முகர்ந்து கூடப் பார்க்கவில்லையாம்.

தென்னிந்திய அரசுகள் அனைத்தையும் தன் கைக்குள் கொண்டுவந்த துக்ளக் சிறிது காலம் தேவகிரியில் தங்கியிருந்து ஆட்சி செய்து விட்டு மீண்டும் தன் தலைநகரை டெல்லிக்கு மாற்றினான். அந்தக் காலகட்டங்களில் தென்னகம் பேரழிவைச் சந்தித்தது.

அத்தியாயம் 2

விஜயநகரப் பேரரசின் வரலாற்று ஆதாரங்கள்

பொதுவாக ஓர் அரசைப்பற்றி அறிய நமக்குக் கிடைக்கும் தகவல்களை இலக்கிய ஆதாரங்கள், கல்வெட்டுகளிலும் செப்பேடுகளிலும் சொல்லப்பட்டவை என்று வகைப்படுத்தலாம். அதைத் தவிரத் தொல்லியல் சின்னங்கள், நாணயங்கள் ஆகியவையும் அரசுகளைப்பற்றிய பல செய்திகளை நமக்குத் தருகின்றன. விஜயநகரப் பேரரசைப் பொருத்தவரை, மேற்குறிப்பிட்ட ஆதாரங்களைத் தவிரப் பல வெளிநாட்டுப் பயணிகளும் இஸ்லாமிய வரலாற்று ஆசிரியர்களும் எழுதிவைத்த குறிப்புகளும் வலுவான ஆதாரங்களாக இருப்பது தனித்தன்மை வாய்ந்த ஒன்றாகும். ஆனால், இந்தக் குறிப்புகளில் பல, அவரவர் நோக்கில் தற்சார்பு சார்ந்து எழுதப்பட்டதால் எது உண்மை என்ற குழப்பம் நேரிடுகிறது. இதன் காரணமாக ஒரே அரசரின் வரலாறு பலவிதமாகச் சொல்லப்படும் விசித்திரமும் விஜயநகரப் பேரரசைப் பொருத்தவரை உள்ளது. இதை நோக்கத்தில் எடுத்துக்கொண்டு விஜயநகரப் பேரரசைப் பற்றி நமக்குக் கிடைக்கும் ஆதாரங்களை ஆராயவேண்டும்.

இலக்கிய ஆதாரங்கள்

தென்னகத்தை ஒரு காலத்தில் கட்டியாண்ட அரசான விஜயநகரப் பேரரசு, தன் தடயங்களை ஆந்திரா, கர்நாடகா, தமிழ்நாடு என்று பல இடங்களில் பதித்திருந்தது. ஆகவே பொது மொழியான

சமஸ்கிருதத்தைத் தவிர தமிழ், தெலுங்கு, கன்னடம் ஆகிய மொழிகளில் உள்ள இலக்கியங்களும் விஜயநகரத்தைப் பற்றிய செய்திகளைத் தருகின்றன.

சமஸ்கிருதம்

விஜயநகர அரசர் புக்கரின் மகனான குமார கம்பண்ணரின் மனைவி எழுதிய 'மதுரா விஜயம்' அல்லது 'கம்பராய சரிதம்', கம்பண்ணரின் தென்னக திக்விஜயத்தைப் பற்றிய முக்கியமான குறிப்புகளைத் தருகிறது. சம்புவராயரை எப்படி அவர் வென்றார், அதன்பிறகு சுல்தான்களின் ஆட்சியில் சிக்கித் தவித்துக்கொண்டிருந்த மதுரையை எப்படி அவர் மீட்டார். தமிழகத்தில் விஜயநகரப் பேரரசு எப்படிப் பரவியது போன்ற பல அரிய தகவல்கள் இந்த நூல் மூலம் தெரியவருகின்றன.

சாளுவ நரசிம்மரின் ஆஸ்தான கவி ராஜநாத திண்டிமன் என்பவர் எழுதிய 'சாளுவ அப்யூதம்', சாளுவ வம்சாவளியைப் பற்றியும் சாளுவ மங்கு குமார கம்பண்ணருக்குச் செய்த உதவிகள் பற்றியும் குறிப்பிடுகிறது. மேலும் சாளுவ நரசிம்மரே கவிதை பாடும் திறமை பெற்றவர், அவர் எழுதிய 'ராமாப்யூதம்', ராமாயணத்தைக் கோடிட்டுக் காட்டுகிறது. அந்த நூலில் தான் செய்த பல நற்செயல்களைப்பற்றி, குறிப்பாக ஸ்ரீரங்கம் கோயிலுக்குச் செய்த திருப்பணிகள் பற்றிச் சாளுவ நரசிம்மர் குறிப்பிட்டுக்கொள்கிறார்.

அனந்தராயர் என்பவரால் எழுதப்பட்ட 'பிரபன்னாமிர்தம்' என்ற நூல் ஸ்ரீரங்கத்தில் உலூக்கானின் படையெடுப்பால் ஏற்பட்ட துன்பங்களைப் பற்றியும் கம்பண்ணரின் தளபதியான கோபண்ணா எப்படி அழகிய மணவாளப் பெருமாளின் விக்ரகத்தை மீண்டும் ஸ்ரீரங்கத்திற்குக் கொண்டு வந்தார் என்பது பற்றியும் குறிப்பிடுகிறது. அவர் ஸ்ரீரங்கத்தில் செய்த திருப்பணிகள் பற்றியும் இதில் எழுதப்பட்டுள்ளது. 'நானார்த்த ரத்தின மாலை' என்ற நூல் இரண்டாம் ஹரிஹரருடைய சேனாதிபதியான இருகப்ப தண்டநாதர் என்பவரால் எழுதப்பட்டது. 'நாராயண விலாசம்' என்று நூலை எழுதிய உதயகிரி விருப்பண்ண உடையார் தமிழகத்தில் விஜயநகரப் பேரரசின் ஆளுநராக இருந்தவர். அவரைப் பற்றிய பல செய்திகள் இந்த நூலில் உள்ளன.

'கங்காதரப் பிரதாப விலாசம்' என்ற நூலை எழுதிய கங்காதரர் விஜயநகரத்தின் மல்லிகார்ஜுன ராயர் பாமினி சுல்தானையும் கலிங்க கஜபதியையும் எப்படிப் போரில் எதிர்த்து வெற்றி பெற்றார்

என்று அந்நூலில் விவரித்துள்ளார். துளுவ வம்சத்தைத் தோற்றுவித்த அரசரான நரச நாயக்கரின் மனைவி திருமலாம்பாள் எழுதிய நூலான 'வரதாம்பிகா பரிணயம்' என்ற செய்யுள் வடிவிலான நூல் அவருடைய குடும்பத்தைப் பற்றியும் நரச நாயக்கரின் ஆட்சியைப் பற்றியும் பல தகவல்களைத் தருகிறது.

துளுவ வம்ச அரசர்களான நரச நாயக்கர், வீரநரசிம்மன், அச்சுதராயர் ஆகியோரைப் பற்றிய வரலாறு 'அச்சுதராய அப்யூதயம்' என்ற நூலில் உள்ளது. இது இரண்டாம் ராஜநாத திண்டிமன் என்பவரால் இயற்றப்பட்டது. குறிப்பாக அச்சுத தேவராயரின் ஆட்சி, அவர் நடத்திய படையெடுப்புகள், பெற்ற வெற்றிகளைப் பற்றி இது விவரிக்கிறது. கிருஷ்ண தேவராயரால் எழுதப்பட்ட நூலான 'ஜாம்பவதி கல்யாணம்' என்ற சமஸ்கிருத நாடகம் விருபாட்சர் ஆலயத்தில் வசந்த உற்சவத் திருவிழாவில் மக்களுக்கு நடித்துக் காட்டப்பட்டதென்று தெரிகிறது.

தெலுங்கு

'வித்யாரண்ய கால ஞானம்', 'வித்யாரண்ய விருத்தாந்தம்' ஆகிய இரு நூல்களும் பின்வரப்போவதை முன்கூட்டியே ஆருடமாகக் கூறப்போவதைப்போல விஜயநகர அரசர்களுடைய வரலாற்றைத் தெரிவிக்கின்றன. பில்லாலமரி பீனவீரபத்திரர் என்பவரால் எழுதப்பட்ட 'ஜைமினி பாரதம்' சாளுவ நரசிம்மரின் முன்னோர்களைக் குறித்து எழுதப்பட்ட நூலாகும். அவரின் முன்னோரான சாளுவ மங்கு, கம்பண்ணரோடு சேர்ந்து சம்புவராயரையும் மதுரைச் சுல்தான்களையும் வென்ற செய்திகள் இதில் குறிப்பிடப்பட்டுள்ளன. ஸ்ரீரங்கத்தின் ரங்கநாதருக்கு அறுபதினாயிரம் மாடப் பொன்களை விஜயநகர அரசர்கள் தானம் செய்தது இந்நூல் குறிப்பிடும் செய்திகளில் ஒன்று. இது சாளுவ நரசிம்மருக்கு அர்ப்பணிக்கப்பட்டது.

'பிரபன்னாமிர்தம்' போலத் தெலுங்கு மொழியில் ஸ்ரீரங்கம் கோயிலைப் பற்றியும் அது சுல்தானியப் படையெடுப்பில் சந்தித்த அழிவுகளையும் பற்றித் தெரிவிக்கும் நூல் 'ஆசாரிய சுக்தி முக்தாவளி'. இது வைணவர்களின் உயிர்த்தியாகத்தையும் ஸ்ரீரங்கத்தை அவர்கள் காத்த விதம் பற்றியும் விவரிக்கிறது.

'கிரீடாபிராபம்' என்ற மொழிபெயர்ப்பு நூல் வினுகொண்டா வல்லபராயர் என்பவரால் எழுதப்பட்டதாகும். இவர் இரண்டாம் தேவராயரின் காலத்தவர். வல்லபராயரின் முன்னோர்கள் பரம்பரை

பரம்பரையாக விஜயநகர அரசர்களிடம் பணிபுரிந்தவர்கள். ஆகையினால் அரசுமுறைகளைப் பற்றிய பல தகவல்களை இந்த நூல் தருகிறது. ஆரவீட்டு வம்சத்தைப் பற்றிய செய்திகளைத் தரும் நூல் 'ராமராஜ்யமு'. இதில் ஆரவீட்டு புக்க தேவனுடைய முன்னோனான சோமதேவராஜா, அவனுடைய மகனான ராகவேந்திரன், அவனுடைய மகனான தாடபின்னமன் ஆகியோரைப் பற்றி இந்த நூலில் உள்ளது.

நந்தி மல்லையா, கண்ட சிங்கையா என்ற இருவர் இயற்றிய நூல் 'வராக புராணம்'. இது நரச நாயக்கரின் வீரச் செயல்களைப் பற்றியும் அவருடைய வம்சாவளியைப் பற்றியும் அவர் கைப்பற்றிய இடங்களைப் பற்றியும் குறிப்பிடுகிறது. முக்கியமாக அவர் சாளுவ நரசிம்மரின் ஆணையைச் சிரமேற்கொண்டு கண்டுக்கூர் என்ற இடத்தில் பாமினி சுல்தான்களின் குதிரைப் படையைத் தோற்கடித்த வரலாறு இதில் உள்ளது. 'பாரஜாதாபகரணமு' என்ற நூல் நந்தி திம்மண்ணாவினால் இயற்றப்பட்டு நரச நாயக்கரின் புகழைப் பாடும் இன்னொரு தெலுங்கு நூல். அவர் எப்படி சாளுவ நரசிம்மருக்கு உதவியாக இருந்து விஜயநகர அரியணையைக் கைப்பற்ற உதவினார் என்பதை இது விவரிக்கிறது.

இதைத்தவிர கிருஷ்ணதேவராயரால் எழுதப்பட்ட 'ஆமுக்தமால்யதா' என்ற ஆண்டாளின் சரிதத்தைக் கூறும் நூல் மிக முக்கியமானதாகும். கிருஷ்ணதேவராயர் விஜயவாடாவில் தங்கியிருந்தபோது அவருடைய கனவில் தோன்றிய மகாவிஷ்ணு, ஸ்ரீவில்லிபுத்தூர் பெரியாழ்வாரின் அன்பு மகளான ஸ்ரீஆண்டாளின் சரித்திரத்தைத் தெலுங்கு மொழியில் எழுதுமாறு கட்டளை இட்டதாக இந்நூலில் அவர் குறிப்பிட்டிருக்கிறார். வேங்கி, கோதாவரி, கடகம், சிம்மாத்திரி ஆகிய இடங்களில் கிருஷ்ணதேவராயர் மேற்கொண்ட திக்விஜயத்தைப் பற்றிய தகவல்கள் இதில் அழகுற விவரிக்கப்பட்டுள்ளன.

தமிழ் நூல்கள்

மதுரையில் உள்ள மீனாட்சி அம்மன் கோயில் சரித்திரத்தைக் கூறும் 'மதுரைத் தல வரலாறு', பாண்டியர்களிடமிருந்து தொடங்கி மதுரையை ஆட்சி செய்த அரசர்களின் பெயர்களைத் தொகுத்துக் கூறுகிறது. அதில் மதுரை சுல்தான்கள் ஆட்சிக்காலத்தில் ஏற்பட்ட இன்னல்களைப் பற்றியும் எப்படிக் குமார கம்பண்ணர் மதுரையை மீட்டு கோயிலில் வழிபாடுகளைத் தொடங்கி வைத்தார் என்பது

பற்றியும் அவருக்குப் பின் ஆட்சி செய்த விஜயநகரப் பிரதிநிதிகளைப் பற்றியும் கூறப்பட்டுள்ளது. அதுபோலவே ஸ்ரீரங்கம் கோயில் திருப்பணிகளைப் பற்றிக்கூறும் 'கோயிலொழுகு' ரங்கநாதர் கோயிலுக்கு உலூக்கான் செய்த கொடுமைகளைப் பற்றியும், பிள்ளை லோகாச்சாரியார் வேதாந்த தேசிகர் ஆகியோர் அழகிய மணவாளப் பெருமாளைப் பாதுகாக்கச் செய்த முயற்சிகள் பற்றியும் விவரிக்கிறது.

'கொங்கு தேச ராசாக்கள்' என்ற நூல் கொங்கு தேசத்தில் ஆட்சி செய்த விஜயநகரப் பிரதிநிதிகளைப் பற்றியும் அக்காலத்தில் ஏற்பட்ட மாற்றங்களைப் பற்றியும் தெரிவிக்கிறது. 'கர்நாடக ராஜாக்கள் சவிஸ்தார சரிதம்' என்ற நூல் செஞ்சிக்கோட்டையின் வரலாற்றைக் கூறுகிறது. அதில் தமிழ்நாட்டில் நாயக்கர்கள் ஆட்சி ஏற்பட்ட வரலாறு, குறிப்பாக செஞ்சி நாயக்கர்களைப் பற்றிய செய்திகள் இடம்பெற்றுள்ளன. இவற்றைத் தவிர இரட்டைப் புலவர்கள் எழுதிய 'ஏகாம்பரநாத உலா'வும், மு. ராகவையங்காரால் தொகுக்கப்பட்ட 'சாசனத் தமிழ்க்கவிச் சரிதம்' என்ற நூலும் விஜயநகர ஆட்சியைப் பற்றி அறியத் துணைபுரிகின்றன.

கன்னடம்

கன்னட நூல்களைப் பொருத்தவரை லிங்கண்ணா என்பவரால் செய்யுளோடு உரைநடை சேர்த்து எழுதப்பட்ட 'கேலடி நிரூப விஜயம்' என்ற நூல் கர்நாடகாவில் விஜயநகர ஆட்சிக்காலத்தில் நடந்த நிகழ்வுகளைப் பற்றிக் குறிப்பிடுகிறது. தவிர, 'வேலு கோட்டி வாரி வம்சாவளி', 'குமார ரமணகாதை', 'வைத்யராஜ வல்லபம்', 'சங்கீத சூர்யோதயம்', 'சரஸ்வதி விலாசம்' ஆகிய நூல்களும் விஜயநகர வரலாற்றை அறிய உதவியாக உள்ளன.

வரலாற்றுக் குறிப்புகள் - இஸ்லாமியர்

தக்காணத்தில் விஜயநகரப் பேரரசு தோன்றிய அதே காலகட்டத்தில் உருவானது பாமினி சுல்தானிய அரசு. இந்த இரண்டு அரசுகளுக்கு இடையே அடிக்கடிப் போர்கள் நடந்தன. ஆகவே பாமினி அரசுகளின் வரலாற்றுக் குறிப்புகளிலிருந்தும் விஜயநகரத்தைப் பற்றிய தகவல்கள் நமக்குக் கிடைக்கின்றன. அந்த வகையில் இஸ்ஸாமி என்பவர் எழுதிய 'ஃபூட்டு-உஸ்-ஸலாதீன்' என்ற பாமினி சுல்தான்களின் வரலாற்றைப் பற்றிக்கூறும் நூல் முக்கியமானதாகும். முகம்மது பின் துக்ளக்கின் தக்காணப் படையெடுப்பில் தொடங்கி, அவரால் எப்படித் தென்னிந்தியாவில்

ஒரு குழப்பமான நிலை உருவானது; அதன் பின் பாமினி அரசு எப்படித் தோன்றியது; அவர்களுடைய செயல்கள் என்ன என்றெல்லாம் தொட்டுச் செல்கிறது இந்த நூல்.

ஈராக் நாட்டில் பிறந்த அலிபின் அஜீஸ் உல்லா டபடாபா என்பவர் கோல்கொண்டா, அகமது நகர் ஆகிய சுல்தான்களிடம் பணி செய்தவர். அவர் எழுதிய நூல் 'புர்ஹானி மாசீர்'. இது பீடாரிலும் குல்பர்காவிலும் ஆட்சி செய்த சுல்தான்களின் வரலாற்றை விவரிக்கிறது. விஜயநகர அரசுக்கும் பாமினி சுல்தான்களுக்கும் ஏற்பட்ட போர்களின் விவரங்கள் இதில் உள்ளன. ஆனால் இதில் விஜயநகர அரசர்கள் பாமினி அரசர்களுக்கு அடங்கிக் கப்பம் கட்டியவர்கள் என்பதுபோன்ற மிகைத்தகவல்கள் உண்டு. இந்நூலாசிரியரின் சார்பு நிலை 'விஜயநகர அரசர்கள் நரகத்தில் இடம்பெறுவதற்குத் தகுதியானவர்கள்' போன்ற அவரது வரிகளால் தெளிவாகிறது.

போலவே பாரசீகத்திலிருந்து இந்தியாவிற்கு வந்து பீஜப்பூர் சுல்தானிடம் வேலை பார்த்த முகம்மது காசிம் பெரிஷ்டா என்பவர் எழுதிய நூலிலும் பாரபட்சம் அதிகமாகக் காணப்படுவதைப் பார்க்கலாம். பாமினி சுல்தான்களை அபரிமிதமாக உயர்த்தியும் விஜயநகர அரசர்களைத் தாழ்த்தியும் இந்த நூலை எழுதியிருக்கிறார் பெரிஷ்டா. விஜயநகர அரசர்களின் பெயர்களையும் பதவிகளையும் இவர் குழப்பியடித்திருப்பார். போதாக்குறைக்கு இந்த நூலில் பிற்சேர்க்கைகளும் அதிகமாக உண்டு.

வரலாற்றுக் குறிப்புகள் - அயல்நாட்டவர்

பொயு 13ம் நூற்றாண்டிலிருந்து பல வெளிநாட்டவர்கள் இந்தியா வந்து நாட்டின் பல பகுதிகளிலும் சுற்றுலா மேற்கொண்டனர். அவர்கள் எழுதிய குறிப்புகளும் அக்காலத்திய வரலாற்றை அறியப் பெரிதும் உதவுகின்றன. அவர்களில் முக்கியமானவர் இபின் பதூதா. பதினான்காம் நூற்றாண்டின் முற்பகுதியில் டெல்லி வந்த இவர், முகமது பின் துக்ளக்கின் மகளை மணந்தார். பின்பு அவரின் கொடுமையான செயல்களைக் கண்டு வெறுத்து தென்னாட்டிற்குப் பயணம் செய்தார். தென்னிந்தியாவில் அக்காலத்தில் நிலவிய சமூக நிலை, வணிகம் ஆகியவற்றை உண்மையாக எடுத்துக்கூறியவர் இவர். மதுரையில் சில காலம் தங்கியிருந்ததால், மதுரை சுல்தான்களைப் பற்றிய பல செய்திகளைத் தந்திருக்கிறார்.

பொயு 1420ல் முதலாம் தேவராயர் காலத்தில் நிக்காலோ கான்டி என்ற பயணி இத்தாலியிலிருந்து விஜயநகரத்திற்கு வந்தார். சுமார்

இருபத்தைந்து ஆண்டுகள் இங்குள்ள பல நாடுகளுக்குச் சென்று விட்டு வெனிஸ் திரும்பிய அவர் தன்னுடைய வரலாற்றுக் குறிப்புகளில் விஜயநகரத்தைப்பற்றி எழுதிவைத்திருக்கிறார். அங்குள்ள மக்கள், கொண்டாடப்பட்ட திருவிழாக்கள், வணிகம், நாணயம், நாட்டின் செல்வ வளம் ஆகியவை இந்தக் குறிப்புகளில் உண்டு.

பொயு 1443ல் கள்ளிக்கோட்டையில் ஆட்சி செய்த சாமோரினுக்கு தூதராக ஹீரட் நகரிலிருந்து அனுப்பப்பட்டவர் அப்துல் ரஸாக். அக்காலத்தில் விஜயநகரத்தை ஆட்சி செய்து கொண்டிருந்த இரண்டாம் தேவராயரின் வேண்டுகோளின் பேரில் சாமோரின் இவரை விஜயநகரத்திற்கு அனுப்பினார். அங்கே சில காலம் தங்கியிருந்த அப்துல் ரஸாக், நகரைப் பற்றிய பல குறிப்புகளை எழுதியிருக்கிறார்: 'ஏழு மதில்களால் சூழப்பட்ட பெரு நகரமான விஜயநகரத்தைப்போல ஒரு நகரை நான் கண்டதும் இல்லை கேட்டதும் இல்லை' என்று இவர் எழுதியிருக்கிறார். விஜய நகரத்தின் மக்கள், சமூகம், அரசு முறைகள் ஆகியவற்றைப் பற்றியும் இவர் எழுதியிருக்கிறார். சிலர் பொறாமை கொண்டு அரசரிடம் இவரைப்பற்றித் தவறான செய்திகளைத் தெரிவித்த காரணத்தால், இவர் விஜயநகரை விட்டு வெளியே செல்லவேண்டியதாயிற்று.

அதேனேஷியஸ் நிகிடின் என்ற ரஷ்ய நாட்டு வியாபாரி 1470ம் ஆண்டில் இந்தியாவிற்கு வந்து சில ஆண்டுகள் இங்கே தங்கியிருந்தார். விஜயநகரப் பேரரசைப் பற்றியும் அவர் தமது குறிப்புகளில் எழுதியுள்ளார். போர்ச்சுக்கீசிய நாட்டின் போலோனா நகரத்து வார்த்திமா என்பவர் 1502ம் ஆண்டு முதல் 1508ம் ஆண்டு வரை இங்கே பயணம் செய்து தம்முடைய அனுபவங்களை எழுதியுள்ளார். விஜயநகரப் பேரரசைப் பற்றியும் கோவா, கள்ளிக்கோட்டை நகர்களைப் பற்றியும் அவர் குறிப்பிட்டுள்ளார். 1510ம் ஆண்டு ஆல்புகோகி என்ற போர்ச்சுக்கீசிய ஆளுநரால் கிருஷ்ணதேவராயர் அரசுக்குத் தூதுவராக அனுப்பப்பட்ட லூயி என்ற பாதிரியார் கிருஷ்ண தேவராயருடைய அரசியல் தந்திரங்களைப் பற்றிக் குறிப்பெழுதியுள்ளார்.

இந்தியாவில் வணிகம் செய்வதற்காக 1500ம் ஆண்டு வந்த துவார்த்தே பார்போசா என்பவர் கண்ணனூர் வணிகக் கூடத்தில் வியாபாரியாகவும் துபாஷியாகவும் பணிபுரிந்தார். பார்போசா விஜயநகரப் பேரரசின் சமூகத்தைப் பற்றியும் மக்கள் வாழ்வியல் முறைகளைப் பற்றியும் எழுதியிருக்கிறார்.

இவற்றைத் தவிர டாமிங்கோஸ் பீயஸ், பெர்னோ நூனிஸ் ஆகிய போர்ச்சுக்கீசியர்கள் விஜயநகரத்தைப் பற்றி எழுதிய குறிப்புகள் அந்தப் பேரரசைப் பற்றிய வரலாற்றை அறியப் பெரிதும் உதவுகின்றன. கிருஷ்ண தேவராயரின் ஆட்சிக்காலத்தில் விஜயநகரம் வந்து தங்கியிருந்த பீயஸ், கிருஷ்ண தேவராயரின் வாழ்க்கை, பண்புகள், வெற்றிகள், ஆட்சித்திறன் ஆகிய வற்றைப்பற்றி எழுதியுள்ளார்.

நூனிஸ் விஜயநகரத்தின் தோற்றத்திலிருந்து தொடங்கி வம்சாவளியாக வந்த அரசர்களின் பெயர்கள் அரசர்களின் பெருமைகள், நகரிலிருந்த கோயில்கள், அரண்மனைகள், அரசு அலுவலகங்கள் ஆகியவற்றைப் பற்றி எழுதியிருக்கிறார். பொயு 1565க்குப் பிறகு இங்கே வந்திருந்த போர்ச்சுக்கீசியரான சீசர் ப்ரடெரிக் என்பவர் தலைக்கோட்டைப் போருக்குப் பின் அழிந்த நிலையிலும் விஜயநகரத்தின் பெருமைகளைப் பற்றிக் குறிப்புகள் எழுதியுள்ளார்.

கல்வெட்டு - செப்பேடுகள்

விஜயநகர அரசர்களால் பொறிக்கப்பட்ட பல கல்வெட்டுகள் கர்நாடகா, தமிழ்நாடு, ஆந்திரப் பகுதிகளில் கிடைக்கின்றன. சமஸ்கிருதம், தெலுங்கு, கன்னடம், தமிழ் ஆகிய மொழிகளில் இந்தக் கல்வெட்டுகள் உள்ளன. அதேபோல, விஜயநகர அரசர்கள் அளித்த செப்பேடுகள் பல கிடைக்கப்பெற்றுள்ளன. அவர்களுடைய வம்சாவளி, அவர்கள் அளித்த கொடைகள்போன்ற தகவல்கள் இவற்றில் இடம்பெற்றுள்ளன. தென்னிந்தியக் கல்வெட்டுத் தொகுதிகளிலும், எபிக்ராபியா இண்டிகா தொகுதிகளிலும் கர்நாடகா எபிக்ராபியா தொகுதிகளிலும் இவை பதிக்கப்பட்டுள்ளன.

விஜயநகர அரசைப் பற்றிய சில முக்கியமான கல்வெட்டுகளும் செப்பேடுகளும் பின்வருமாறு:

- முதலாம் ஹரிஹரரின் சிருங்கேரிச் செப்பேடுகள்
- திருவரங்கத்தில் உள்ள கோபண்ணாவின் கல்வெட்டு
- கிருஷ்ணதேவராயரின் வெற்றிகளைப் பற்றிக் குறிப்பிடும் அமராவதிக் கல்வெட்டு
- மங்களகிரி, கொண்டவீடு ஆகிய இடங்களில் கிடைக்கும் வெற்றித்தூண் கல்வெட்டுகள்

- கிருஷ்ணதேவராயருடைய ஹம்பி கல்வெட்டு
- கிருஷ்ணதேவராயருடைய காஞ்சி சங்கர மடத்துச் செப்பேடு
- திருவரங்கத்தில் உள்ள அச்சுதராயரின் கல்வெட்டுகள்
- திருப்பதியில் உள்ள விஜயநகரக் கல்வெட்டுகள்
- முதலாம் ஹரிஹரருடைய கோமல் சாசனம்
- முதலாம் ஹரிஹரருடைய பாகபள்ளிச் செப்பேடுகள்
- இரண்டாம் தேவராயருடைய ஸ்ரீரங்கம் செப்பேடுகள்
- பித்ர குண்டாச் செப்பேடுகள்
- அச்சுத தேவராயருடைய கடலாடிச் செப்பேடுகள்
- விருப்பண்ண உடையாருடைய ஆலம்பூண்டிச் செப்பேடுகள்

இவற்றைத் தவிர புதுக்கோட்டை சமஸ்தானக் கல்வெட்டுத் தொகுதிகளிலும் திருவாங்கூர் பழம்பொருள் ஆராய்ச்சித் தொகுதிகளிலும் தென்னிந்தியக் கோயில் சாசன நூல்களிலும் உள்ள விஜயநகரத்தைப் பற்றிய சாசனங்களும் அந்த ஆட்சியைப் பற்றி அறிந்துகொள்ளப் பெரிதும் உதவுகின்றன.

தொல்லியல் சின்னங்கள்

கர்நாடக மாநிலம் ஹம்பியில் உள்ள விருபாட்சர் கோயிலும் விட்டலர் கோயிலும் உயரமான நரசிம்மர் சிலையும் அந்நகரின் இடிந்த மதிற்சுவர்களும் அரண்மனைகளும், நீர்ப்பாசனத்திற்காக வெட்டப்பட்ட கால்வாய்களும் விஜயநகரத்தின் பெருமையான வாழ்க்கையின் எச்சங்களாக இன்றும் காட்சியளிக்கின்றன. திருப்பதி, காளஹஸ்தி, காஞ்சிபுரம், திருவண்ணாமலை, சிதம்பரம், திருவரங்கம், மதுரை, திருநெல்வேலி ஆகிய இடங்களில் விஜயநகரப் பேரரசர்களால் புதிதாகக் கட்டப்பட்டும் திருப்பணி செய்யப்பட்டும் உள்ள கோயில்கள் அவர்கள் கட்டடக் கலைக்குப் புத்துணர்ச்சி பாய்ச்சியதின் எடுத்துக்காட்டுகளாக உள்ளன. பெனுகொண்டா, சந்திரகிரி, வேலூர் ஆகிய இடங்களில் உள்ள கோட்டைகளில் அவர்களின் தடம் காணப்படுகிறது.

கோயில்களிலும், மண்டபங்களிலும் காணப்படும் அவர்களுடைய உருவச்சிலைகள் அவர்களின் தோற்றம், குடும்பத்தவர், சமயநம்பிக்கை, கலைத்திறன் ஆகியவற்றை நமக்குத் தெரிவிக்கிறது.

நாணயங்கள்

விஜயநகரத்தின் சின்னமான வராகம் பொறிக்கப்பட்டதால் அவர்களின் நாணயங்கள் 'வராகன்' என வழங்கப்பட்டன. முழு வராகன், அரை வராகன், கால் வராகன் ஆகிய அவர்களது நாணயங்கள் தங்கத்தால் செய்யப்பட்டுப் புழக்கத்தில் விடப் பட்டிருக்கின்றன. 'தார்' என்ற நாணயம் செம்பினாலும் வெள்ளியினாலும் செய்யப்பட்டிருந்தது.

நாணயங்களில் சமஸ்கிருதம், வடமொழி, கன்னடம், தெலுங்கு, தமிழ் ஆகிய எழுத்துகள் பொறிக்கப்பட்டிருந்தன. இவையெல்லாம் அவர்களின் பொருளாதாரம், எல்லைகள் ஆகியவற்றை ஆராய்வதற்கு உதவுகின்றன.

அத்தியாயம் 3

பேரரசின் தோற்றம்

விஜயநகரப் பேரரசைப் பற்றிய இன்னொரு விசித்திரமான விஷயம், அதன் தோற்றத்தைப் பற்றிய குழப்பங்கள்தான். இத்தனைக்கும் சில நூறு ஆண்டுகளுக்கு முன், வரலாற்று ஆதாரங்கள் அதிகமாகக் கிடைக்கக்கூடிய காலத்தில்தான் அந்தப் பேரரசு தோன்றியது. இருப்பினும் அது எப்படித் தோன்றியது என்பதுபற்றிப் பல்வேறு ஆய்வாளர்கள் பல கருத்துகளைக் கூறுகின்றனர். சங்கமன் என்பவனுடைய மைந்தர்களான ஹரிஹரன், புக்கன் ஆகிய சகோதரர்கள்தான் விஜயநகர அரசைத் தோற்றுவித்தனர் என்பதில் எந்தச் சிக்கலும் இல்லை என்றாலும் அவர்கள் யார்? எங்கிருந்து வந்தனர்? என்பது பற்றி பல அபிப்பிராயங்கள் நிலவுகின்றன. அதை ஆராய்வதற்கு முன்பு, அரசு உருவாகும் முன்பிருந்த சூழலைப் பார்ப்போம்.

தென்னிந்தியாவில் ஏகப்பட்ட குழப்பங்களை ஏற்படுத்திவிட்டு முகமது பின் துக்ளக், பொயு 1329ல் டில்லி திரும்பினான். அதற்கு முன்பு தாம் கைப்பற்றிய பகுதிகளுக்கு ஆளுநர்களை நியமித்திருந்தான் அவன். ஆனால் தென்னகத்தில் அவனது படைகள். பல கோயில்களை இடித்து மக்களின் மத நம்பிக்கைகளைப் பெருமளவில் காயப்படுத்தியிருந்தன. காலங்காலமாக தாங்கள் வழிபட்டு வந்த தலங்கள் கண்ணெதிரே இடித்துத் தரைமட்டமாக்கப்படுவதைக் கண்ட மக்கள்

கொதித்தனர். தங்கள் திருவிழாக்களும் மரபுகளும் சீர்கெட்டுக் கொண்டிருப்பதைப் பார்த்துக்கொண்டு சும்மா இருப்பதை அவர்கள் விரும்பவில்லை. கோயில் மானியங்களும் தர்ம ஸ்தாபனங்களும் துக்ளக் ஆட்சியில் அடியோடு ஒழிக்கப் பட்டுவிட்டன.

தவிர வரிவசூல் என்ற பெயரில் ஏழை, பணக்காரர் வித்தியாசம் இல்லாமல் அனைவரும் கசக்கிப் பிழியப்பட்டனர். இது எல்லாம் சேர்ந்து மக்களின் மனதில் பெரும் அதிருப்தியை ஏற்படுத்தி இருந்தது. காகதீய மன்னன் பிரதாப ருத்திரனால் ஏற்படுத்தப் பட்டிருந்த நாயக்கர்களில் கொண்டவீட்டை தலைமையாகக் கொண்டு ரெட்டிகளின் ராஜ்யத்தை நிறுவிய புரோலைய நாயக்கனும் அவன் உறவினான காப்பைய நாயக்கனும் சேர்ந்து மற்றவர்களின் துணையுடன் கிழக்கு ஆந்திரப் பகுதிகள் பலவற்றைச் சுல்தானிய ஆதிக்கத்திலிருந்து விடுவித்தனர்.

அதுபோலவே, மேற்கில் சோமதேவன் என்பவன் கம்பிலியில் இருந்த சுல்தானிய ஆளுநரான மாலிக் முகமதுவை எதிர்த்துத் தோற்கடித்தான். ஆனைகுந்தி, ரெய்ச்சூர், முட்கல் ஆகிய கோட்டைகளையும் அவன் கைப்பற்றினான். இந்தச் சோமதேவன் பின்னாளில் விஜயநகர அரசுக்குத் துணைபுரிந்த ஆரவீட்டு வம்சத்தைச் சேர்ந்தவன். ராஜராஜ சோழனின் மருமகனும் கீழைச்சாளுக்கிய அரசனுமான ராஜராஜ நரேந்திரனின் வம்சத்தவர்களாக அவர்கள் தங்களைச் சொல்லிக்கொண்டனர்.

சோமதேவனின் வெற்றியைக் கண்டு துணிச்சல் அடைந்த ஹொய்சாள அரசன் வீர வல்லாளனும் கம்பிலியின் மீது தன்னுடைய படைகளைச் செலுத்தினான். இப்படி நாற்புறமும் சூழப்பட்டுத் தவித்த மாலிக் முகமது, டெல்லி சுல்தானுக்குச் செய்தி அனுப்பினான். நாட்டில் அவனை யாரும் மதிப்பதில்லை, வரி கொடுப்பதில்லை, என்னுடைய கோட்டை முற்றுகை இடப்பட்டது என்றெல்லாம் புலம்பியிருந்த அவன், தகுந்த உதவி அனுப்புமாறு துக்ளக்கைக் கேட்டுக்கொண்டான்.

மதுரை சுல்தான்கள்

தென்னகத்தில் ஒருபுறம் இப்படிப்பட்ட மாற்றங்கள் நடந்துகொண்டிருக்கும்போது, மதுரையில் முகமது பின் துக்ளக் தனது ஆளுநராக நிறுத்தியிருந்த ஜாலாலுதீன் ஹாசன் ஷா 1335ல் சுதந்திரப் பிரகடனம் செய்து மதுரையைத் தனிப்பட்ட சுல்தானகம்

என்று அறிவித்துவிட்டான். . இதைக் கேள்விப்பட்ட முகமது பின் துக்ளக் அவனைக் கொல்ல ஒரு படையை அனுப்பி வைத்தான். ஆனால், அந்தப் படைவீரர்களுக்கு லஞ்சம் கொடுத்துத் தன் பக்கம் திருப்பிக்கொண்டான் ஹாசன் ஷா. இதைக் கேள்விப்பட்டு கடும் கோபம் அடைந்த துக்ளக், ஹாசன் ஷாவின் மகனைச் சித்ரவதை செய்து, இரு துண்டுகளாக வெட்டிக் கொலை செய்தான். துக்ளக்கின் அவையில் இருந்தவரும் அக்காலத்திய பயணக் குறிப்புகளை எழுதியவருமான இபின் பதூதா, ஹாசன் ஷாவின் மகளை மணம் புரிந்திருந்தார். மைத்துனனுக்கு நேர்ந்த கதி த மக்கும் நேரலாம் என்று அஞ்சி அவர் நாட்டை விட்டுக் கிளம்பினார்.

ஆனால் இலங்கைக்கு அருகில், அவர் பயணம் செய்த கப்பல் புயலில் சிக்கிக்கொண்டது. தப்பிப் பிழைத்த அவர் மதுரை வந்து சேர்ந்தார். மதுரையில் அதற்குள் ஆட்சி மாற்றம் ஏற்பட்டு, அங்கு ஹாசன் ஷாவின் இன்னொரு மகளைத் திருமணம் செய்த கியாசுதீன் கான் ஆட்சி செய்துகொண்டிருந்தான். தன் 'சகலையை' மரியாதையுடன் வரவேற்று சில காலம் அங்கேயே தங்கச்செய்தான் கியாசுதீன். இதற்கிடையில் ஹொய்சாள அரசரான வீர வல்லாளன் கியாசுதீன் மீது போர்தொடுத்தான். கண்ணனூர் கொப்பத்தில் நடந்த கடுமையான போரில் முதலில் வல்லாளன் வெற்றி அடைந்தான்.

முற்றுகையிடப்பட்ட சுல்தானின் படைவீரர்கள் அவனிடம் சமாதானம் பேசினர். தங்களின் முடிவைத் தெரிவிப்பதற்காக மதுரை சுல்தானின் அனுமதியைக் கேட்டு ஒரு தூதனை அனுப்ப அவர்கள் கோரிக்கை விடுத்தனர். அதை ஏற்றுக்கொண்டான் வல்லாளன். அதுதான் அவன் செய்த பெருந்தவறு.

செய்தியைக் கேட்ட கியாசுதீன் நாலாயிரம் பேர் கொண்ட படை ஒன்றுடன் வந்து மின்னல் வேகத்தாக்குதல் ஒன்றை நடத்தி ஹொய்சாளப்படைகளைத் தோற்கடித்தான். வல்லாளனைச் சிறைபிடித்து, அவர் தோலை உரித்து வைக்கோலை அடைத்து மதுரை கோட்டைவாயிலில் தொங்கவிட்டான் கியாசுதீன். இப்படி பல கொடுமைகள் நடந்ததாலோ என்னவோ, மதுரையில் பிளேக் நோய் பரவியது. மதுரை மக்கள் கொத்துக்கொத்தாக மடிந்தனர். கியாசுதீனும் அவன் குடும்பமும் இந்த நோய்க்குப் பலியானார்கள். அவரை அடுத்து நசிருத்தீன் ஷா பதவியேற்றார். இப்படியாக மொத்தம் ஏழு சுல்தான்கள் மதுரையை ஆண்டனர்.

காப்பைய நாயக்கன்

இதற்கிடையில் புரோலைய நாயக்கன் இறந்ததால், காப்பைய நாயக்கன் தென்னிந்தியாவில் இந்து தர்மத்தை நிலைநிறுத்தும் பணியை முழுமூச்சாக மேற்கொண்டான். வாரங்கல்லை நோக்கி ஒரு படையுடன் சென்ற அவன், அங்கிருந்த ஆளுநரான மாலிக் மக்புலைத் தோற்கடித்தான். மாலிக் டெல்லிக்குத் தப்பி ஓடினான். அதன்பின் தொண்டை மண்டலத்திற்குச் சென்று அங்கே உள்ள அரசை சம்புவரையர்கள் மீட்க அவன் துணை செய்தான். இப்படிப் பல பகுதிகள் டெல்லி சுல்தானியத்தின் ஆதிக்கத்திலிருந்து விடுபடலாயின.

மேற்சொன்ன நிகழ்வுகளுக்கு அடுத்து விஜயநகரத்தைத் தலைநகராகக் கொண்டு ஓர் அரசு தோன்றியது. அதைப் பற்றிய பல்வேறு ஆய்வு முடிவுகளை ஒவ்வொன்றாகப் பார்க்கலாம்.

'மறக்கப்பட்ட பேரரசு (The Forgotton Empire)' என்ற பெயரில் விஜயநகர வரலாற்றை எழுதிய ராபர்ட் ஸுவெல் ஏழு கருத்துகளைப் பின்வருமாறு தொகுத்திருக்கிறார்.

ஹரிஹரனும் புக்கனும் காகதீய அரசில் பிரதாப ருத்திரனிடம் பணி செய்து வந்தனர். பொயு 1323ல் வாரங்கல் முற்றுகையிடப் பட்டபோது அங்கிருந்து தப்பிய அவர்களோடு மாதவாச்சாரியார் வித்யாரண்யர் என்ற துறவியும் பிரயாணம் செய்தார். ஆனை குந்திக்கு வந்த அவர்கள், அங்கே விஜயநகரை நிர்மாணம் செய்தனர் என்கிறது ஒரு செய்தி

இன்னொரு செய்தியோ, அவர்கள் இருவரும் வாரங்கலில் பணிபுரிந்தது என்னவோ உண்மை. ஆனால் அவர்கள் பொயு 1309ம் ஆண்டே மாலிக்கபூரால் ஹொய்சாள அரசன் வீரவல்லாளனுக்கு எதிரான போரில் ஈடுபடுத்தப்பட்டுவிட்டனர். மாலிக்கபூரால் துவார சமுத்திரம் கைப்பற்றப்பட்டாலும், இந்த சகோதரர்களின் படைப்பிரிவு தோல்வியடைந்தது. ஆகவே அவர்கள் இருவரும் ஆனைகுந்தி மலைப்பகுதிக்குத் தப்பியோடினர். அங்கே அவர்கள் வித்யாரண்யரைச் சந்தித்தனர். அவரைக் குருவாகக் கொண்டு, அவருடைய போதனையின் அடிப்படையில் விஜயநகர அரசைத் தோற்றுவித்தனர் என்கிறது.

அப்படியில்லை, அவர்கள் வாரங்கலில் வேலைபார்த்துக் கொண்டிருந்தபோது சுல்தானியப் படைகளால் தோற்கடிக்கப்பட்டு மதம் மாறும்படி வற்புறுத்தப்பட்டனர். அதை விரும்பாத அவர்கள்

தப்பி ஆனைகுந்திக்கு வந்து தென்னிந்தியாவில் இஸ்லாமியப் படையெடுப்புகளுக்குத் தடைவிதிப்பதற்காக விஜயநகரத்தை அமைத்தனர் என்று சிலர் கூறுகின்றனர்.

வித்யாரண்யர் ஒரு புதையலைக் கண்டெடுத்ததாகவும் அதை சங்கமன் என்பவரிடம் கொடுத்து ஓர் அரசை நிர்மாணிக்கச் செய்ததாகவும் இன்னொரு செய்தி கூறுகிறது.

ஐந்தாவது தரப்பு மாதவ வித்யாரண்யார் மலைகளில் தவம் செய்துகொண்டிருந்தபோது அவருக்கு புக்கன் என்ற ஆடு மேய்ப்பவன் உணவு அளித்ததாகவும் அவனிடம் அவர் 'ஒரு நாள் இந்த இடத்திற்கு நீ அரசனாவாய்' என்று ஆசி வழங்கியதாகவும் கூறுகிறது. இதைக் கேட்ட மற்றவர்கள் அவனைத் தலைவனாக ஏற்றனர். அந்தப் பகுதியை டெல்லி சுல்தான் தாக்கியபோது சுல்தானை புக்கன் தோற்கடித்தான். அதன் பின் விஜயநகரத்தை உருவாக்கினான். அது கன்னடர்களின் அரசாக விளங்கியது. இப்படியெல்லாம் கூட்டோ என்பவர் குறிப்பிட்டிருக்கிறார். இது அக்காலத்தில் உலவிய பல கதைகளின் கலவையாக இருக்கிறது என்கிறார் ராபார்ட் ஸுவெல்.

வேறொரு கருத்து ஹரிஹரனும் புக்கனும் ஹொய்சாளர்களின் சிற்றரசர்கள் என்று குறிப்பிடுகிறது. ரஷ்யாவிலிருந்து வந்த நிகிதின் என்பவர் இவர்கள் இருவரும் பண்டைக் காலத்திய கதம்ப வம்சத்தைச் சேர்ந்தவர்கள் என்கிறார்.

இவற்றைத் தொகுத்துப் பார்க்கும் போது இந்த சகோதரர்கள் இருவரும் குறும்ப இனத்தைச் சேர்ந்தவர்கள். வாரங்கல் அரசனிடம் பணி செய்தவர்கள். பிரதாப ருத்திரனின் மறைவுக்குப் பிறகு, ஆனைகுந்தியில் கம்பிலி ராயனிடம் பணி செய்தார்கள். ஆனைகுந்தியின் ஆளுநரான மாலிக் அகமதுவிற்கு எதிராக சோமதேவனும் வீர வல்லாளனும் போர்க்கொடி உயர்த்தியபோது அந்தப் பகுதியின் ஆளுநராக துக்ளக்கால் நியமிக்கப்பட்டவர்கள் என்கிறார் ஸுவெல்.

ஆனால் வரலாற்று ஆசிரியர் கே. ஏ. நீலகண்ட சாஸ்திரியாரோ, ஹரிஹரனும் புக்கனும் வாரங்கலில் பணிபுரிந்தவர்கள்தான். ஆனால் காகதீயர்களை வென்ற பிறகு டெல்லிக்கு அவர்களை முகமது பின் துக்ளக் சிறைபிடித்துச் சென்றான். அங்கே அவர்களை இஸ்லாமிய மதத்திற்கும் மாற்றிவிட்டான். மாலிக் அகமதுவிற்கு எதிராக ஆனைகுந்தியில் கலகம் எழுந்தபோது அதை அடக்கு

வதற்காக அவர்கள் இருவரையும் துக்ளக் தென்னிந்தியாவிற்கு அனுப்பினான். அங்கே அவர்கள் வித்யாரண்யரைச் சந்தித்து அவருடைய போதனையால் இந்து மதத்திற்குத் திரும்பி, விஜயநகர அரசையும் தோற்றுவித்தனர் என்கிறார்.

இன்னும் சில வரலாற்று ஆய்வாளர்கள், ஹொய்சாள அரசன் வீர வல்லாளன் தன்னுடைய மகனான வீரவிஜய வல்லாளனின் பெயரில் விஜயநகரத்தை அமைத்தான் என்றும் அதுவே பின்னால் விஜயநகர அரசாக உருவானது என்றும் கூறுகின்றனர். இதற்கு ஆதாரமாக ஹொய்சாள அரசன் ஒருவனுடைய கல்வெட்டு மூன்றாம் வல்லாளன் விருபாட்சபுரத்திலிருந்து மகிழ்ச்சியுடன் ஆட்சி செய்ததாகக் குறிப்பிடுவதை அவர்கள் சுட்டுகின்றனர். விருபாட்சபுரமே விஜயநகரம் என்பதால் அது ஹொய்சாளர்களால் தோற்றுவிக்கப்பட்டது என்பது அவர்கள் வாதம். சங்கம வம்ச அரசர்கள் தங்களுடைய குலதெய்வமாக விருபாட்சர் கோயிலைக் கருதியதாலும் அவர்களுடைய கல்வெட்டுகளும் செப்பேடுகளும் விருபாட்சரின் பெயரைக் குறிப்பிடுவதாலும் இந்த வாதம் வலுப்பெறுகிறது.

ஆனால் வீர வல்லாளனுக்கு விஜய வல்லாளன் என்ற மகன் இருந்ததற்கான எந்த ஆதாரமும் இல்லை என்று வாதிடும் சில அறிஞர்கள், ஹரிஹரனுடைய பாட்டன் புக்கராயலு உடையார், பொயு 1314ல் காகதீய அரசில் குறுநில மன்னனாக இருந்ததைக் குறிப்பிட்டு, அவர்கள் ஆந்திராவைச் சேர்ந்தவர்களே என்று அறுதியிட்டுக் கூறுகின்றனர். கம்பிலி நகரம் துக்ளக்கிடம் சென்றபோது இவர்கள் இருவரும் அங்கே பணியமர்த்தப்பட்டனர் என்பதும் பொயு 1344ல் வித்யாரண்யரின் உபதேசத்தால் விஜயநகரைத் தோற்றுவித்தனர் என்றும் அவர்கள் கூறுகின்றனர்.

ஹரிஹரனும் புக்கனும் தங்கள் சின்னமாக காகதீயர்களுடைய வராகத்தையும் தலைகீழான வாளையும் சூரிய சந்திரர்களையுமே வைத்திருந்தனர். ஹொய்சாளர்களுடைய புலியோ அல்லது கண்டபேரண்டப் பட்சியோ அதில் இடம்பெறவில்லை என்பதையும் இவர்கள் சுட்டுகின்றனர். காகதீயர்களுடைய நாயக்க முறைபோன்ற ஆட்சிமுறைகளே விஜயநகரத்தில் இருந்ததால் இவர்கள் அங்கிருந்தே வந்திருக்கவேண்டும் என்று உறுதி செய்கின்றனர்.

இவற்றையெல்லாம் சேர்த்துப் பார்க்கும்போது ஹரிஹரனும் புக்கனும் வாரங்கல்லில் இருந்தே வந்திருக்கவேண்டும் என்று

தெரிகிறது. முகமது பின் துக்ளக்கின் ஆதிக்கத்திலிருந்து தென்னிந்தியா கொஞ்சம் கொஞ்சமாக விடுபட்டும் இந்து மதம் மீண்டும் காப்பைய நாயக்கன் போன்றவர்களின் முயற்சியால் மேலெழுந்ததையும் கண்ட இவர்கள், அந்த நேரத்தில் வித்யாரண்யரைச் சந்தித்திருக்கவேண்டும். அவருடைய உபதேசத்தின் படி இந்துக்களுக்கான அரசாக அவர்கள் விஜயநகர அரசை உருவாக்கியிருக்கவேண்டும்.

அவர்களுக்குக் குருவாகத் திகழ்ந்த வித்யாரண்யர் யார் என்பதையும் கொஞ்சம் ஆராயவேண்டும்.

வித்யாரண்யர்

அக்காலத்தில் ஏகசீல நகர் என்று அழைக்கப்பட்ட வாரங்கலில், கல்வியில் சிறந்த ஓர் அந்தணர் வாழ்ந்துவந்தார். அவருக்கு இரு மகன்கள். அவர்களில் மூத்தவரின் பெயர் மாதவர். மாதவரின் தம்பி ஒரு நாள் வீட்டை விட்டு வெளியேறிப் பல இடங்களுக்குச் சென்று சிருங்கேரியை அடைந்தார். ஆதிசங்கரரால் நிறுவப்பட்ட முக்கியமான மடம் அங்கே இருந்தது. ‘சாரதா பீடம்’ என்று அழைக்கப்பட்ட அந்த மடத்தில் அப்போதைய குருவாக இருந்தவர், ஸ்ரீவித்யாசங்கர தீர்த்தர். வாரங்கலில் இருந்து வந்த அந்தணச் சிறுவனுக்கு அவர் சன்னியாசத் தீட்சை வழங்கி அவருக்கு பாரதி கிருஷ்ண தீர்த்தர் என்ற பெயரையும் வழங்கினார்

இதற்கிடையில் தனது தம்பியைத் தேடிக்கொண்டு வந்த மாதவரும் அந்த இடத்தை அடைந்தார். தனது தம்பி, சங்கர மடத்தில் இளைய மடாதிபதியாக இருப்பதைக் கண்டார். தனக்கும் சன்னியாசத் தீட்சை வழங்குமாறு அவர் ஸ்ரீவித்யாதீர்த்தரைக் கேட்டுக்கொள்ளவே, அதை ஏற்று அவருக்கு வித்யாரண்யர் என்ற பெயருடன் தீட்சை வழங்கினார் குரு.

அதன் பின் காசி, பத்ரிநாத் ஆகிய இடங்களுக்குச் சென்ற வித்யாரண்யர் அங்கே ஸ்ரீவித்யா உபாசனை பெற்று தென்னகம் திரும்பினார். அவர் மதங்க மலையில் தவம் செய்துகொண்டு இருக்கும்போது அவரை ஹரிஹரரும் புக்கரும் சந்தித்தனர். அவர்களை இந்து சமுதாயத்தைக் காப்பதற்காக ஓர் அரசை நிறுவச் சொன்னார் வித்யாரண்யர். துங்கபத்திரையின் கரையில் புதிதாக ஒரு நகரத்தை உருவாக்குமாறும் அதையே தலைநகராக வைத்துக் கொள்ள வேண்டும் என்றும் அவர் அறிவுரை சொன்னார்.

ஸ்ரீ வித்யாசங்கர கோயில், சிருங்கேரி

அவரைக் குருவாகக் கொண்ட சகோதரர்கள் அவருடைய வழிகாட்டுதலின் படி, அந்நகரை நிர்மாணித்தனர். குருவின் பெயரான வித்யா நகரம் என்ற பெயரே அதற்கு முதலில் வைக்கப்பட்டது என்றும் நாளடைவில் அது விஜயநகரம் என்று மாறியது என்றும் கூறுவது உண்டு. அதற்குச் சான்றாக 1336ம் ஆண்டு கொடுக்கப்பட்ட செப்பேடு ஒன்றில் 'குருவான வித்யாரண்யரின் வழிகாட்டுதலின் படி சிம்மாசனத்தில் உட்கார்ந்து ஹரிஹரர் பதினாறு மகா தானங்களை, பெரும் பரப்பளவிலான வித்யா என்று அழைக்கப்பட்ட நகரத்திலிருந்து செய்தார்' என்று பொறிக்கப் பட்டுள்ளது.

சிருங்கேரியின் குருவான ஸ்ரீவித்யா தீர்த்தர் சித்தி அடைந்தவுடன், ஸ்ரீபாரதி தீர்த்த கிருஷ்ணர் அடுத்த குருவாகப் பொறுப்பேற்றார். அவர் காலத்தில் விஜயநகர அரசர்கள் சிருங்கேரி மடத்திற்குப் பல நிவந்தங்களை வழங்கினர். அதன்பின் ஸ்ரீபாரதி தீர்த்தர் விதேக முக்தி அடையவே, ஸ்ரீவித்யாரண்யார் சிருங்கேரியின் அடுத்த குருவாகப் பொறுப்பேற்று ஆறு வருட காலம் மடாதிபதியாக இருந்தார். ஆறு ஆண்டுகளுக்குப் பின் அவரின் முக்திக்குப் பிறகு ஹரிஹரர் சிருங்கேரியில் அவர் பெயரில் 'வித்யாரண்யபுரம்' என்ற அக்கிரஹாரத்தை உருவாக்கினார்.

விஜயநகரத்தின் அமைவிடம்

விஜயநகரம் எங்கே இருந்தது என்பதுபற்றியும் பல்வேறு விதமான கருத்துகள் தெரிவிக்கப்பட்டன. ஆனால் தற்போது ஆய்வாளர்கள் தெரிவிக்கும் ஒருமித்த கருத்து, ஆனைகுந்திக்கு அருகிலுள்ள ஹம்பி என்ற இடத்தில்தான் விஜயநகரம் இருந்தது என்பதாகும். இந்த இடம் தேர்ந்தெடுக்கப்பட்டது பற்றியும் ஒரு கதை உலவுகிறது.

ஆனைகுந்தியில் அரசு அமைத்த ஹரிஹரனும் புக்கனும் ஒரு நாள் வேட்டையாடச் சென்றனர். அருகிலுள்ள காட்டில் அவர்கள் வேட்டை நாய்களைப் பயன்படுத்தி வேட்டையாடும்போது, ஒரு முயலை அந்த நாய்கள் துரத்திச் சென்றன. குறிப்பிட்ட ஓர் இடம் வந்தவுடன் முயல் திரும்பி நாய்களைத் துரத்தத் தொடங்கியது. இதைக்கண்டு ஆச்சரியமடைந்த சகோதரர்கள், தங்கள் குருவான வித்யாரண்யரிடம் இதுபற்றித் தெரிவித்தனர். வீரம் விளைந்த மண்ணாக அந்த இடம் இருந்ததால், அதைத் தேர்ந்தெடுத்து தலைநகராக ஆக்கும்படி குரு அவர்களுக்கு ஆசி கூறினார். அதன்படி விஜயநகரம் அங்கே அமைக்கப்பட்டது என்கிறது அந்தக் கதை. இதேபோன்ற ஒரு தொன்மம் பாஞ்சாலங்குறிச்சியைப் பற்றியும் கூறப்படுவது நமக்குத் தெரிந்ததே!

தவிர, புராண காலத்தில் கிஷ்கிந்தை என்ற இடம் இருந்தது அதே பகுதியில்தான் என்ற ஒரு கருத்தும் உண்டு. ரிஷ்யமுக பர்வதம், மதங்க பர்வதம் என்ற பெயர்களுடன் ராமாயணத்தில் உள்ள குன்றுகள் இங்கேயும் காணப்படுகின்றன. வாலி, சுக்கிரீவன், ஆஞ்சநேயர் போன்ற வானர வீரர்கள் வசித்த இடம் என்று அது நம்பப்படுகிறது. அப்படிப்பட்ட புனிதமான இடத்தில் தலைநகர் அமைந்தால் அது நன்மையைத் தரும் என்று சங்கம சகோதரர்கள் நினைத்திருக்கக்கூடும். மேலும் துங்கபத்திரை ஆறு தந்த இயற்கை அரண், சுற்றிலும் உள்ள பல்வேறு குன்றுகள் தரும் பாதுகாப்பு, கரடுமுரடான நிலப்பகுதி உள்ளதால் எதிரிப்படைகள் வேகமாக முன்னேற முடியாத நிலை போன்ற காரணங்களுக்காகவும் இந்த இடத்தில் கோட்டை அமைந்தால் அது வலுவாக இருக்கும் என்ற காரணமும் தலைநகரான விஜயநகரத்தை அங்கே அமைப்பதற்கான காரணமாக இருக்கக்கூடும்.

அந்த நகரத்திற்கு அடிக்கல் நாட்டிய நிகழ்வைப்பற்றி ஒரு சுவையான செய்தி உண்டு. அதற்கான முகூர்த்த நேரத்தைக் குறிப்பதற்காக வித்யாரண்யர் சிருங்கேரியில் குடிகொண்டிருக்கும்

தெய்வமான சாரதாம்பாளைத் தியானம் செய்தார். புதிதாக உருவாகப்போகும் அரசு 2000 ஆண்டுகள் நீடித்து ஆட்சி செய்யும் படியான பிரார்த்தனையைச் செய்துவிட்டு, அதற்கான முகூர்த்தத்தையும் தேர்ந்தெடுத்தார். அதன்பின் ஹரிஹரனையும் புக்கனையும் அழைத்து ஒரு குறிப்பிட்ட இடத்திற்கு வரச்சொன்னார். தான் ஒரு மலைக்குப் பின்னால் தவம் செய்யப்போவதாகவும் அங்கிருந்து சங்கநாதம் செய்யும் வேளையில் அடிக்கல்லை நாட்டிவிடும்படியும் அவர்களிடம் கூறிவிட்டு மலைக்குப் பின் சென்று தவத்தில் அமர்ந்தார்.

குருவின் சங்கநாதத்திற்காகக் காத்துக்கொண்டிருந்த சகோதரர் களுக்கு அந்த ஒலி கேட்டது. உடனே அவர்கள் அடிக்கல்லை நாட்டி பிரார்த்தனை செய்துகொண்டனர். ஆனால் சில நிமிடங்களுக்குப் பிறகு மீண்டும் ஒரு முறை சங்கநாதம் கேட்டது. இதனால் குழப்பமடைந்த சகோதரர்கள் வித்யாரண்யரிடம் அதற்கான காரணத்தைக் கேட்டனர். சாரதாம்பாளை மீண்டும் தியானித்த வித்யாரண்யர் அதற்கான காரணத்தைத் தேவியிடம் கேட்டார். அவரிடம் 2000 வருடம் ஒரு நீடித்த அரசு வருவதற்கான காலம் இன்னும் வரவில்லை என்றும் விஜயநகரப் பேரரசு 250 ஆண்டுகள் வரையிலும் செழிப்போடு இருக்கும் என்றும் அதனால் முதலில் சங்கநாதம் செய்தது தாமே என்று அன்னை ஆசி கூறி மறைந்தார்.

எப்படியிருந்தாலும் ஆங்கில நாட்காட்டிக் கணக்கின் படி 1336ம் ஆண்டு ஏப்ரல் 18ம் தேதி தங்கள் குலதெய்வமான விருபாட்சர் முன்னிலையில் முதலாம் ஹரிஹரர் முடிசூடிக்கொண்டார். தன்னுடைய நாடு அனைத்தும், இறைவனான விருபாட்சருக்கே உரிமையானவை என்ற அடிப்படையில் தனது நாட்டை விருபாட்சரின் பிரதிநிதி என்ற முறையிலேயே ஆளத் தொடங்கினார் ஹரிஹரர். அன்று தொடங்கி விஜயநகர அரசு ஆணைகள் விருபாட்சன் என்றே கையெழுத்திடப்பட்டன.

அத்தியாயம் 4

சங்கம வம்சம்

முதலாம் ஹரிஹரர்

வாரங்கல்லில் காகதீயர்களிடம் பணிபுரிந்த சங்கமருக்கு ஐந்து புதல்வர்கள். ஹரிஹரர், புக்கர், கம்பணர், மாரப்பர், முத்தப்பர் ஆகிய ஐவரில் ஹரிஹரரும் புக்கரும்தான் விஜயநகரப் பேரரசுக்கு அடித்தளம் இட்டவர்கள். குரு வித்யாரண்யரின் ஆசியுடன் பொயு 1336ல் அவர்கள் இந்த அரசை உருவாக்கினர். ஹரிஹரர் அரசுப் பொறுப்பேற்றார். அவருக்கு மற்ற சகோதரர்கள் ஆட்சிப் பொறுப்பில் உதவி செய்தனர். ஒரு பேரரசு உருவாவதற்கான அறிகுறி எதுவும் ஆரம்ப நாட்களில் தென்படவில்லை என்றே சொல்லவேண்டும். ஹரிஹருக்குக் கர்நாடக வித்யா விலாஸர் (கல்வியில் சிறந்தவர்), அரிராயவிபாடா (எதிரி அரசர்களுக்கு நெருப்பைப் போன்றவர்) போன்ற விருதுப் பெயர்கள் உண்டு.

ஹரிஹரருடைய நோக்கம், தென்னிந்தியாவில் ஒரு இந்து அரசை உருவாக்கி அதை நிலைப்படுத்துவதிலேயேதான் இருந்தது. பொயு 1340ம் ஆண்டைச் சேர்ந்த ஒரு கல்வெட்டு அவர்களின் அரசு மாலப்பிரபா ஆற்றின் வடபகுதியையும் தாண்டிப் பரவியிருந்தது என்று குறிப்பிடுகிறது. ஆகவே முகமது பின் துக்ளக்கின் கையிலிருந்த பல பகுதிகள் விஜயநகரத்தின் கீழ் வர ஆரம்பித்து விட்டது என்றே இதைப் புரிந்துகொள்ளவேண்டும். ஹொய்சாள அரசன் வீர வல்லாளன் மறைந்ததற்குப் பிறகு அவனுடைய மகனான நான்காம் வீரவல்லாளன் அரசைத் துறந்து காட்டிற்குச்

சென்றுவிட்டான். அந்தச் சமயத்தில் அந்நாட்டின் பகுதிகளான குத்திநகரம், பெனுகொண்டா, கொசாப்பட்டினம், துவாரசமுத்திரம் ஆகியவற்றை புக்கர் விஜயநகரத்துடன் இணைத்துவிட்டார். அதன்பின் தனது சகோதரர் மாரப்பராயருடன் சேர்ந்துகொண்டு நாட்டின் மேற்குப் பகுதியான தார்வாரையும் கொங்கணத்தையும் வென்றார் ஹரிஹரர்.

ஹரிஹரர் விஜயநகரத்திலிருந்து ஆட்சிசெய்தபோது மாரப்பர் சந்திரகிரியிலிருந்தும் கம்பண்ணர் நெல்லூர்ப் பகுதியிலிருந்தும் முத்தப்பர் முல்பாகல் பகுதியிலிருந்தும் ஆளுநர்களாக இருந்து ஆட்சி செய்தனர். மிகுந்த திறமைசாலியும் பெருவீரருமான புக்கர் குத்திநகரிலிருந்து நிர்வாகத்தைக் கவனித்துக்கொண்டார். அரசில் அவர் இரண்டாவது இடத்தை வகித்தார். சகோதரர்களுக்குள் இப்படி அதிகாரத்தைப் பகிர்ந்து கொடுத்ததில் ராஜகுருவான வித்யாரண்யருக்குப் பெரும் பங்கு உண்டு. ஆட்சியில் போட்டி ஏதும் ஏற்படாதவாறு அவர் கவனித்துக்கொண்டார்.

பொயு 1346ம் ஆண்டு குரு காணிக்கையாக சிருங்கேரி சமஸ்தானத்திற்குச் சங்கம சகோதரர்கள் கொடை ஒன்றை அளித்தனர். அதில் மேற்குக் கடற்கரையிலிருந்து கிழக்குக் கடற்கரைவரை ஹரிஹரர் ஆட்சி செய்ததாகக் குறிப்பிடப் பட்டிருக்கிறது. இது ஓரளவுக்கு மிகை என்றே தெரிகிறது. அக்காலகட்டத்தில் விஜயநகரம் பேரரசாக உருவாகவில்லை என்றே சொல்லவேண்டும். ஆட்சியை விரிவடையச் செய்யும் முயற்சியில் பெரும் போர்கள் எதுவும் நிகழ்ந்ததாகத் தெரியவில்லை. ஒரு குழப்பமான நிலையில் தவித்துக் கொண்டிருந்த மக்கள் வாராது வந்த மாமணி போன்ற விஜயநகர ஆட்சியை அமைதியாகவே ஏற்றுக்கொண்டிருக்கவேண்டும்.

தலைநகராக விஜயநகரத்தைத் தேர்ந்தெடுத்த பிறகு, அங்கே ஹரிஹரர் ஆற்றங்கரையில் ஒரு பெரும் கோயிலைக் கட்டினார். நாட்டின் நிர்வாகத்தைச் செம்மைப்படுத்துவதில் இறங்கிய அவர், காகதீயர்களின் முறையைப் பின்பற்றி நாட்டை 'ஸ்தலங்கள்' என்றும் 'நாடுகள்' என்றும் பிரித்தார். காகதீயர்களின் நாயக்க முறையையும் சீர்திருத்தி அமல்படுத்தினார். ஹரிஹரரின் ஆட்சியில் பொதுவாக அமைதியே நிலவியது. சுமார் ஏழு ஆண்டுகள் ஹரிஹரர் ஆட்சி செய்ததாக நூனிஸ் குறிப்பிடுகிறார். ஆனால் பொயு 1355 வரை அவரது கல்வெட்டுகள் கிடைப்பதால், பொயு 1355ல் அவர் மறைந்ததாக நாம் எடுத்துக்கொள்ளவேண்டும்.

பொயு 1346ல் தனக்குப் பின் தன் தம்பி புக்கனே அரசாள்வார் என்று ஹரிஹரர் அறிவித்துவிட்டார். குத்தி நகரிலிருந்து ஆட்சிப் பொறுப்பைக் கவனித்துக்கொண்டிருந்த புக்கர், ஹரிஹரன் மறைந்தபின் முழுமையான ஆட்சியை ஏற்றுக்கொண்டார்.

பாமினி அரசு

முதலாம் ஹரிஹரரின் இறுதி ஆட்சிக்காலங்களில் விஜயநகர அரசுக்குச் சவாலாக தக்காணத்தில் வேறொரு அரசு தோன்றியது. 'தௌலதாபாத்' என்று பெயர் மாற்றம் செய்யப்பட்டிருந்த தேவகிரியில் தன்னுடைய அரசின் வருவாய்த்துறையைக் கவனிப்பதற்காக வெளிநாட்டிலிருந்து வந்த சிலரை முகமது பின் துக்ளக் நியமித்திருந்தான். அவர்களுக்கு 'அமீர்கள்' என்று பெயர். வரி வசூலிப்பதில் பல தகராறுகள், சண்டைகள் நடப்பதால் ஒவ்வொரு அமீரும் நூறு போர் வீரர்களை வைத்துக்கொள்ளவும் அவன் அனுமதித்திருந்தான். அப்படி இருந்தாலும் துக்ளக் விதித்திருந்த ஏராளமான வரிகளை அவர்களால் வசூலிக்க முடியவில்லை. இதுபோன்று வரிவசூலிக்காத குஜராத்தைச் சேர்ந்த அமீர்களை துக்ளக் கொன்றுவிட்டான் என்ற செய்தி அவர்களை எட்டியது. தங்களுக்கும் அதே கதி நேரும் என்று எதிர்பார்த்த அவர்கள், தாங்களே முந்திக்கொள்ளத் தீர்மானித்தனர்.

தௌலதாபாத்தின் ஆளுநரைச் சிறைசெய்துவிட்டு, தங்களில் ஒருவனான இஸ்மாயில் முக் என்பவனை நசிருதீன் ஷா என்ற பெயருடன் அரசன் என்று அவர்கள் அறிவித்தனர். இந்தச் செய்தியைக் கேள்விப்பட்ட துக்ளக் ஒரு படையுடன் வந்து அவர்களைத் தோற்கடித்து தௌலதாபாத்தில் சிறை வைத்துவிட்டான். ஆனால் அந்தச் சண்டையின் போது அமீர்களில் சிலர் ஹாசன் கங்கு என்பவனுடைய தலைமையில் தப்பி ஓடிவிட்டனர். ஹாசன் கங்கு மூன்று மாதங்களில் ஒரு படையைத் திரட்டி தக்க சமயத்தை எதிர்பார்த்துக் காத்திருந்தான்.

குஜராத்தில் நேர்ந்த ஒரு கலகத்தை அடக்குவதற்காக துக்ளக் அங்கே சென்ற தருணத்தில், தன்னுடைய படையுடன் தௌலதா பாத்தை தாக்கிய ஹாசன் கங்கு, அங்கிருந்த துக்ளக்கின் படைத் தலைவனைக் கொன்று தன் நண்பர்களையும் சிறையிலிருந்து விடுதலை செய்தான். வயது முதிர்ந்த நிலையிலிருந்த நசுரூதீன் ஷா, தலைமைப் பதவியை ஹாசன் கங்குவிற்கு அளித்தான். பாரசீக நாட்டிலிருந்த பஹமன் என்ற வீரனின் பரம்பரையில் வந்ததாக தன்னைச் சொல்லிக்கொண்ட ஹாசன் கங்கு, 'அபுல்முசபர்

அலாவுதீன் பஹமன்ஷா' என்ற பெயருடன் தக்காணத்தின் அரசன் என்று தன்னைப் பிரகடனப்படுத்திக்கொண்டான். (கங்கு என்ற பிராமணருக்கு அடிமையாக இருந்த ஹாசன் அவருடைய நினைவாக கங்குபிராஹ்மன் என்ற பெயரை வைத்துக்கொண்டதாக பெரிஷ்டா கூறுகிறார்.) இப்படித்தான் பாமினி அரசு உதயமானது.

குல்பர்காவைத் தன் தலைநகராகக் கொண்ட ஹாசன், அதை அழகுபடுத்தினான். வடக்கே பெண்கங்கா ஆற்றிலிருந்து தெற்கே கிருஷ்ணா நதிவரை அவனுடைய அரசு பரவியிருந்தது. தன்னுடைய ஆட்சிப் பகுதியை குல்பர்கா, தௌலதாபாத், பீடார், பேரார் என்று நான்கு மாநிலங்களாகப் பிரித்தான் ஹாசன்.

தென்னிந்தியாவில் ஒரு பெரும் சக்தியாக வளரத்தொடங்கிய விஜயநகர அரசோடு, அங்கே தன்னை நிலைநிறுத்திக்கொள்ள முயன்ற பாமினி அரசு அடிக்கடி மோத நேரிட்டது. இரு அரசுகளும் வேறு வேறு மதங்களைச் சார்ந்ததாக இருந்ததும் இதற்கு ஒரு முக்கியமான காரணமாக இருந்தது. அந்த முதல் போரை அலாவுதீன் ஹாசன் கங்குவே தொடங்கியதாக பெரிஷ்டா கூறுகிறார். கிருஷ்ணா நதிக்குத் தெற்கே படையெடுத்துச் சென்று பெரும் செல்வத்தோடு அவன் திரும்பினான் என்று பெரிஷ்டாவின் குறிப்புகள் கூறுகின்றன. விஜயநகரின் அரசர், அலாவுதீனுக்கு ஒரு மாணிக்கக் கல்லைப் பரிசளித்ததாகவும் அதைச் சுல்தான் தனது மணிமுடியில் வைத்துக்கொண்டதாகவும் அந்தக் குறிப்புகள் தெரிவிக்கின்றன.

முதலாம் புக்கர்

பொயு 1355ல் விஜயநகர அரியணையில் ஏறிய புக்கர் ஆரம்பத்திலேயே பாமினி சுல்தானோடு மோதவேண்டியிருந்தது. பாமினி அரசிடம் தன்னுடைய ஆட்சிப் பகுதிகளை இழந்த வாரங்கல்லின் அரசன், புக்கரிடம் வந்து உதவி கேட்டான். அதை ஏற்றுக்கொண்ட புக்கர், வாரங்கல்லின் படைகளோடு சேர்ந்து பாமினி அரசின் மீது போர் தொடுத்தார். ஆனால், இந்தப் போரில் பாமினி அரசனாக இருந்த முதலாம் முகமது வெற்றி பெற்று இருவரின் படைகளையும் துரத்திவிட்டான். பிற்காலத்தில் வாரங்கல்லின் மீது தொடர்ந்து போர் தொடுத்த பாமினி அரசர்கள் அதை வீழ்த்தி தங்களுடைய அரசோடு இணைத்துக்கொண்டனர்.

ஒருபுறம் பாமினி சுல்தான்களுடன் போர் நடந்து கொண்டிருக்கும்போது, நாட்டின் மற்ற பகுதிகளில் அரசின்

விரிவாக்கம் நடந்துகொண்டிருந்தது. துளுநாட்டுடன் போர் செய்து அதை வென்ற புக்கர் அங்கே ஓர் ஆளுநரை நியமித்தார்.

மதுரைப் போர்

அதன்பின் தன்னுடைய மகன் குமார கம்பண்ணரை அழைத்த புக்கர் தமிழகத்தில் மதுரை சுல்தானகத்தில் மக்கள் படும் அவதியை விவரித்து வடக்கில் ஆட்சி செய்துகொண்டிருந்த சம்புவரையர்கள் பாமினி சுல்தான்களோடு சேரும் அபாயம் இருப்பதையும் தெரிவித்து அவ்விரு நாடுகளையும் வென்று வருமாறு அனுப்பினார். 'தமிழகத்தில் துருக்கர்கள் ராவணனைப்போல ஆட்சி செய்து வருகின்றனர். வீரகம்பண்ணரே நீர் ராமனைப்போல அவர்களை அழித்து மக்களுக்கு நல்வாழ்வு அளித்துக் காப்பீர்' என்று புக்கர் ஆணையிட்டதாக மதுரா விஜயம் தெரிவிக்கிறது.

குமார கம்பண்ணர், தேவாயீ என்ற அரசியின் மூலம் புக்கனுக்கு மகனாகப் பிறந்தவர். முல்பாகல் என்ற இடத்திலிருந்து விஜய நகரத்திற்கு மகாமண்டலேஸ்வரனாக ஆட்சி செய்து கொண்டிருந்தார் அவர். அவனுடைய மனைவியின் பெயர் கங்காதேவி என்பதாகும்.

சம்புவரையர்கள்

சோழ மன்னர்களின் காலத்தில் அவர்களின் சிற்றரசர்களாக இருந்த சம்புவரையர்கள், தமிழ்நாட்டில் சுல்தானியப் படையெடுப்பு களுக்குப் பிறகு நேர்ந்த குழப்பங்களுக்கு அடுத்து தங்களுடைய ஆதிக்கத்தைத் தொண்டை மண்டலத்தில் நிறுவினர். அதன் காரணமாக 'வென்று மண்கொண்ட சம்புவரையன்' போன்ற பெயர்களையும் அவர்கள் வைத்துக்கொண்டனர். இந்தப் பரம்பரையில் வந்த முக்கியமான அரசன் ராஜநாராயணச் சம்புவரையன். சுல்தானிய ஆட்சியில் தப்பி ஓடிவந்த மக்களுக்கு அடைக்கலம் அளித்துக் காப்பாற்றி வந்தவன் இவன். விஜயநகர அரசு தோன்றி விரிவடையத் தொடங்கியதும் விரைவில் தொண்டை மண்டலம் அவர்கள் பார்வையில் வரும் என்ற அச்சத்தினால் சம்புவரையர்கள் விஜயநகர அரசை எதிர்க்க ஆரம்பித்தனர்.

ஆனால் மதுரைச் சுல்தான்களை வெல்ல வேண்டுமென்றால், சம்புவரையர்களைத் தாண்டிச் செல்ல வேண்டும். அவர்களை எதிரிகளாக வைத்துக்கொண்டு தெற்கு நோக்கிச் செல்ல இயலாது

என்ற காரணத்தால், அவர்களைத் தங்கள் ஆதிக்கத்தின் கீழ் கொண்டுவர வேண்டிய கட்டாயம் விஜயநகரத்திற்கு இருந்தது.

பொயு 1363ல் தன்னுடைய படையெடுப்பைத் தொடங்கிய குமார கம்பண்ணர் பாலாற்றைக் கடந்து விரிஞ்சிபுரம் என்ற இடத்தில் அமைந்திருந்த சம்புவரையனுடைய கோட்டையை முற்றுகை இட்டார். அவருக்கு உதவியாக சாளுவ மங்கு, சோமப்பத் தண்டநாயகர், ஆனைகுந்தி விட்டப்பர், கோபணார்யர் ஆகிய படைத்தளபதிகள் வந்திருந்தனர். அங்கே நடந்த போரின் காட்சிகள் மதுரா விஜயத்தில் பின்வருமாறு வர்ணிக்கப்படுகின்றன.

'பிரளய காலத்தில் வீசும் பெருங்காற்றால் இரண்டு கடல்கள் பொங்கி எழுந்து ஒன்றை ஒன்று விழுங்க நினைப்பது போல கம்பண்ணரின் படைவீரர்களும் சம்புவரையரின் படை வீரர்களும் மோதிக்கொண்டனர். படைவீரர்களின் வாட்கள் சந்தித்தபோது அந்த உரசலினால் தோன்றிய ஒளி மின்மினிப் பூச்சியிலிருந்து வரும் ஒளியைப்போல இருந்தது. வீரர்களின் வெட்டப்பட்ட கைகள் யானைத் துதிக்கைகள்போல அங்கே ஓடிய ரத்த ஆற்றில் மிதந்தன. கடுமையான போருக்குப் பிறகு சம்புவரையரின் படை அழிக்கப் பட்டது' என்று அந்த வர்ணனை சொல்லுகிறது.

போரில் தோற்ற சம்புவரையன் ராஜகம்பீரக் கோட்டையில் சென்று மறைந்தான். அந்தக் கோட்டையை முற்றுகையிட்ட கம்பண்ணர் அங்கேயும் அவனைத் தோற்கடித்தார்.

அதன்பின் காஞ்சிபுரம் வந்த கம்பண்ணர் அங்கே சில நாட்கள் தங்கியிருந்தார். அப்போது அவர் கனவில் தோன்றிய மீனாட்சி அம்மை, மதுரையில் சுல்தான்கள் கொடுங்கோலாட்சிப் புரிவதையும் அவர்களை அகற்ற முன்பு அங்கு ஆட்சி செய்த பாண்டிய வம்சத்தவர்களால் முடியாததால், கம்பண்ணர் அங்கே விரைந்து சென்று சுல்தான்களைத் தோற்கடித்து மீண்டும் நல்லாட்சி செய்யவேண்டும் என்றும் ஆணையிட்டு, தன்னுடைய வீர வாளையும் கொடுத்து அருளினாள் என்று கங்கா தேவி எழுதிய மதுரா விஜயம் என்ற நூல் விவரிக்கிறது. மேலும்,

> 'மதுரைச் சுல்தான்களின் ஆட்சியில் பெரும்பற்றப்புலியூர் என்ற பெயரை உடைய சிதம்பரம் நிஜமாகவே புலிகள் வசிக்கும் காடாக மாறிவிட்டது. ஸ்ரீரங்கத்தில் உள்ள ரங்கநாதரின் ஆலயம் இடிந்து விழும் நிலையில் உள்ளது. ஆதிசேஷனுடைய படங்கள் மட்டுமே அரங்கன்மீது வெயிலும் மழையும் படாமல்

காப்பாற்றுகின்றன. யானையை வென்று அதன் தோலை உடுத்திக்கொண்ட சிவபெருமான் திருவானைக்காவலில் இப்போது ஆடை ஏதுமின்றியே காணப்படுகிறார். கோயில்கள் பல சிதைந்து உள்ளன. அதன் மேல் செடி, கொடிகள் முளைத்து அவற்றைச் சீரழிவுக்குத் தள்ளுகின்றன.

கோயில் வாசற்கதவுகளில் எல்லாம் கறையான் அரித்துவிட்டது. மதுரை நகரின் ஆலயத்தைச் சுற்றி இருந்த தென்னை மரங்கள் எல்லாம் வெட்டப்பட்டு அவற்றிற்குப் பதிலாக கூர்மையான மரங்கள் நடப்பட்டு அவற்றின் உச்சியில் மனிதர்களுடைய தலைகள் கோர்க்கப்பட்டு தென்னங்குலைகள் போன்று காணப்படுகின்றன. மக்கள் குளிக்கும்போது அவர்கள் மேனியில் உள்ள சந்தனத்தால் மணம் பெரும் தாமிரபரணி ஆற்றில் இப்போது பசுக்களும் அந்தணர்களும் கொல்லப் படுவதால் வரும் செந்நீர் கலந்து சிவப்பு நிறமாக உள்ளது'

என்று நாட்டின் அவல நிலையை மீனாட்சியம்மன் கம்பண்ணருக்குத் தெரிவித்தாள் என்கிறது மதுரா விஜயம்.

இந்த செய்திகளைக் கேள்வியுற்ற கம்பண்ணர் தன்னுடைய படையோடு மதுரை நோக்கிக் கிளம்பினார். வழியில் சிதம்பரம், ஸ்ரீரங்கம் போன்ற இடங்களில் இருந்த சுல்தானியப் படைகளை அகற்றிவிட்டு மதுரையை முற்றுகையிட்டார். அங்கிருந்த சுல்தானைத் துவந்த யுத்தத்தில் வென்ற அவர் மதுரையை விஜயநகரத்தின் ஆட்சியின் கீழ் கொண்டுவந்தார்.

மதுரை மீனாட்சியம்மன் கோயில் திறக்கப்பட்டு வழிபாடுகள் முன்புபோலத் தொடங்கின. ஸ்ரீரங்கத்தில் உலூக்கானின் படையெடுப்பின்போது அங்கிருந்து எடுத்துச் செல்லப்பட்டு திருப்பதியில் வைக்கப்பட்டிருந்த அழகிய மணவாளப் பெருமாளை அங்கிருந்து கொண்டுவந்து மீண்டும் ஸ்ரீரங்கத்தில் கம்பண்ணரின் தளபதிகளில் ஒருவரான கோபாணார்யா பிரதிஷ்டை செய்தார். தமிழகத்தின் மற்ற கோயில்களிலும் முன்புபோல பூஜைகளும் திருவிழாக்களும் தொடங்கின.

தமிழகத்தில் உள்ள ராஜகம்பீர ராஜ்யம், பாண்டிய ராஜ்யம் என்ற இரு பகுதிகளுக்கும் மகா மண்டலேஸ்வரராக கம்பண்ணர் நியமிக்கப்பட்டார். கம்பண்ணருக்குப் பிறகு அவருடைய மகனான எம்பண்ண உடையார் தமிழ்நாட்டின் மகாமண்டலேஸ்வரராகப் பொறுப்பேற்றார்.

முட்கல் போர்

தமிழகத்தில் இப்படிப்பட்ட சம்பவங்கள் நடந்துகொண்டிருந்த போது, பொயு 1366ல் ஒரு நாள் பாமினி சுல்தானான முகமது, தன்னுடைய நந்தவனத்தில் மது அருந்திக்கொண்டு இன்னிசையைக் கேட்டுக்கொண்டு மகிழ்ந்திருந்தான். அந்தச் சமயத்தில் தன்னுடைய அமைச்சனைப் பார்த்து 'இந்த இசைவாணர்களை விஜயநகருக்கு அனுப்பி வை; அவர்களுக்குத் தகுந்த சன்மானம் அளிக்கவேண்டும் என ஆணையிட்டு ஓலை அனுப்பு' என்று ஆணையிட்டான். மது மயக்கத்தில் அரசன் ஏதோ சொல்கிறான் என்ற நினைப்பில் அமைச்சன் அதை எழுதிக் கொண்டானே தவிர விஜயநகருக்கு அனுப்பவில்லை. ஆனால், அடுத்தநாள் நல்ல நினைவோடு அந்த ஆணையைப்பற்றி அமைச்சனிடம் விசாரித்த முகமது, அதை அனுப்பாத அமைச்சனைக் கடிந்து கொண்டது மட்டுமின்றி உடனடியாக ஆணையை விஜயநகருக்குத் தங்கள் முத்திரையோடு அனுப்பச் சொன்னான்.

ஏற்கெனவே பாமினி அரசனால் தோற்கடிக்கப்பட்டு அவமானத்தில் இருந்த புக்கர், இந்தச் செய்தி அவருக்குத் தெரிவிக்கப்பட்டதும் ஆத்திரமடைந்தார். செய்தி கொண்டுவந்த தூதனைக் கழுதையில் ஏற்றி விஜயநகரத்தின் தெருக்களில் ஊர்வலமாக வரச் செய்தார். அதுமட்டுமல்லாமல், இப்படி ஒரு செய்தியை அனுப்பி தன்னை அவமானப்படச் செய்த சுல்தானுக்குத் தகுந்த பாடம் கற்பிப்பதற்காக முப்பதாயிரம் குதிரைகள், மூன்றாயிரம் யானைகள், ஆயிரத்தைந்நூறு காலாட்படை கொண்ட ராணுவத்தைத் திரட்டி வடக்கு நோக்கிச் சென்றார். மழைக்காலம் என்பதையும் பொருட்படுத்தாமல் அந்தப் படை முன்னேறி முட்கல் என்ற இடத்தைப் பிடித்துக் கொண்டது. இது துங்கபத்ரா - கிருஷ்ணா ஆற்றிடைப்பகுதியில் இருந்த முக்கியமான தளமாகும். இரண்டு அரசுகளுக்கும் இடையில் இருந்த இந்தப் பகுதி, பின்னால் பல போர்களுக்குக் காரணமாகவும் அந்தப் போர்கள் நடந்த இடமாகவும் இருந்தது.

முட்கல் கோட்டையிலிருந்து தப்பிய ஒருவன், இந்தச் செய்தியை முகமதிடம் சொன்னான். அதைக்கேட்டு ஆத்திரமடைந்த சுல்தான், செய்தி கொண்டுவந்தவனை அங்கேயே கொன்றான். 1366ம் ஆண்டு பிப்ரவரி மாதம், சுல்தான் தன் படைகளைத் திரட்டிக்கொண்டு முட்கலை நோக்கி முன்னேறினான். 'எதிரிகள் ஆயிரம் பேரைக்

கொல்லாமல் என்னுடைய வாள் உறையில் புகாது' என்று சபதம் போட்டுவிட்டு அவன் சென்றதாகக் குறிப்பிடுவர்.

கிருஷ்ண நதியை அடைந்ததும் எந்தவிதத் தாமதமும் செய்யாமல், 9000 குதிரைப் படை வீரர்களுடன் ஆற்றைக் கடந்தான் சுல்தான். சுல்தானின் படைகள் வருவதைக் கேள்விப்பட்ட புக்கர், தன்னுடைய குதிரைப்படைகளுடன் அதோனி என்ற இடத்தில் இருந்த கோட்டைக்குள் புகுந்து கொண்டார். மழைக்காலத்தில் எளிதில் தப்பிக்க முடியாமல் முகாமில் மாட்டிக்கொண்ட வீரர்கள் சுல்தானின் படைவீரர்களால் கொல்லப்பட்டனர்.

அடுத்து அதோனியைச் சுற்றியுள்ள இடங்களை அழிக்கும்படியும் அங்குள்ள மக்களைக் கொன்று குவிக்கும் படியும் சுல்தான் ஆணையிட்டான். சுமார் எழுபதினாயிரம் ஆண்கள், பெண்கள், சிறுவர்கள் என்று கண்ணில் தென்பட்டவரையெல்லாம் கொன்று குவித்தது சுல்தானின் படை என்கிறார் பெரிஷ்டா. அதன்பின் துங்கபத்ரா நதியை நோக்கிச் சென்ற சுல்தான், அந்த ஆற்றையும் தாண்டி விஜயநகர ஆட்சிப்பகுதியில் புகுந்தான். அந்த இடத்தில் நதி வளைந்து ஓடுகிறது. அதற்கு இருபத்தைந்து மைல் தூரத்தில்தான் அதோனிக் கோட்டை இருந்தது.

தன்னுடைய சேனையுடன் துங்கபத்ரா நதியை முகமது தாண்டுகிறான் என்ற செய்தியைக் கேட்ட புக்கர், அதோனிக் கோட்டையிலிருந்து வெளியே வந்து துங்கபத்திராவின் தென்பகுதியில் தன்னுடைய படையை நிறுத்திக்கொண்டார்.

நதியைத் தாண்டிய சுல்தானின் படைகளுக்கும் விஜயநகரப் படைகளுக்கும் இடையே கௌதால் என்ற இடத்தில் பெரும் போர் மூண்டது. இதில் விஜயநகரப் படைகளுக்கு மல்லிநாதன் என்பவன் தலைமை தாங்கினான். விஜயநகரப் படையில் 45000 குதிரை வீரர்களும் ஐந்து லட்சம் காலாட்களும் இருந்தனர். சுல்தானின் படையிலோ பத்தாயிரம் பேர் கொண்ட குதிரைப் படையும் முப்பதாயிரம் பேர் கொண்ட காலாட்படையும் பெருமளவில் பீரங்கிகளும் இருந்தன. கடுமையான நடைபெற்ற இந்தப் போரில் இருதரப்புக்கும் பெருத்த சேதம் இருந்தாலும், சுல்தானின் படைகளே வெற்றி பெற்றன.

மீதம் இருந்த படைகளுடன் புக்கர் விஜயநகரக் கோட்டைக்குள் புகுந்து கொண்டார். கோட்டையை முற்றுகையிட்ட பாமினிப் படைகள் சுமார் ஒரு மாத காலம் அங்கே தங்கின. ஆனால் அந்த

நேரத்திற்குள் சுற்று வட்டாரத்தில் இருந்த அப்பாவி மக்கள் பலர் கொல்லப்பட்டனர். அதன் காரணமாக புக்கர், முகமதுவிற்கு சமாதானத் தூது ஒன்றை அனுப்பினார். தாங்கள் வேண்டிய பணத்தைக் கொடுத்துவிடுவதாகவும் அப்பாவிப் பொதுமக்களைக் கொல்லவேண்டாம் என்றும் தூதர்கள் கேட்டுக்கொண்டனர். ஆனால் 'அது விதியின் ஆணையின் பேரில் செய்யப்படுகிறது. அதைத் தடுக்க என்னால் இயலாது' என்று சுல்தான் கூறியதாகச் சொல்லப்படுகிறது. இருப்பினும் அவர்கள் தொடர்ந்து பேச்சுவார்த்தையில் ஈடுபட்டனர்.

தன்னுடைய இசைவாணர்களுக்குக் கொடுக்கவேண்டிய பணத்தை புக்கர் கொடுத்தால், தான் தன்னுடைய நாட்டிற்குத் திரும்பிச் செல்வதாக முகமது கூறினான். அதை ஏற்றுக்கொண்டு பணம் தரப்படவே, முகமது தன்னுடைய படைகளுடன் நாடு திரும்பினான். இந்தப் போரில் கிட்டத்தட்ட ஐந்து லட்சம் இந்துக்கள் கொல்லப்பட்டதாக ஸுவெல் குறிப்பிட்டிருக்கிறார்.

முதலாம் முகமது இறந்தபின்பு அவருடைய மகன் முஜாஹித் ஷா பொ.யு 1375ம் ஆண்டு பொறுப்பேற்றான். அவன் செய்த முதல் வேலை ஓர் எல்லைத் தகராறைக் கிளப்பியதுதான். கிருஷ்ணா நதிக்கும் துங்கபத்திரா நதிக்கும் இடையே உள்ள பகுதியும் கிழக்கிலுள்ள பகுதிகள் எல்லாமும் பாமினி அரசுக்குச் சொந்தமானது என்று கூறி அவற்றை ஒப்படைக்குமாறு புக்கருக்கு அவன் ஓர் எச்சரிக்கை ஓலை அனுப்பினான். அதற்குப் பதில் ஓலை அனுப்பிய புக்கர், ரெய்ச்சூரும் முட்கலும் விஜயநகருக்கே சொந்தம் என்றும் கிருஷ்ணா நதியே இரு அரசுகளுக்குமான எல்லை என்றும் தெரிவித்தார். இதனால் வெகுண்ட சுல்தான், தன் படைகளுடன் இரண்டு ஆறுகளையும் கடந்து அதோனியைத் தாண்டி விஜயநகரை நெருங்கினான். அவனை வெளியில் சென்று தாக்க நினைத்த புக்கர், என்ன காரணத்தாலோ தன் முடிவை மாற்றிக்கொண்டு விஜயநகரத்திலேயே தங்கிவிட்டார்.

விஜயநகரக் கோட்டையை முற்றுகையிட்ட முஜாஹித் ஷா, அந்தக் கோட்டை முற்றுகையை நீண்ட நாட்கள் தாக்குப் பிடிக்கும் என்ற காரணத்தால், அருகிலுள்ள ஒரு கோயிலைத் தாக்கினான். அந்தக் கோயில் தரைமட்டமாகப்பட்டு அதிலுள்ள செல்வங்கள் எல்லாம் அவனால் கொள்ளையிடப்பட்டது. அதன் காரணமாகக் கொதிப்படைந்த மக்கள் புக்கரிடம் சென்று, வெளியே வந்து சுல்தானுடன் போரிடுமாறு கோரினர். அதைக் கேட்டு கோட்டையிலிருந்து விஜயநகரத்தின் படை வெளியே வந்தது.

அந்தப் படையின் நடவடிக்கைகளைக் கண்காணிப்பதற்காகத் தன்னுடைய மெய்க்காவலர்களுடன் ஒரு சிறு ஓடையைத் தாண்டி வந்தான் முஜாஹித். அவனைக் கண்டுவிட்ட விஜயநகர வீரன் ஒருவன், அவனைக் கொல்வதற்காகக் கத்தியை எடுத்துக்கொண்டு செடி கொடிகள் நிறைந்த மறைவைப் பயன்படுத்திக்கொண்டு முன்னேறினான். ஆனால் அதிருஷ்டவசமாக அவனைப் பார்த்துவிட்ட முஜாஹித், தன்னுடைய மெய்க்காவலர்களில் ஒருவனான மகமூது என்பவனை விஜயநகர வீரனைத் தாக்க அனுப்பினான். ஆனால் மிக விரைவில் முன்னேறிய விஜயநகரத்தின் வீரன், மகமூதுவை வீழ்த்திவிட்டு முஜாஹிதையும் கடுமையாகத் தாக்கினான். தன்னுடைய தலைக்கவசத்தால் உயிர்பிழைத்த முஜாஹித் எதிரியை தன் வாளால் தாக்கிவிட்டுத் தப்பியோடினான்.

அதற்குப் பின் அங்கே இரு படைகளுக்கும் இடையே போர் தொடங்கியது. விஜயநகரப் படைகள் தோற்கும் நிலையில் இருக்கும்போது கம்பண்ணர் அங்கே இருபதாயிரம் கொண்ட தமது படையுடன் வந்து சேர்ந்தார். புத்துணர்ச்சி பெற்ற விஜயநகரத்தின் படை சுல்தானின் படையைத் தோற்கடித்து விரட்டியது.

'பாமினி சுல்தான்கள் என்னதான் வீரமிக்கவர்களாக இருந்தாலும் அதிகாரத்திலும் செல்வத்திலும் பரப்பளவிலும் விஜயநகரத்தின் கையே ஓங்கி இருந்தது' என்று பெரிஷ்டா குறிப்பிடுவதிலிருந்து வெற்றி விஜயநகரின் பக்கம் இருந்தது தெரிகிறது.

குல்பர்கா திரும்பிய முஜாஹித், சிறிது நாட்களிலேயே அவனுடைய உறவினனான தௌத் கானால் கொல்லப்பட்டான். அதன்பின் சிறிது காலம் பாமினி அரசு உள்நாட்டுப் போரில் மூழ்கியது. அதைப் பயன்படுத்திக் கொண்ட புக்கர் ரெய்ச்சூர் உள்ளிட்ட ஆற்றிடைப் பகுதியைக் கைப்பற்றிக்கொண்டார்.

போர்களில் தொடர்ந்து ஈடுபட்டுக்கொண்டிருந்தாலும் நாட்டைச் சீர்படுத்துவதிலும் நிர்வாகத்திலும் புக்கர் அதிக கவனம் செலுத்தினார். பொயு 1374ம் ஆண்டில் சீனாவுக்குப் புக்கர் தூது ஒன்றை அனுப்பினார் என்பது மிங் வம்சத்தின் ஆண்டுக்குறிப்புகளிலிருந்து தெளிவாகிறது. உதயகிரி ராஜ்யம் (நெல்லூர், கடப்பை), பெனுகொண்டா ராஜ்யம் (பெல்லாரி, அனந்தபூர், வடக்கு மைசூரின் சில பகுதிகள்), முல்வாயி ராஜ்யம் (மைசூர், சேலம், தென்னாற்காடு), துளு ராஜ்யம், மலகராஜ்யம் (பனவாசி, சந்திரகுத்தி, கோவா) என்று பல ராஜ்யங்களாக தன்

நாட்டைப் பிரித்து அதற்கு மகாமண்டலேஸ்வரர்களை அவர் நியமித்தார்.

புக்கரின் காலத்தில் விஜயநகரம் செல்வச்செழிப்பு மிக்க நகரமாக இருந்தது. இதைப்பற்றி கங்காதேவி தன்னுடைய மதுரா விஜயம் நூலில் இவ்வாறு குறிப்பிட்டிருக்கிறார்.

> 'விஜயநகரம் கங்கையைப்போலத் துங்கபத்திரை ஆற்றால் சூழப்பட்டுள்ளது. கோட்டைக்கு அந்த நதியே அரணாக உள்ளது. நகரின் நான்கு பக்கங்களிலும் நெடிதுயர்ந்த மதிற்சுவர்கள் காணப்படுகின்றன. அந்த மதில் சுவர்கள் தாமரை மலரைப்போலவும் அதைச் சூழ்ந்திருக்கும் நீர்போல அகழிகளும் அமைந்திருந்தன. நகரைச் சுற்றி பல்வேறு மரங்கள் காணப்பட்டன. அவற்றில் பூக்கள் பூத்துக் குலுங்கின. நகரத்தின் உள்ளே பல குளங்களும் ஏரிகளும் அமைக்கப்பட்டிருந்தன. அந்த நீர்நிலைகளின் படிக்கட்டுகள் நவரத்தினங்களால் இழைக்கப்பட்டிருந்தன. நகரில் அமைந்திருந்த மணிமாடங்கள் ஓங்கி வளர்ந்திருந்தன. வீதிகளில் அந்தணர்களும் இசை வல்லுநர்களும் உலவினர். எங்கும் இசை வெள்ளம் கேட்டுக்கொண்டே இருந்தது. அனைத்துச் செல்வங்களும் நிறைந்த நகராக விஜயநகரம் விளங்கியது'

என்று அந்தக் குறிப்புகள் தெரிவிக்கின்றன.

இரண்டாம் ஹரிஹரர்

முதலாம் புக்கரின் காலத்திலேயே கம்பண்ணர் இறந்துபட்டதால் அவருக்குப் பிறகு புக்கரின் மூன்றாவது மகனான இரண்டாம் ஹரிஹரர் பொயு 1377ல் அரியணை ஏறினார். அவர் ஆட்சியை ஏற்றது முதல் சுமார் இருபது ஆண்டுகாலம் பாமினி அரசுக்கும் விஜயநகருக்கும் இடையே அறிவிக்கப்படாத போர் நிறுத்தம் நிலவியது. பாமினி அரசில் ஏற்பட்டிருந்த உள்நாட்டுக் குழப்பமும் அதற்கு ஒரு காரணம் இந்தச் சந்தர்ப்பத்தைப் பயன்படுத்திக் கொண்ட ஹரிஹரர், தன்னுடைய ஆட்சிப்பரப்பை மேற்கிலும் தெற்கிலும் விரிவுபடுத்தினார்.

ராஜகொண்டாவில் ஆட்சி செய்துகொண்டிருந்த வெலம அரசன் அனுப்பொட்டன், காப்பைய நாயக்கனைக் கொன்று தெலிங்கானாவின் பெரும் பரப்பைக் கைப்பற்றிக்கொண்டான். பாமினி அரசோடு நெருக்கமாக இருந்த வெலம அரசனின் இந்த வெற்றி விஜயநகரத்தின் கண்ணை உறுத்தியது. அதனால்

இளவரசன் இரண்டாம் புக்கனின் தலைமையில் அங்கே ஒரு படை அனுப்பப்பட்டது. வாரங்கல் மீது படையெடுத்த புக்கன், அந்த நகரை முற்றிலும் வெல்ல முடியாமல் திரும்பினான் அதன்பின் பங்கல் என்ற இடத்தைக் கைப்பற்றினான். ஆனால் அதுவும் விரைவில் அவன் கையை விட்டுச் சென்றுவிட்டது.

ஆனால் அரசின் மேற்குப் பகுதியில் கோவா, தபோல் ஆகியவை விஜயநகர ஆட்சியின் கீழ் வந்தன. கொண்டவீட்டைத் தலைமையாகக் கொண்டு ஆட்சிசெய்த நாயக்கர்களிடமிருந்து கர்நூல், குண்டூர், நெல்லூர் ஆகியவை விஜயநகரோடு சேர்த்துக்கொள்ளப்பட்டன. தமிழகத்திலும் விஜயநகர ஆட்சியை ஹரிஹரர் ஸ்திரப்படுத்தினார். அதற்கு அவரது மூத்தமகனான விருபாட்சன் உதவினான். இங்கே கிடைக்கும் அவரது முப்பதுக்கும் மேற்பட்ட கல்வெட்டுகளே அதற்கான சாட்சியாகும். இலங்கை வரை சென்று அந்நாட்டையும் கைப்பற்றி விஜயநகரத்திற்குத் திறை அளிக்கும்படிச் செய்தான் விருபாட்சன். இப்படித் தெற்கே இலங்கையிலிருந்து வடக்கே கிருஷ்ணா நதிவரை ஹரிஹரருடைய அரசு நீண்டிருந்தது.

தன் ஆட்சிக்கு உட்பட்ட பகுதிகளைப் பல ராஜ்யங்களாக தன் நாட்டைப் பிரித்து அதற்கு மகாமண்டலேஸ்வரர்களை ஹரிஹரர் நியமித்தார். தன்னுடைய மகன்களை முக்கியமான பகுதிகளுக்கு மகாமண்டலேஸ்வரராக அவர் நியமித்து, அதன் மூலம் மற்ற உறவினர்கள் உரிமை கூறிக் கலகம் செய்யும் நிலையை அவர் தடுத்து வந்தார்.

பொயு 1399ம் ஆண்டில் இரண்டாம் ஹரிஹரர் வெளியிட்ட நெல்லூர்ச் செப்பேடு ஹரிஹரனை 'வீரப்பிரதாபம் பொருந்தியவரும் அரசர்களுக்கெல்லாம் அரசரானவரும் ஆன பூர்வ, பச்சிம, உத்தர, தக்ஷிண சதுர்சமுத்திராதிபதி அரியண்ண உடையார்' என்று அவருடைய விருதுகளைக் கூறுகிறது.

வேதங்களுக்குப் பாஷ்யம் எழுதச்செய்தவர் அவர் என்றும் வேத மார்க்கத்தை உலகில் நிலைபெறும்படி செய்தார் என்றும் அந்தச் செப்பேட்டில் கூறப்பட்டுள்ளது. வடமொழியில் எழுதப்பட்ட ஸ்ரீசைலம் செப்பேடுகள் அந்தக் கோயிலில் உறையும் மல்லிகார்ஜுன தேவருக்காக முகமண்டபத்தை ஹரிஹரர் அமைத்த செய்தியைக் கூறுகின்றன. அதில் காணப்படும் ராஜவியாசன், ராஜவால்மீகி போன்ற விருதுப்பெயர்களைக் கொண்டு இரண்டாம் ஹரிஹரரே முதன்முதலில் பேரரசர் என்று

இரண்டாம் ஹரிஹரர் ஆட்சியில்
விஜயநகரப் பேரரசு ராஜ்யங்கள்.
(உத்தேசமானது)

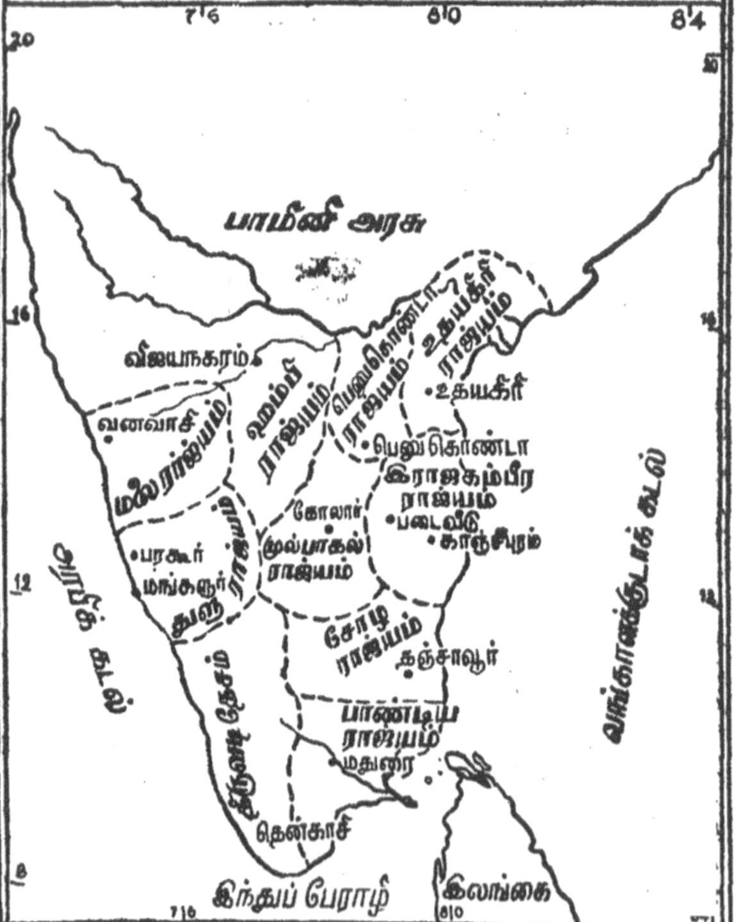

அழைக்கப்பட்ட விஜயநகர மன்னர் என்பதைத் தெரிந்து கொள்ளலாம்.

ஸ்ரீசைலத்தைத் தவிர, காளஹஸ்தி, சிதம்பரம், அகோபிலம், ஸ்ரீரங்கம், திருப்பதி போன்ற தலங்களுக்குப் பல திருப்பணிகள் இவர் காலத்தில் நடைபெற்றன. சைவம், வைணவம், சமணம் ஆகிய மூன்று சமயங்களும் பாரபட்சமில்லாமல் ஆதரிக்கப்பட்டன. மாதவாச்சாரிய வித்யாரண்யரின் சகோதரரான சயனர் இரண்டாம் ஹரிஹரருடைய குருவாக இருந்தார். ஹரிஹரரின் தளபதியின் பெயர் முத்தன் என்பதாகும். நானார்த்த ரத்தின மாலை என்ற சமஸ்கிருத அகராதியை இயற்றிய இருகப்பர் என்ற சமணர் இவருடைய இன்னொரு சேனைத்தலைவராகப் பணியாற்றினார்.

இரண்டாம் ஹரிஹரருக்கு அரசியாக இருந்தவர் பெயர் மல்லதேவி. அவர் யாதவ அரசனான ராமச்சந்திரன் வம்சத்தைச் சேர்ந்தவர். அவர்களுக்கு விருபாட்சன் (விருப்பண்ணன்), புக்கன், தேவராயன் என்ற மூன்று புதல்வர்கள் இருந்தனர். இதில் மூத்தவனான விருப்பண்ணர் தமிழ்நாட்டில் மகாமண்டலேஸ்வரனாக பொயு 1377லிருந்து 1400 வரை பணியாற்றினார்.

அக்காலகட்டத்தில் கிடைக்கும் கல்வெட்டுகளும் செப்பேடுகளும் விருப்பண்ண உடையார் தமிழகத்தில் செய்த திருப்பணிகளைப் பற்றிக் கூறுகிறது. ராமேஸ்வரத்தில் அவர் துலாபாரம் செய்தார் என்றும் ஆயிரம் பசுக்களை அந்தணர்களுக்குத் தானம் செய்தார் என்றும் சொரைக்காவூர் செப்பேடுகள் தெரிவிக்கின்றன. ஸ்ரீரங்கத்தில் இவர் பல திருப்பணிகள் செய்தார் என்றும், உலூக்கானால் இடிக்கப்பட்ட பல மண்டபங்களைத் திரும்பக் கட்டினார் என்றும் அந்தக் கோயிலில் உள்ள கல்வெட்டுகள் தெரிவிக்கின்றன. அதற்கு அடையாளமாக விருப்பன் திருவிழா இன்றும் ஸ்ரீரங்கத்தில் கொண்டாடப்படுகிறது. திருவண்ணா மலையில் உள்ள ஒரு கல்வெட்டு இவர் பிரம்மதேயமாக நிலக்கொடை அளித்ததைப் பற்றித் தெரிவிக்கிறது. வழுவூரில் உள்ள கல்வெட்டு உழவுத்தொழிலை மேம்படுத்துவதற்காக இவர் உழவர்களுக்குச் செய்த சலுகைகள்பற்றித் தெரிவிக்கிறது.

இரண்டாம் ஹரிஹரரின் ஆட்சிக்காலத்தின் இறுதியில் ஒரு திடுக்கிடும் நிகழ்ச்சி நடைபெற்றது. அவருடைய மகனாக இருந்து அடுத்து ஆட்சிப்பொறுப்பேற்க நியமிக்கப்பட்ட (இரண்டாம்) புக்கன், பாமினி அரசிடம் இருந்த பகுதிகளைக் கைப்பற்ற ஆசை கொண்டு பொயு 1398ல் ரெய்ச்சூருக்குப் படையெடுத்தான்.

அவனோடு புக்கனுடைய மகன் ஒருவனும் சென்றிருந்தான். அப்போது பாமினி அரசை பெரோஸ் என்ற சுல்தான் ஆட்சி செய்துகொண்டிருந்தான். சில காலமாக நிலவிய அமைதியை உடைத்த விஜயநகரின் செயலை ரசிக்காத அவன், தன்னுடைய படையோடு அவர்களைச் சந்திக்க முன்னேறினான்.

கிருஷ்ணா நதியின் தென்பகுதியில் விஜயநகரப் படைகள் முகாமிட்டிருந்தன. தன்னுடைய படைகளை ஆற்றின் வடபகுதியில் நிறுத்திய சுல்தான், தன்னுடைய அதிகாரிகளோடு சேர்ந்து மந்திராலோசனையில் ஈடுபட்டான். அவனுடைய உதவியாளனான சிராஜ் ஒரு விசித்திரமான யோசனையைச் சொன்னான். ஒரு நூறுபேரைக் கொடுத்தால், தான் சென்று எதிரிப்படையில் குழப்பத்தை ஏற்படுத்துவதாக அவன் சுல்தானிடம் கூறவே, அதை ஏற்று நூறுபேருடன் கௌஸியை இரவில் ஆற்றைக் கடந்து அனுப்பினான் சுல்தான்.

தன்னுடன் வந்த மற்றவர்களை ஆற்றங்கரையில் மறைந்து நிற்கச் சொல்லிவிட்டு, ஏழு பேருடன் எதிரி முகாமுக்குச் சென்ற சிராஜ், அரசனைக் குஷிப்படுத்த அங்கே வந்திருந்த நாட்டிய மகளிர் இருக்கும் கூடாரத்திற்குச் சென்றான். அங்குள்ள ஒரு பெண்ணை எப்படியோ வசப்படுத்திக்கொண்ட அவன், அரசன் முன் அவர்கள் நாட்டியமாடுவதைப் பார்க்கவேண்டும் என்று விருப்பம் தெரிவித்தான். தான் வாத்தியங்களை வாசிக்க வல்லவன் என்றும் தான் அவர்களுக்கு உதவ முடியும் என்றும் சொன்னான். வேறு வழியில்லாமல் அவனையும் கூட்டிக்கொண்டு நடனம் நடைபெறும் இடத்திற்குச் சென்றது நாட்டியக் கோஷ்டி.

புக்கனின் மகன் முன்னால் அந்த நடனம் நடைபெற்றது. நாட்டியத்தின் ஒரு கட்டத்தில் கத்திகளை எடுத்துக்கொண்டு அவர்கள் நடனமாடினர். அது முடியும் தருணத்தில் கத்தி ஒன்றைப் பிடுங்கிக் கொண்டு புக்கனின் மகனுடைய மார்பில் பாய்ச்சி அவனைக் கொன்றான் சிராஜ். அவனுடைய தோழர்கள் முகாமில் உள்ள விளக்குகளின் பெரும் பகுதியை அணைத்துவிட்டதால் எங்கும் கூச்சலும் குழப்பமும் நிலவியது. நடந்தது என்னவென்றே தெரியாமல் ஆளாளுக்கு எல்லாத் திசைகளிலும் ஓடினர். எதிரி முகாமில் ஏற்பட்ட குழப்பத்தைப் பயன்படுத்திக்கொண்டு நாலாயிரம் பேர் கொண்ட சுல்தானின் படை ஆற்றைக் கடந்து முகாமைத் தாக்கியது. இந்தத் தாக்குதலால் அதிர்ச்சியடைந்த விஜயநகரப்படை வீரர்கள் எதிர்ப்பேதும் காட்டாமல் தப்பி ஓடினர்.

புக்கரும் அவர்களுடன் சேர்ந்து வேகமாகப் பின்வாங்கி விஜயநகரத்திற்குள் நுழைந்து தஞ்சமடைந்தார்.

காலையில் தன்னுடைய மீதிப்படையுடன் ஆற்றைக் கடந்த சுல்தான், விஜயநகரக் கோட்டையை விரைவில் முற்றுகை இட்டான். நகரின் வெளியில் இருந்த அந்தணர்கள் உட்படப் பலர் சிறைபிடிக்கப்பட்டனர். வேறு வழியில்லாமல், ஹரிஹரர் அவர்களோடு சமாதானம் செய்து கொண்டு பெரும் தொகை ஒன்றைச் சிறைபிடிப்பவர்களை விடுவிப்பதற்காகப் பிணையாகக் கொடுக்கவேண்டியதாயிற்று. இந்தத் தகவல்களை நூனிஸ் பதிவுசெய்திருக்கிறார்.

அத்தியாயம் 5

முதலாம் தேவராயர்

இரண்டாம் ஹரிஹரருக்குப் பிறகு ஆட்சியைப் பிடிப்பது யார் என்று அவரது மூன்று மகன்களுக்கு இடையில் போட்டி எழுந்தது. முதல் மகனான விருபாட்சர் ஏற்கெனவே தமிழகத்தில் மகாமண்டலேஸ்வரராக இருந்த அனுபவம் உடையவர். அதன் அடிப்படையில் இரண்டாம் ஹரிஹரர் பொயு 1404ல் இறந்தவுடன் விருபாட்சர் ஆட்சிக்கட்டில் ஏறினார். ஆனால் சிறிது காலத்திலேயே அவர் கொல்லப்பட்டார்.

அதன்பின் அவரது தம்பியான இரண்டாம் புக்கர் அரியணையைப் பிடித்துக்கொண்டார். பொயு 1404லிருந்து 1406 வரை இரண்டு ஆண்டுகள் இரண்டாம் புக்கரின் ஆட்சி தொடர்ந்தது. அவர் காலத்தில் விஜயநகரம் கோவாவையும் தாபோலையும் பாமினி அரசிடம் இழந்தது. அதன்பின் நாட்டில் பெருங்குழப்பம் நிலவியது. அதற்கடுத்து ஹரிஹரரின் மூன்றாவது மகனான தேவராயர், புக்கரை நீக்கி அரசுரிமையைக் கைப்பற்றி, தானே அரசாளத் தொடங்கினார்.

முதலாம் தேவராயருடைய ஆட்சியின் தொடக்கத்தில் நடந்த ஒரு சம்பவம் பாமினிப் பேரரசுடன் மீண்டும் ஒரு போரில் ஈடுபடக் காரணமாக இருந்தது என்கிறார் பெரிஷ்டா. ‘முட்கலில் இருந்த ஒரு விவசாயிக்கு அழகெல்லாம் உருவெடுத்து வந்தது போல பெர்த்தாள் என்ற பெயருடைய ஒரு மகள் இருந்தாள். அவளுக்கு ஒரு பிராமணன் கல்வி போதித்தான். வாழ்ந்தால் அவள் ஓர்

அரசனுடன்தான் வாழ வேண்டும் என்று நினைத்த அவன், நேராக விஜயநகர் வந்து அவளுடைய அழகைப்பற்றி தேவராயரிடம் வர்ணித்தான். அதைக் கேட்ட தேவராயர் உடனே அவள்மீது காதல் வயப்பட்டார். அவளைத் திருமணம் செய்துகொள்ள அந்தப் பிராமணனையே தூது அனுப்பினார். பெரும் பரிசுப் பொருள்களோடு அவனை அந்தப் பெண்ணின் வீட்டிற்கு அனுப்பிவைத்தார் தேவராயர். அவளை ராணியாக ஆக்குவதாகவும் வாக்களித்தார்.

கரும்பு தின்னக் கூலியா என்ற நினைப்பில் இந்தச் செய்தியை அந்த விவசாயியிடம் சொன்னான் பிராமணன். திருமணத்திற்கு உடனே அந்தப் பெண் சம்மதித்துவிடுவாள் என்றும் நினைத்தான். ஆனால் அதில் மண்ணை அள்ளிப்போட்ட அவள், விஜயநகர அந்தப்புரத்தில் பத்தோடு பதினொன்றாக இருக்கத் தனக்குச் சம்மதமில்லை என்று சொல்லிவிட்டாள். அந்தப்புரத்திற்குள் சென்ற எவரும் தங்களுடைய உற்றார் உறவினரைச் சந்திக்க முடியாது என்றும், செல்வத்தால் மகிழ்ச்சி வந்தாலும் அவளுடைய பெற்றோரைச் சந்திக்கும் இன்பத்திற்கு அது ஈடாகாது என்றும் அவள் சொல்லிக் கண்ணீர் விட்டாள். இதனால் நெகிழ்ந்த அவள் பெற்றோர் அவள் முடிவுக்கு எதிர்ப்புத் தெரிவிக்கவில்லை.

இந்தச் செய்தி தேவராயருக்குத் தெரிவிக்கப்பட்டதும் அவர் ஆத்திரமடைந்தார். அந்தப் பெண்ணை தூக்கிக்கொண்டு வந்தாவது திருமணம் செய்துகொள்வது என்ற நினைப்பில், ஒரு படையோடு முட்கலை நோக்கிக் கிளம்பினார் அவர். விஜயநகர அரசர் ஒரு படையோடு வருவதைக்கண்ட அந்த நகரவாசிகள் தப்பியோடினர். அதில் அந்த விவசாயியும் அந்தப் பெண்ணும் இருந்தது குறிப்பிடத்தக்கது. ஊரில் யாரும் இல்லாததைக் கண்ட படைவீரர்கள், அந்நகரைச் சூறையாடினர்.

முட்கல் நகர் பாமினி அரசின் ஆட்சிக்கு உட்பட்ட பகுதியில் இருந்தது. தன் ஆட்சியின் கீழ் இருந்த ஒரு நகரம் விஜயநகரத்தால் சூறையாடப்படுவதைக் கண்ட சுல்தான் பெரோஸ் ஷா சும்மாயிருக்கவில்லை. அவர்களை எதிர்த்து ஒரு படையை அனுப்பி வைத்தான். 'இதன் காரணமாக இரு அரசுகளுக்கும் இடையே அடுத்த போர் தொடங்கியது' என்றெல்லாம் குறிப்பிட்டிருக்கிறார் பெரிஷ்டா. ஆனால் ஒரு சாதாரண விவசாயியின் மகள் அரசனை மணக்க முடியாது என்று அக்காலத்தில் கூறுவதெல்லாம் வெறும் கட்டுக்கதை. மதக்

காரணங்களுக்காகவே இந்தப் போர் தொடங்கியிருக்கவேண்டும் என்று சில வரலாற்றாசிரியர்கள் கூறுவர்.

விஜயநகரத்தை ஒரு பெரும்படையோடு தாக்கிய பெரோஸ் ஷா, கோட்டையை முற்றுகையிட்டான். ஆனால் அந்த மலைப் பகுதியில் அவனுடைய குதிரைப்படைகளால் வேகமாக முன்னேற முடியவில்லை. கோட்டையிலிருந்து விஜயநகர வீரர்கள் அவர்கள் மீது அம்புமாரி பொழிந்தனர். இதில் பெரோஸ் ஷாவே தாக்கப்பட்டு பின்வாங்க நேரிட்டது. இருப்பினும் சமவெளியில் உள்ள விஜயநகரப் பகுதிகள் மீது பாமினிப் படைகள் தாக்குதல் நடத்தின. பங்காப்பூர் என்ற இடத்தில் உள்ள கோட்டை பாமினிப் படைகளால் வெல்லப்பட்டது. அங்குள்ள 60000 பேர் கைதிகளாகச் சிறைபிடிக்கப்பட்டனர்.

சேதங்கள் அதற்கு மேலும் நிகழாமல் இருப்பதற்காக சுல்தானுடன் தேவராயர் சமாதானம் செய்துகொண்டார். அவர் தன் மகள் ஒருத்தியை சுல்தானுக்கு மணம் செய்து கொடுத்ததாகவும் அதன்பின்னும் சமாதானம் அடையாத சுல்தான் மீண்டுமொருமுறை போர் தொடுத்ததாகவும் பெரிஷ்டா சொல்கிறார். ஆனால் இதையும் பல வரலாற்று ஆய்வாளர்கள் மறுத்துள்ளனர். இரு தரப்பிற்கும் நடந்த போரில் தேவராயர் வென்றதாகச் சிலர் குறிப்பிடுகின்றனர்.

பாமினி அரசுப்பகுதிக்குள் தப்பியோடிய விவசாயியின் மகள் பெர்த்தாள் சுல்தானின் முதல் மகன் ஹாசன் கானுக்குத் திருமணம் செய்துகொடுக்கப்பட்டு மதம் மாற்றப்பட்டாள் என்பது கொசுறுச் செய்தி.

அக்காலகட்டத்தில், நாட்டின் கிழக்குப் பகுதியில் இருந்த, கொண்ட வீடு (குண்டூரின் அருகே உள்ளது), ராஜமகேந்திரம் (ராஜமுந்திரி) ஆகிய இடங்களை ரெட்டிகள் ஆட்சிசெய்து வந்தனர். மத்திய தெலிங்கானாவை பத்மநாயக்கர்களும் கலிங்கத்தைக் கிழக்குக் கங்கர்களும் ஆண்டனர். கொண்ட வீட்டைச் சேர்ந்தவர்களுக்கும் ராஜமகேந்திரத்தைச் சேர்ந்தவர் களுக்கும் இடையே பூசல் இருந்தது. கொண்ட வீடு விஜயநகரத்தை ஆதரித்தது. ஆனால் முதலாம் தேவராயர் ராஜமகேந்திரத்தோடு சேர்ந்துகொள்ளவே, கொண்ட வீட்டைச் சேர்ந்தவர்கள் பாமினி அரசை ஆதரிக்கத் தொடங்கினர். அதுவரை பாமினி அரசுக்கு இணக்கமாக இருந்த பத்மநாயக்கர்கள் இதனால் ஆத்திரம் அடைந்து விஜயநகரத்தின் பக்கம் சாய்ந்தனர்.

இரு தரப்புக்கும் இடையே பொயு 1419ம் ஆண்டு பெரும் போர் தொடங்கியது. இந்தப் போரில் தேவராயனுடைய மகனான வீர விஜயராயனும் அமைச்சன் லக்ஷ்மிதரனும் பங்குகொண்டனர். பங்கல் கோட்டை முற்றுகையிடப்பட்டு வெற்றிகொள்ளப்பட்டது. அதன்காரணமாக கொண்டவீடு வம்சம் வலிமை இழந்தது.

இந்தப் போரில் விஜயநகரப் படை அடைந்த பெருவெற்றி மூலம் ஆந்திர தெலிங்கானாப் பகுதிகள் அனைத்தையும் தன் ஆதிக்கத்தின் கீழ் கொண்டுவந்து விஜயநகர அரசு தன்னுடைய வலிமையைத் தென்னிந்தியாவில் நிலைநிறுத்தியது.

தேவராயரின் பணிகளில் குறிப்பிடத்தக்கது விஜயநகரக் கோட்டையைப் பலப்படுத்தி பெரும் மதில்களை எழுப்பியதாகும். மேலும் துங்கபத்திரை ஆற்றின் குறுக்கே அணை ஒன்றையும் அவர் கட்டினார். யானைகளைப் பயன்படுத்தி பெரும் பாறைகள் அங்கே கொண்டு செல்லப்பட்டு இந்த அணை கட்டப்பட்டது. அதன் காரணமாக சுற்றியுள்ள வயல்களுக்கு நீர்ப்பாசனம் செய்யப்பட்டது.

அதைத்தவிர துங்கபத்ராவிலிருந்து விஜயநகருக்கு பதினைந்து மைல் நீளமான கால்வாய் ஒன்றையும் அவர் வெட்டினார். அதன் மூலம் விஜயநகருக்கு நீர்ப்பாசன வசதி செய்யப்பட்டது. அந்த அணை இப்போது இல்லை என்றாலும், இன்றும் துங்கபத்திரை ஆற்றிலிருந்து நீரைக் கொண்டுவரும் அந்தக் கால்வாய் தேவராயரின் திறமைக்குச் சான்றாக உள்ளது.

முதலாம் தேவராயர் கலைகளையும் இலக்கியத்தையும் போஷிப்பதில் சிறந்தவராக விளங்கினார். கன்னடக் கவியான மதுரா அவரது ஆஸ்தானக் கவியாக இருந்தார். ஹரிவிலாசம் என்ற நூலை எழுதியவரான ஸ்ரீநாதர் என்ற தெலுங்குப் புலவரும் அவரது அரசவையில் இருந்தார். கொண்டவீடு ராஜ்யத்தில் கவியாக இருந்த ஸ்ரீநாதர், அந்த ராஜ்யம் வலிமை இழந்ததை அடுத்து விஜயநகர் வந்து சேர்ந்தார். அங்கே ஏற்கெனவே இருந்த கவியான திண்டிம பட்டருக்கும் அவருக்கும் போட்டி ஏற்பட்டது.

இருவருக்கும் நடைபெற்ற புலமைப் போட்டியில் தேவராயரின் அரசகுருவான க்ரியாசக்தி ராயலு நடுவராக இருந்தார். போட்டியில் ஸ்ரீநாதரே வெற்றி பெற்றார். அதனால் அவருக்கு ‘கவி சர்வபௌமா’ என்ற பட்டம் வழங்கப்பட்டது. தேவராயரைப் புகழ்ந்து அவர் அப்போது ஒரு கவி பாடினார். அதனால் அவருக்குக் கனகாபிஷேகம் செய்யப்பட்டது. தன்னுடைய அவையில்

முத்துக்களால் செய்யப்பட்ட அரங்கம் ஒன்றை வைத்திருந்தார் தேவராயர். அங்கேதான் புலவர்கள், கவிஞர்கள், கற்றறிந்தவர்கள் எல்லோரும் கூடுவது வழக்கம்.

நிக்காலோ காண்டியின் குறிப்புகள்

முதலாம் தேவராயருடைய காலத்தில் விஜயநகருக்கு இத்தாலியில் இருந்து நிக்காலோ காண்டி என்ற பயணி வந்திருந்தார். அவருடைய குறிப்புகளிலிருந்து விஜயநகரத்தின் அமைப்பைப்பற்றியும் அங்கிருந்த மக்களைப் பற்றியும் அவர்களுடைய வாழ்க்கைக் கூறுகளைப் பற்றியும் அறிந்துகொள்ள முடிகிறது. அவர் விஜயநகரத்தை பிஸ்னகாலியா என்று அழைக்கிறார். அவருடைய குறிப்புகள் சிலவற்றைப் பார்ப்போம்.

'விஜயநகரம் குன்றுகளிடையே அமைந்துள்ளது. அவை பல்வேறு வகைப்பட்டவை. நகரத்தின் சுற்றளவு 60 மைல் இருக்கும். இந்நகரத்தைச் சுற்றியிருக்கும் கோட்டைச் சுவர்கள் குன்றுகளை ஊடறுத்துச் செல்கின்றன. குன்றுகளின் சரிவுகளில் உள்ள பள்ளத்தாக்குகளில் நகரத்தின் பகுதிகள் அமைந்துள்ளன. நகரத்தைத் தொண்ணூறு ஆயிரம் வீரர்களுக்கு மேல் பாதுகாக்கின்றனர்.'

'விஜயநகர மக்கள் பலமுறை திருமணம் செய்துகொள்கின்றனர். கணவன் இறந்தால் மனைவி உடன் உயிரிழக்கிறார். இப்படி உடன்கட்டை ஏறுவதை கௌரவமான செயலாக அவர்கள் நினைக்கின்றனர். இந்த நாட்டின் அரசர்கள், மற்ற அரசர்களை விடச் செல்வமும் அதிகாரமும் உடையவர்கள். அரசனுக்கு 12000 மனைவிகள் உள்ளதாகச் சொல்கின்றார்கள் அவர்களில் 4000 பேர் அரசன் எங்குச் சென்றாலும் குதிரைகளின் மீது அமர்ந்து செல்கின்றனர். மீதமுள்ள சிலர் பல்லக்குகளில் செல்கின்றனர்.'

'ஒவ்வொரு ஆண்டும் சில குறிப்பிட்ட சமயங்களில் தாங்கள் வணங்கும் தெய்வங்களின் உருவச்சிலைகளை இரண்டு தேர்களின் மீது வைத்து மக்கள் இழுத்துச் செல்கின்றனர். இந்தத் தேர்களின் மீது நடனமணிகள் அலங்காரம் செய்துகொண்டு நாட்டியம் ஆடுகின்றனர். பக்தர்கள் சிலர் அந்தத் தேர்ச்சக்கரங்களில் விழுந்து உயிர்விடுவதைப் புண்ணியமாக நினைக்கின்றனர். சிலர் கழிகளை உடலோடு கட்டிக்கொண்டு தேர்களில் இருந்து தொங்கும் கயிறுகளில் அந்தக் கழிகளைக் கட்டித் தொங்கியவாறு செல்கின்றனர்.'

‘ஆண்டிற்கு ஒருமுறை இந்நகரில் பெரும் திருவிழா ஒன்று கொண்டாடப்படுகிறது. அந்தச் சமயம் ஆண்களும் பெண்களும் வயதானவர்களும் இளைஞர்களும் ஆறுகளிலும் குளங்களிலும் குளித்துப் புத்தாடைகள் அணிந்து மூன்று நாட்களுக்கு விருந்து, நடனம், இசை போன்ற பொழுதுபோக்குகளில் காலத்தைக் கழிக்கின்றனர். இன்னொரு திருவிழாவில் கோயில்களிலும் வீடுகளிலும் கூரைகளிலும் வாயிற்படிகளிலும் நல்லெண்ணெய் விளக்குகளைக் கொளுத்தி இரவு முழுவதும் எரிய விடுகின்றனர். மற்றொரு திருவிழாவில் மக்கள் ஒருவர் மீது ஒருவர் மஞ்சள் நீர் தெளித்து விளையாடுகின்றனர். அரசனும் அரசியும் இந்த வேடிக்கையில் கலந்து கொள்கின்றனர்.’

மேற்குறிப்பிட்டவைகளைத் தவிர, விஜயநகருக்குப் பதினைந்து நாட்கள் பயண தூரத்தில் வைரச்சுரங்கம் ஒன்று உள்ளது என்கிறார் கான்டி. விஜயநகர மக்கள் அயல் நாட்டவரை ‘பரங்கிகள்’ என்று அழைக்கின்றனர். தங்களுக்கு ‘மூன்றாவது கண்’ ஒன்று உண்டு என்று அவர்கள் கூறிக்கொள்கின்றனர். கடன் வாங்கித் திருப்பித் தர முடியாதவர்களை அடிமையாக்கிக் கொள்கின்றனர் அவர்கள்’ என்றெல்லாம் கூட அவர் எழுதியிருக்கிறார்.

வீரவிஜய ராயர்

முதலாம் தேவராயர் 1422ல் இறந்த பிறகு அவரது மகனான ராமச்சந்திரன் அரசன் ஆனார். சில மாதங்களுக்குப் பிறகு இன்னொரு மகனான வீர விஜய ராயர் விஜயநகரப் பேரரசின் அரசனானார். இவருக்கு வீர புக்கன், விஜய புக்கன், வீர விஜய பூபதி என்ற பல பெயர்கள் உண்டு. ‘பூர்வ, தக்ஷிண பஸ்சிம, சமுத்திராதிபதி ராஜாதிராஜ ராஜபரமேஸ்வர ஸ்ரீவீரதேவராய மகாராயருடைய குமாரன் ஸ்ரீவீரவிஜயபூபதி உடையார்’ என்று திருவண்ணாமலைக் கல்வெட்டு ஒன்று இவர் புகழ் பாடுகிறது. பொயு 1408லிருந்து தமிழகத்தில் மகாமண்டலேஸ்வரராக பணியாற்றிய அனுபவமும் இவருக்கு உண்டு. சுமார் ஆறு ஆண்டுகள் ஆட்சி செய்த இவரது ஆட்சிக்காலம் பெரும்பாலும் அமைதியாகவே கழிந்தது. ஆனால் ஆட்சியின் இறுதிக்காலத்தில் பாமினி சுல்தானாகிய அகமது ஷா என்பவன் துங்கபத்திரை ஆற்றைக் கடந்து விஜயநகரை முற்றுகை இட்டான். அப்போது வெளியே வந்து போரிடாமல் விஜயராயர் உள்ளேயே பதுங்கி இருந்தார். பாமினிப் படைகள் சுற்றுவட்டாரத்திலுள்ள மக்களைக் கொன்று குவித்ததாக பெரிஷ்டா எழுதியிருக்கிறார்.

‘இரக்கத்தை இதயத்திலிருந்து அறவே அகற்றிவிட்ட அகமதுஷா இருபதாயிரம் இந்துக்களைக் கொன்றபின் மூன்று நாட்கள் ஓரிடத்தில் தங்கி, தான் செய்த அருஞ்செயலைக் கொண்டாடியபின் மீண்டும் அந்தச் செயலைத் தொடங்குவான். இப்படி ஏராளமான மக்களைக் கொன்றதும் அல்லாமல், கோயில்களை அழித்து விக்கிரகங்களை உடைத்து மகிழ்ந்தான் அவன். பாமினி அரசுக்குச் சேர்த்த வேண்டிய திறை நிலுவைகள் அனைத்தையும் விஜயநகரம் செலுத்தும்வரையில் இந்தப் படுகொலைகள் நிற்கவில்லை. வேறு வழியில்லாமல் ஒரு பெருந்தொகையைக் கொடுத்து விஜயராயர், பாமினி சுல்தானுடன் அமைதி உடன்படிக்கை செய்து கொண்டதாகவும் பெரிஷ்டா எழுதியிருக்கிறார்.

இரண்டாம் தேவராயர்

விஜயராயருக்குப் பின் அவரது மகனும் சங்கம வம்ச அரசர்களில் பெருவீரரும் ஆன இரண்டாம் தேவராயர் பொயு 1426ல் அரியணை ஏறினார். ஆட்சியின் ஆரம்பக்காலத்தில் கொண்ட வீட்டு ராஜ்யத்தின் மீது படையெடுத்த அவர், அதை ஆட்சி செய்து கொண்டிருந்த பெத்த கோமதி வேமன் என்பவரை வென்று அந்தப் பகுதியை விஜயநகரத்துடன் இணைத்துக்கொண்டார்.

இதற்கிடையில் ரெட்டி அரசர்களால் ஆளப்பட்ட ராஜ மகேந்திரத்தை ஆட்சி செய்த அல்லாடரெட்டி இறந்துபடவே, அவன் மகன்கள் அல்லய வேமனும் வீரபத்திரனும் ஆட்சிப் பொறுப்பேற்றுக்கொண்டனர். ராஜமகேந்திரத்தைக் கலிங்க நாட்டுக் கபாலீஸ்வர கஜபதி என்ற அரசன் பிடித்துக்கொண்டு இந்தச் சகோதரர்களை விரட்டி விட்டான். அவர்கள் தேவராயரிடம் உதவி கேட்கவே, அவரும் ஒரு படையை அனுப்பிவைத்தார். விஜயநகரத்தின் படை கஜபதியை வென்று ராஜமகேந்திரத்தை மீட்டது.

‘கஜபெட்டக்காரா’ என்ற பட்டத்தை இவர் வைத்துக் கொண்டிருந்தார். ‘யானை வேட்டைக்காரன்’ என்ற பொருள் கொடுக்கும் இந்தப் பட்டம், அவர் யானை போன்ற எதிரிகளை வென்றதால் வந்தது என்றும், இல்லை அவர் யானை வேட்டையில் நிஜமாகவே விருப்பமுள்ளவர் என்பதால் வந்தது என்றும் கூறுவோர் உண்டு.

அடுத்ததாகத் தென்பகுதியில் தன் கவனத்தைச் செலுத்திய தேவராயர் திருவிதாங்கூர் வரை தன்னுடைய ஆதிக்கத்தை

நிலைநிறுத்தினார். கொல்லத்தரசனும் சேரநாட்டைச் சேர்ந்த மேலும் பல சிற்றரசர்களும் விஜயநகரத்தின் ஆதிக்கத்தை ஏற்றனர். கள்ளிக்கோட்டையை அப்போது ஆண்டுகொண்டிருந்த சாமோரின் விஜயநகருக்கு அடங்க மறுத்தான். ஆனால் எந்த நேரத்திலும் தங்கள் நாட்டின் மீது விஜயநகரப் படைகள் வந்து தாக்கக் கூடும் என்ற அச்சத்திலேயே சாமோரின் இருந்ததாகப் பயணி அப்துல் ரஸாக் கூறியிருக்கிறார்.

பாமினிப் போர்

பாமினி, விஜயநகர அரசுகளுக்கிடையே வழக்கமாக நடக்கும் போர் இரண்டாம் தேவராயர் காலத்திலும் அடுத்துத் தொடங்கியது.

பொயு 1419ல் பெரோஸ் ஷா மீண்டும் விஜயநகரத்தைத் தாக்கினான். சுல்தானியத் தளபதியாக மிர் பஸல் உல் லா இருந்தான். விஜயநகரப் படையின் மத்தியப் பகுதியை ஊடுருவித் தாக்கிய அவன், அந்தப் படையை சிதறி ஓடச்செய்தான். தன்னுடைய படை தோல்வியை நோக்கிச் செல்வதைக் கண்ட தேவராயர், மிர் பஸலின் மெய்க்காவலர்களுக்கு லஞ்சம் கொடுத்து அவனைத் தாக்கும்படித் தூண்டிவிட்டார். அதன்படி தன்னுடைய மெய்க்காவலர்களால் தாக்கப்பட்டு மரண காயமுற்றான் மிர். அவனுடைய படைகள் தோற்று ஓடின. விஜயநகரப் படைகள் அவர்களைக் கடுமையாகத் தாக்கித் துரத்தின. பெரோஸ் ஷா போர்க்களத்தை விட்டு ஓடி தன் தலைநகரில் புகுந்து கொண்டான்.

அவனைத் துரத்திச் சென்ற விஜயநகரப் படை, பாமினி அரசைச் சூறையாடியது. தனக்கு உதவும்படி குஜராத் சுல்தானிடம் முறையிட்டான் பெரோஸ். ஆனால் அந்தத் தகராறில் தலையிடக் குஜராத்தின் சுல்தான் மறுத்துவிட்டான். பெரோஸின் தம்பியான அகமது, அதன்பின் விஜயநகரப் படைகளைத் தன் அரசிலிருந்து பின்வாங்கச் செய்தான்.

அதற்கு ஈடாக பெரோஸ் ஷா மறைந்தவுடன் அவனுடைய மகனுக்குப் பதிலாக அகமது ஷா பாமினி அரசின் அரசனாகப் பொறுப்பேற்றான். குல்பர்காவில் விஜயநகரப் படை செய்த அட்டூழியங்களுக்குப் பழி வாங்கப் பெரும் படை ஒன்றைத் திரட்டிய அகமது ஷா, விஜயநகரத்தை நோக்கி விரைந்தான்.

அவனைச் சந்திக்கத் தயாராக இருந்த தேவராயர், துங்கபத்திரையின் தெற்குக் கரையில் அவனுக்காகக் காத்திருந்தார். தனக்கு உதவி செய்யும்படி வாரங்கலின் ஆட்சியாளர்களையும் அவர்

கோரியிருந்தார். அதை ஏற்று, ஒரு படையை வாரங்கல் அரசன் அனுப்பியிருந்தான்.

ஒருநாள் நள்ளிரவில், நதியில் இறங்கிய பாமினியின் குதிரைப் படை வீரர்கள் சிலர் ரகசியமாக விஜயநகரப் படை முகாமில் புகுந்தனர். அங்கே உறங்கிக் கொண்டிருந்த தேவராயர் மீது அவர்கள் திடீர்த்தாக்குதல் நடத்தினர். அந்தத் தாக்குதலிலிருந்து தப்பிப் பிழைத்த தேவராயர் அருகே உள்ள கரும்புத் தோட்டம் ஒன்றில் புகுந்தார். மேலாடை இல்லாமல் இருந்த அவரை, யாரோ குடியானவன் என்று நினைத்த பாமினி வீரர்கள் அவர் மேல் சில கரும்புகளைச் சுமத்தி அந்த இடத்தை விட்டு ஓடும்படி உத்தரவிட்டனர். 'தப்பித்தோம் பிழைத்தோம்' என்று அந்த இடத்தை விட்டு ஓடி விஜயநகரத் தளபதிகள் இருந்த இடத்தைச் சென்று சேர்ந்தார் தேவராயர்.

அரசனுக்கு நேர்ந்த இந்த அதிர்ச்சியை அடுத்து, விஜயநகரப் படைகள் அங்கிருந்து பின்வாங்கிச் சென்றன. அவர்களை அகமத் ஷாவின் படை துரத்தியது. 'கல்லூளி மங்கன் போன வழி காடுமலையெல்லாம் தவிடுபொடி' என்ற பழமொழிக்கேற்ப போகும் வழியெல்லாம் அழிவை நிகழ்த்திக்கொண்டே சென்றான் அகமது ஷா. 20000 இந்துக்கள் கொல்லப்பட்டனர். பல கோயில்கள் இடிக்கப்பட்டன. விக்கிரகங்கள் நொறுக்கப்பட்டன. வேதபாட சாலைகள் அடித்து நொறுக்கப்பட்டன.

இந்த அழிவுச் செயல்களைக் கண்டு ஆத்திரமடைந்த 5000 இந்துக்கள் வருவது வரட்டும் என்று அகமது ஷாவை எதிர்க்கத் துணிந்தனர். அவன் படையைப் பிரிந்து சென்ற ஒரு சமயத்தில் அவன் மீது தாக்குதல் ஒன்றைத் தொடுத்தனர். தப்பி ஓடும் விஜயநகரப் படையால் அபாயம் ஏதும் நேராது என்று அசட்டையாக இருந்த அகமது ஷா, இந்தத் தாக்குதலால் பெரும் அதிர்ச்சி அடைந்தான். அவனுடைய மெய்க்காவலர்கள் பலர் கொல்லப்பட்டனர். சமவெளியில் துரத்தப்பட்ட சுல்தானை எதிரிகள் வேகமாக நெருங்கினார். இதோ அவனைப் பிடித்துக் கொல்லப்போகிறார்கள் என்ற நிலையில் பாமினியின் வில் வீரர்கள் அவனுக்குச் சமய சஞ்சீவியாக உதவிக்கு வந்தனர். அவர்கள் அம்புமாரி பொழிந்ததால் அவனைத் துரத்தி வந்தவர்கள் தேக்கப்பட்டனர். அவனுடைய உதவியாளனான அப்துல் காதிர் துரத்தியவர்களைப் பின்னால் இருந்து தாக்கினான். அங்கே நடந்த கடுமையான சண்டையில் இந்துக்கள் ஆயிரம் பேரும் சுல்தான் படையினர் 500 பேரும் கொல்லப்பட்டனர்.

அதன்பின் விஜயநகரை முற்றுகை இட்டான் அகமது ஷா. அவனிடம் மீண்டும் கப்பம் கட்ட ஒப்புக்கொண்டார் தேவராயர். இந்த வெற்றிக்குப் பிறகு தேவராயருக்கு உதவி செய்த வாரங்கல்லின் மீது படையெடுத்த அகமது ஷா அதை ஆண்ட அரசனைத் தோற்கடித்து பாமினி அரசோடு அந்நாட்டை இணைத்துக் கொண்டான்.

ஆனால் விஷயம் இத்தோடு முடியவில்லை. பொயு 1435ல் பாமினி அரசனாகப் பொறுப்பேற்ற இரண்டாம் அலாவுதீன் என்பவன் செய்த முதல் வேலை விஜயநகருக்கு எதிராக அவனுடைய தம்பி முகம்மது கான் என்பவனின் தலைமையில் ஒரு படையை அனுப்பியதாகும். முகம்மது கான் வழக்கம்போலப் பெரும் அழிவு வேலைகளில் ஈடுபட்டதால், தேவராயரும் வழக்கம்போல சமாதானத்திற்கு ஒப்புக்கொள்ள வேண்டியதாயிற்று. இருபது யானைகள், ஏகப்பட்ட பணம், இசையும் நாட்டியமும் கற்ற இருநூறு பெண் அடிமைகள் ஆகியோரைக் கொடுத்து இந்தச் சமாதானத்தை விலைக்கு வாங்கினார் தேவராயர்.

இப்படித் தொடர்ந்து அழிவுகளையும் அதன்பின் பெரும் செல்வத்தைக் கொடுத்து பாமினி சுல்தான்களோடு சமாதானத்தையும் சந்தித்து வந்ததால் வெறுப்படைந்த தேவராயர், பொயு 1442ல் ஒரு சபையைக் கூட்டினார். விஜயநகரப் பேரரசு பரப்பளவிலும் வருவாயிலும் செல்வத்திலும் பாமினி அரசை விடச் சிறந்து விளங்குகிறது. ஆனால், பெரும்பாலும் பாமினி அரசே போர்களில் வெற்றி பெறுகிறது. அதற்கான காரணம் என்ன என்பதைப் பற்றி அந்தச் சபை விவாதித்தது. ஒரு நீண்ட ஆய்வுக்குப் பிறகு அவர்கள் பின்வரும் காரணங்களே பாமினி அரசுக்கு வெற்றியைத் தேடித்தருகிறது என்ற முடிவுக்கு வந்தனர்.

- பாமினி அரசின் குதிரைப் படைகள் சிறந்து விளங்குகின்றன. விஜயநகரத்தில் உள்ள குதிரைகளைவிட வலுவானதாகவும் தளர்வில்லாமல் உழைக்கக்கூடியதாகவும் அவை உள்ளன. அதைத் திறமையான இஸ்லாமிய வீரர்கள் நடத்துகின்றனர் .
- பாமினிப் படையில் உள்ள வில் வீரர்கள் குறி தவறாமல் அம்பு எய்தும் திறமை உடையவர்களாக இருந்தனர்.

இந்தக் காரணங்களை ஆராய்ந்த பிறகு, விஜயநகரப் படைகளைச் சீர்திருத்துவதில் தேவராயர் தன்னுடைய கவனத்தைச் செலுத்தினார். இஸ்லாமியர்களைத் தன் படையில் சேர்த்து அவர்களுக்குப் பல ஜாகீர்களை வழங்கினார். விஜயநகரத்தில்

அவர்களுக்கு ஒரு மசூதியும் கட்டிக்கொடுத்தார். அவருடைய அரியணையின் முன்பு குரானையும் வைத்து அவருக்குத் தலை வணங்குவதற்கு முன்பு இஸ்லாமியர்கள் குரானைத் தலைவணங்கச் செய்தார். வில்வித்தையில் தன்னுடைய வீரர்களுக்குப் பயிற்சி அளித்தார். திருத்தியமைக்கப்பட்ட அவரின் படையில் வில் வித்தையில் சிறந்த அறுபதினாயிரம் இந்துக்களும் இரண்டாயிரம் இஸ்லாமியர்களும் வாளெடுத்துப் போர்புரியக்கூடிய இரண்டு லட்சம் காலாட்படையினரும் எட்டாயிரம் குதிரைகளும் இருந்தன.

இப்படி வலிமையான அரசைக் கட்டியாண்ட தேவராயரின் ஆட்சியின் இறுதிக்காலத்தில் ஒரு கொடூரமான நிகழ்வு நடைபெற்றது

இந்தத் துன்பியல் சம்பவத்தைப் பற்றி அப்துல் ரஸாக்கும் நூனிஸூம் குறிப்பிட்டிருக்கிறார்கள். பொயு 1442 நவம்பர் மாதத்திற்கும் 1443ம் ஆண்டு ஏப்ரலுக்கும் இடையே நடைபெற்ற இந்தச் சம்பவத்தில் தேவராயருடைய சகோதரர் ஒருவர், விஜயநகரத்தில் தாம் கட்டிய புதிய மாளிகையில் விருந்து ஒன்றுக்கு ஏற்பாடு செய்திருந்தார். அதற்கு அரசரையும் அரசவையில் இருந்த முக்கியப் பிரமுகர்களையும் அழைத்திருந்தார். அழைக்கப்பட்ட அனைவரும் அந்த மாளிகையில் உள்ள ஒரு பெரிய கூடத்தில் அமர்ந்திருந்தனர். அது ஒரு சிறப்பான விருந்து என்று சொல்லி இருவர் இருவராக விருந்து நடக்கும் இடத்திற்கு அவர்கள் அழைக்கப்பட்டனர். அதே சமயத்தில் பெரும் தாளவாத்தியக் கருவிகளும் மற்ற இசைக்கருவிகளும் இசைக்கப்பட்டு ஒரே இரைச்சலாக இருந்தது. விருந்து போன்ற நிகழ்வுகளில் இது சகஜம் என்பதால் வந்திருந்தோர் அதைக் கண்டு கொள்ளவில்லை.

விருந்தினர்களில் இருவர் உணவு அருந்தும் இடத்திற்குள் நுழைந்ததும், அங்கே இருந்த காவலர்கள் அவர்கள் இருவரையும் ஒரே வெட்டாக வெட்டிக் கொன்றனர். அவர்களைத் துண்டு துண்டாக வெட்டியபிறகு உடலின் பாகங்கள் அப்புறப்படுத்தப் பட்டன. இசைக்கருவிகளின் சத்தத்தில் அவர்கள் ஓலமிடும் சத்தம் யாருக்கும் கேட்கவில்லை. இப்படி அங்கு வந்திருந்த பல அரசவைப் பிரமுகர்கள் கொல்லப்பட்டனர்.

அன்று என்ன காரணத்தாலோ தேவராயருக்கு உடல்நிலை சரியில்லை. ஆகவே அவர் அந்த மாளிகை விருந்துக்குக் கிளம்புவது தாமதமாயிற்று. இதைக் கேள்விப்பட்ட அவரது தம்பி, தானே சென்று அவரை அழைத்துவர முன்வந்தார்.

அரண்மனைக்குச் சென்று ஆசை வார்த்தைகள் பேசி அரசருடைய காவலர்களை விருந்துக்கு அவர் அழைத்தார். காவலர்கள் அப்பால் சென்றதும் அரண்மனையின் உள்ளே சென்று அரசரைச் சந்தித்தார் சகோதரர். விருந்துகளுக்கு வெற்றிலை பாக்குக் கொடுத்து அழைப்பது வழக்கம் என்பதால், வெற்றிலைத் தட்டு ஒன்றை அரசரின் முன் நீட்டிய அவர், விருந்துக்கு அரசர் வரவேண்டும் என்று அன்போடு அழைத்தார். தனக்கு உடல்நிலை சரியில்லை என்றும் அதனால் தான் அங்கே வரமுடியாது என்றும் தேவராயர் அவனிடம் தெரிவித்தார். அரசர் அங்கே வரமாட்டார் என்பதைத் தெரிந்து கொண்ட தம்பி, தன்னுடைய குத்துவாளை எடுத்து அரசரை மூன்று நான்கு முறை குத்தினான். அரசர் சரிந்து சிங்காதனத்தில் விழுந்தார். அவர் இறந்து விட்டார் என்று எண்ணிய அவருடைய தம்பி, தனக்கு நம்பிக்கையான காவலாளி ஒருவனை அழைத்து அரசரின் தலையை வெட்டிவிடுமாறு உத்தரவிட்டான். அதன்பின் அரண்மனையின் உப்பரிகைக்குச் சென்று 'நான் அரசரையும் அரசருக்கு நெருக்க மானவர்களையும் கொன்று விட்டேன். நானே இனி அரசன்' என்று அறிவித்தான்.

இதற்கிடையில் அரசரின் தலையை வெட்ட நெருங்கிய காவலாளிக்கு அதிர்ச்சி காத்திருந்தது. உண்மையில் அரசர் படுகாயப்பட்டு விழுந்தாரே தவிர இறக்கவில்லை. தன்னைக் காவலன் நெருங்கியதும், தன் இருக்கையை எடுத்து அவன் மேல் அடித்து அவனை அதனாலேயே கொன்றார் தேவராயர். இந்த நிகழ்வைக் கண்டு பயந்துபோய் அங்கே ஒளிந்திருந்த ஓரிரு மெய்க்காவலர்களின் துணையுடன் தட்டுத்தடுமாறித் தானும் உப்பரிகைக்குச் சென்ற அரசர், 'நான் உயிரோடு இருக்கிறேன். இவனைக் கொல்லுங்கள்' என்று கூவினார். அதைக் கேட்டு ஆத்திரமடைந்த அங்கிருந்த கூட்டத்தினர், தம்பியை அடித்து உதைத்துக் கொன்றனர். இந்த நிகழ்வில் கிட்டத்தட்ட தன் அரண்மனை அதிகாரிகள் அனைவரையும் இழந்தார் தேவராயர்.

இந்தச் சம்பவத்தைப்பற்றிக் கேள்விப்பட்ட பாமினி சுல்தான் அலாவுதீன், வலுவிழந்த நிலையில் உள்ள விஜயநகரைத் தாக்குவதற்கு அதுதான் சரியான சமயம் என்று நினைத்தான். அதன்படி, ஏழு லட்சம் வராகனைக் கப்பமாகக் கட்டும்படி விஜயநகருக்கு அவன் ஒரு தூதுவனை அனுப்பினான். ஆனால், அதை ஏற்க மறுத்த தேவராயர் போருக்குத் தயார் என்ற செய்தியை அனுப்பினார். வழக்கமாகச் சந்திக்கும் கிருஷ்ணா கோதாவரி ஆற்றிடைப் பகுதியில் இரு தரப்புப் படைகளும் மோதின.

ஹஸாரா ராமா கோயில், ஹம்பி

கோயில் சுவர்களில் தசரா திருவிழா பேரணியில் பங்கேற்ற குதிரைகள், யானைகள், வீரர்கள் மற்றும் நடனமாடும் பெண்கள் சித்தரிக்கப்பட்டுள்ளனர்.

முட்கலைக் கைப்பற்றி முன்னேறிய தேவராயர் ரெய்ச்சூரையும் பங்காப்பூரையும் வென்றார். பீஜப்பூர் வரையுள்ள பகுதிகள் அனைத்தையும் கைப்பற்றிக்கொண்டார். ஆனால் பாமினிப் படைகள் மீண்டும் அவரைத் தாக்கின. இப்போது தேவராயர் முட்கலை நோக்கிப் பின்வாங்கினார். அதன்பின் அங்கே மூன்று இடங்களில் போர் நடந்தது. அதின் ஒன்றில் தேவராயரின் மகன் ஒருவன் கொல்லப்பட்டான். சுல்தான்கள் படைத் தளபதிகள் சிலரைச் சிறைபிடித்துக்கொண்டு விஜயநகர் திரும்பியது தேவராயரின் படை. அவர்களை விடுவிக்காவிட்டால் இந்துக்கள் அனைவரையும் கொல்லப்போவதாக அலாவுதீன் மிரட்டவே, வேறு வழியின்றி அவர்களை விடுதலை செய்தார் தேவராயர்.

இவ்வளவு நிகழ்வுகளுக்கும் நடுவில் கோயில் திருப்பணிகளும் தொடர்ந்து நடைபெற்று வந்தன என்பது குறிப்பிடத்தக்கது. விஜயநகரத்தின் அரண்மனைக்கு அருகே ஒரு சமணப்பள்ளி கட்டப்பட்டது. அதில் உள்ள கல்வெட்டு, தேவராயரை 'மகாராஜாதிராஜ ராஜபரமேஸ்வர' என்ற அடைமொழியால் அழைக்கிறது. போலவே வட ஆற்காட்டிலுள்ள பழவேடு கோயில் உட்படப் பல கோயில்களுக்கு இரண்டாம் தேவராயர்

திருப்பணிகள் செய்ததற்கான கல்வெட்டுச் சான்றுகள் கிடைக்கின்றன. தமிழகத்தில் மட்டும் 90க்கும் மேற்பட்ட கல்வெட்டுகள் இரண்டாம் தேவராயரின் ஆட்சிக்காலத்தைச் சேர்ந்தவையாக உள்ளன.

இப்படி இரண்டாம் தேவராயர் காலத்தில் விஜயநகரப் பேரரசு பல துறைகளிலும் சிறந்து விளங்கியது.

இரண்டாம் தேவராயரின் ஆட்சிக்காலத்தில் பேரரசின் நிலை

பாரசீக நாட்டிலிருந்து வந்த பயணியான அப்துல் ரஸாக், கள்ளிக்கோட்டை சாமோரினுடன் சிறிது காலம் தங்கியிருந்துவிட்டு அதன் பின் இரண்டாம் தேவராயரின் அழைப்பை ஏற்று கடல் மார்க்கமாக மங்களூரில் இறங்கி அங்கிருந்து விஜயநகரம் வந்திருந்தார். அவரை நன்கு உபசரித்த தேவராயர், அவருக்குத் தனிப்பட்ட வேலையாட்களைக் கொடுத்து ஓர் அழகான மாளிகையையும் அவர் தங்குவதற்காக ஏற்பாடு செய்தார். விஜயநகரத்தின் அமைப்பைப்பற்றியும் ஆட்சி முறைபற்றியும் மக்களின் நிலைமையைப்பற்றியும் அப்துல் ரஸாக் எழுதி இருக்கிறார். அவற்றில் சிலவற்றைக் காண்போம்.

> ‘இரண்டாம் தேவராயருடைய அரசு தெற்கே இலங்கைத் தீவிலிருந்து வடக்கே குல்பர்காவரை பரவியிருந்தது. இந்தப் பேரரசில் இரும்பு மலைகளைப் போன்ற யானைகள் ஏராளமாக உள்ளன. நாட்டின் ராணுவத்தில் பதினோரு லட்சம் போர் வீரர்கள் உள்ளனர். அரசருக்கு ராயர் என்ற பெயர் உள்ளது. அவருக்கு ஏராளமான அதிகாரம் உள்ளது. இவ்வளவு அதிகாரங்கள் உள்ள வேறொரு அரசரை இந்தப் பகுதியில் காண இயலாது. ’

> ‘நகரத்தைச் சுற்றி ஏழு கோட்டைச் சுவர்கள் ஒன்றன்பின் ஒன்றாக அமைக்கப்பட்டுள்ளன. முதல் கோட்டைச் சுவருக்கு முன் ஓராள் உயரமுள்ள கருங்கல் பலகைகள் புதைக்கப் பட்டுள்ளன. அவற்றைக் காலாட்படைகளோ குதிரைப் படைகளோ எளிதில் கடந்துசெல்ல முடியாது. ’

> ‘நகரின் வடக்கில் ஏழாவது கோட்டைச்சுவருக்குள் அரசனின் அரண்மனை உள்ளது. முதல் மூன்று கோட்டைகளின் இடைவெளியில் நன்செய் நிலங்களும் தோட்டங்களும் வீடுகளும் நிரம்பியுள்ளன. மூன்றாவது அரணிலிருந்து ஏழாவது அரண் வரை அமைந்துள்ள பகுதிகளில் கடைவீதிகளும்

கடைகளும் காணப்படுகின்றன. ஒவ்வொரு கடைவீதியின் நுழைவாயிலிலும் வளைவான விதானங்கள் அமைந்துள்ளன அதன் அடியில் மக்கள் ஏறிச்செல்வதற்கான படிகள் உள்ளன. கடைவீதிகள் நீளமாகவும் அகலமாகவும் உள்ளன. மணம் நிறைந்த ரோஜா மலர்கள் நகரெங்கும் விற்கப்படுகின்றன. விஜயநகர மக்கள் ரோஜாவை மிகவும் விரும்புகின்றனர். ஆடைகளும் நகைகளும் தனித்தனி வீதிகளில் விற்கப் படுகின்றன. அணிகலன்களை விற்பவர்கள் பொன், வெள்ளி, நவரத்தினக் கற்கள் போன்றவற்றை அச்சமின்றி விற்பனை செய்கின்றனர். கடைவீதிகளின் ஓரத்திலும் அரண்மனையின் ஓரத்திலும் கால்வாய்கள் காணப்படுகின்றன. அதில் தண்ணீர் தெளிவாக ஓடிக்கொண்டிருக்கிறது. '

'விஜயநகரத்தில் குற்றங்கள் நடைபெறாத வண்ணம் காப்பதற்காகக் காவல் தலைவரின் கண்காணிப்பில் பன்னிரண்டாயிரம் காவலர்கள் இருந்தனர். அவர்களுக்கு அந்த நகரின் விலைமகளிரிடமிருந்து வசூல் செய்யப்பட்ட பணம் ஊதியமாகக் கொடுக்கப்பட்டது. அந்த விலைமாதர்களின் ஆடை அலங்காரங்களும் அவர்கள் ஆடவர்களை வசப்படுத்தச் செய்யும் சாகசங்களும் வார்த்தையில் விளக்க முடியாதவை. அரசனுடைய அந்தப்புரத்தில் ஏகப்பட்ட அரசிகளும் ஆசை நாயகிகளும் இருந்தனர். '

'அரண்மனையின் இடது பக்கத்தில் 'திவான்கானா' என்ற அலுவலகம் இருந்தது. அந்தக் கட்டடத்தில் நீதிமன்றம் நடைபெற்றது. திவான் அல்லது தண்டநாயகர் நீதி ஸ்தானத்தில் அமர்ந்துகொண்டு குடிமக்களின் விண்ணப்பங்களைப் பெற்றுக் கொண்டு நீதி வழங்கினர். '

'அரசருக்கு (தேவராயருக்கு) ஒரு தலைவனுக்கு உரிய எல்லா குணநலன்களும் இருந்தன. ஒரு மிகப்பெரிய சபையில் அரசர் அமர்ந்திருந்தார். அவருடைய ஆசனத்தின் இருபுறங்களிலும் சபையோர் வட்டவடிவமாக அமர்ந்திருந்தனர். வழவழப்பான பச்சை நிற ஆடைகளை அரசர் அணிந்திருந்தார். பொன், முத்து, நவரத்தினம் ஆகியவற்றால் செய்யப்பட்ட ஆபரணங்களை அவர் அணிந்திருந்தார். மாநிறமாகவும் உயரமாகவும் அரசர் இருந்தார். அவர் முகத்தில் தாடியோ மீசையோ காணப் படவில்லை. அவர் முகத்தில் பிறரை வசப்படுத்தும் தேஜஸ் இருந்தது. '

மேற்குறிப்பிட்ட செய்திகளைத் தரும் அப்துல் ரஸாக், தான் அங்குத் தங்கியிருந்தபோது நடைபெற்ற மகாநவமி (தசரா) திருவிழாவைப் பற்றியும் விவரிக்கிறார்.

> ‘மகாநவமியைக் கொண்டாடப்படுவதற்கு முன்பு மகாமண்டலேஸ்வரர்களுக்கும் அமரநாயக்கர்களுக்கும் தண்டநாயகர்களுக்கும் முக்கியமான அலுவலர்களுக்கும் அழைப்பு ஓலைகள் சென்றன. அழைக்கப்பட்ட அனைவரும் அரண்மனையில் கூடியிருந்தனர். அங்கே ஆயிரம் யானைகள் அலங்கரிக்கப்பட்டுக் கொண்டுவரப்பட்டன. அந்த இடத்திற்கு வலதுபுறம் பல கூடாரங்கள் அமைக்கப்பட்டிருந்தன. அதற்கு எதிர்புறத்தில் ஒன்பது கூடாரங்கள் கொண்ட தற்காலிக அரண்மனை ஒன்று அமைக்கப்பட்டது. அதில் ஒன்றில் அரசருக்கு அரியணை வைக்கப்பட்டிருந்தது. அவருக்கு உற்சாகம் ஊட்டுவதற்காக ஆடல் மகளிர் எந்நேரமும் தயாராக இருந்தனர். மகாநவமி முதல் மூன்று நாட்களும் பலவிதமான கேளிக்கை நிகழ்ச்சிகளும் மல்யுத்தங்களும் வாண வேடிக்கைகளும் நடைபெற்றன.’

அரசரை மூன்றாவது நாள் சந்தித்ததாகச் சொல்கிறார் அப்துல் ரஸாக். ‘அரசர் தங்கத்தினால் செய்யப்பட்டு நவரத்தினங்களால் இழைக்கப்பட்ட சிங்காதனத்தில் அமர்ந்திருந்தார். அதற்கு முன்பு மெத்தை வைத்துத் தைக்கப்பட்ட சதுரமான மேஜை ஒன்று இருந்தது. அதில் மூன்று வரிசையில் முத்துகள் இணைக்கப் பட்டிருந்தன. அந்த மெத்தையின் மேல் முதல் மூன்று நாட்கள் அரசர் அமருவது வழக்கம். திருவிழா முடிந்த பிறகு அந்தக் கூடாரத்தில் இருந்த நான்கு மேடைகளை நான் பார்த்தேன். அதில் நான்கு பக்கங்களிலும் தங்கத்தினாலான தகடுகள் வைக்கப் பட்டிருந்தன. அந்தத் தகட்டின் கனம் வாளின் கனத்தை ஒத்திருந்தது’ என்று அந்தக் காட்சியை வர்ணிக்கிறார் அவர்.

மேலும் அரசு ஆவணங்கள் எல்லாம் பனையோலையில் எழுத்தாணி கொண்டு எழுதப்பட்டது என்றும் அனைத்து ஆவணங்களும் பத்திரமாக வைக்கப்பட்டிருந்தது என்றும் கொலைக்குற்றங்கள் செய்தோர் யானையினால் இடறிக் கொலை செய்யப்பட்டனர் என்றும் அவர் குறிப்பிட்டிருக்கிறார். முக்கியமாக மக்கள் எப்போதும் வெற்றிலை பாக்கு மென்றுகொண்டிருந்ததாகவும் அவர் குறித்திருக்கிறார்.

அத்தியாயம் 6

சங்கம அரசின் வீழ்ச்சி

இரண்டாம் தேவராயர் பொயு 1449ல் மறைந்தவுடன் விஜயநகர ஆட்சியில் குழப்பமான நிலை தலையெடுத்தது என்பது ஆய்வாளர்கள் சொல்லும் செய்தி. அவருக்கு மல்லிகார்ஜுனன், விருபாட்சன் என்று இருமகன்கள் இருந்தனர். இதில் மல்லிகார்ஜுனருடைய கல்வெட்டுகள் 1465ம் ஆண்டு வரை கிடைக்கின்றன. அவரது மகனான ராஜசேகரன் என்பவருடைய கல்வெட்டுகள் 1487 வரை கிடைக்கின்றன. அதைத்தவிர விருபாட்சருடைய கல்வெட்டுகளும் 1484ல் கிடைக்கின்றன. இவற்றையெல்லாம் வைத்துப் பார்க்கும்போது கிட்டத்தட்ட 40 ஆண்டுகள் ஆட்சியில் பெரும் குழப்பம் இருந்தது தெரிகிறது. இதே நேரத்தில் பாமினி சுல்தான்களுக்கிடையேயும் பல விதமான வாரிசுரிமைப் போட்டிகள் நிலவியதால் அவர்களிடத்திலிருந்தும் விஜயநகரைப் பற்றிய தெளிவான தகவல் இல்லை.

மல்லிகார்ஜுன ராயர்

இரண்டாம் தேவராயருடைய மகனான மல்லிகார்ஜுன ராயர் ஆட்சியில் ஏறியபோது அவரிடம் ஒரு வலுவான அரசு இருந்தது. ஆனால் அதைக் காப்பாற்றிக்கொள்ள போதிய திறமை அவரிடம் இல்லை என்றே சொல்லவேண்டும். ஏற்கெனவே ராஜ மகேந்திரத்தைப் பிடிக்க முயன்று, இரண்டாம் தேவராயரால் விரட்டப்பட்ட கலிங்க நாட்டு மன்னன் கபிலீஸ்வர கஜபதி மீண்டும் ஒருமுறை விஜயநகரத்தின் மீது மல்லிகார்ஜுனரின் ஆட்சியின்

ஆரம்பத்தில் படையெடுத்தான். 'மல்லிகார்ஜுனர் குகையிலிருந்து கிளம்பிய சிங்கம் யானையை வேட்டையாடுவதைப்போல கஜபதியின் சேனையை வெற்றிகொண்டார்' என்று கங்காதாசப் பிரதாப விலாசம் என்ற சமஸ்கிருத நாடகம் கூறினாலும் அனந்தவரத்தில் உள்ள கல்வெட்டு ஒன்று கபிலீஸ்வர கஜபதி விஜயநகரத்தைக் கைப்பற்றியதாகக் கூறுகிறது. ஆகவே இந்தப் போர் எந்தத் தரப்பிற்கும் வெற்றி தோல்வியின்றி முடிந்திருக்கக்கூடும்.

ஆனால், மீண்டுமொருமுறை கஜபதி விஜயநகரத்தின் மீது போர் தொடுத்தான். ராஜமகேந்திரம், கொண்டவீடு, உதயகிரி ஆகிய இடங்கள் கபிலீஸ்வர கஜபதியின் ஆதிக்கத்திற்கு உட்பட்டன. பொயு 1463ல் நடைபெற்ற இந்த படையெடுப்பில் ஆந்திராவின் வடபகுதியை மட்டும் கைப்பற்றிக்கொண்டதில் திருப்தி அடையாத கஜபதி தமிழகம் வரைக்கும் தன்னுடைய படையைச் செலுத்தியதாகத் தெரிகிறது. வட தமிழகத்தில் உள்ள முன்னூர்க் கோயிலில் உள்ள கல்வெட்டு 'கபீலீஸ்வர கஜபதியின் மகனாகிய குமார ஹம்வீரதேவன் 1464ம் ஆண்டு வழுதிலம்பற்று உசாவடி, சந்திரகிரி, திருமலாப்பள்ளி முதலிய இடங்களைக் கைப்பற்றி முன்னூர்க்கோயிலுக்கு ஹம்வீரயோகம் என்ற கட்டளையை ஏற்படுத்தினான்: என்று கூறுகிறது.

திருக்கோவிலூரைச் சுற்றியுள்ள இடங்களில் கிடைக்கும் சில கல்வெட்டுகள் ஒட்டியர்கள் தமிழகத்தின்மீது படையெடுத்து வந்து கொள்ளையடித்துச் சென்றனர் என்று கூறப்பட்டுள்ளது. அந்த இடங்கள் எல்லாம் மல்லிகார்ஜுன ராயரின் ஆதிக்கத்தின் கீழ் இருந்தது என்பது குறிப்பிடத்தக்கது. இப்பகுதியில் உள்ள மக்கள் கலிங்க தேசத்தினரின் இந்தப் படையெடுப்பால் மிகுந்த துன்பம் அடைந்தனர். ஆனால் சந்திரகிரியில் விஜயநகரத்தின் மகா மண்டலேஸ்வரராக இருந்த சாளுவ நரசிம்மர் இவர்களைத் தோற்கடித்து தமிழகத்தை விட்டுத் துரத்தினார். சோதிட நூலில் திறமை உள்ளவராகவும் 'கஜவேட்டை கண்டருளிய மும்முடித் தேவராயன்' என்றும் புகழப்பட்ட மல்லிகார்ஜுனராயர் சிக்கலான நிலையில் அரசை விட்டுவிட்டு பொயு 1465ல் மறைந்தார்.

இரண்டாம் விருபாட்ச ராயர்

மேற்குறிப்பிட்டது போல மல்லிகார்ஜுனராயருடைய மகனான ராஜசேகரன் சிறிது காலம் விஜயநகர அரசனாக இருந்தான் என்று தெரிகிறது. ஆனால், மல்லிகார்ஜுனராயருடைய சகோதரர்

விருபாட்சர் (ஒன்று விட்ட சகோதரர் என்றும் சிலர் கூறுவர்) வன்முறையைப் பயன்படுத்தி ராஜசேகரனை விரட்டிவிட்டு ஆட்சியைக் கைப்பற்றிக்கொண்டார். வாளின் வன்மையால் விஜயநகரப் பேரரசை விருபாட்சர் கைப்பற்றியதாக ஸ்ரீசைலம் செப்பேடுகள் தெரிவிக்கின்றன. அவர் தாயத்தார்களை எல்லாம் கொன்று அரசைக் கைப்பற்றியதால் அவர்கள் பிசாசுகளாக மாறி அவரைத் தொல்லை செய்ததாகவும், எட்டூர் நரசிம்மாச்சாரியார் என்பவர் ராமாயணத்தை அந்தப் பிசாசுகள் இருக்கும் இடத்தில் பாராயணம் செய்து அவற்றை நற்கதி அடையும்படிச் செய்தார் என்றும் கூறப்படுகிறது. அதன் காரணமாகவே நரசிம்மாச்சாரியாரை விருபாட்சர் தன்னுடைய குலகுருவாகக் கொண்டார். ராமனைத் தன் தெய்வமாகக் கொண்டாடினார். அரச முத்திரையான ஸ்ரீவிருபாட்ச என்பதற்குப் பதிலாக ஸ்ரீராம என்ற வார்த்தை பயன்படுத்தப்பட்டது.

'விருபாட்சன், தான் அரசனாக இருந்த காலம் முழுவதிலும் ஆட்சியில் கவனம் செலுத்தாமல் லாகிரி வஸ்துக்களை உண்டும் குடித்தும் சிற்றின்ப வாழ்விலேயே தன் காலத்தைக் கழித்தான். குடிமக்கள் நலனைச் சிறிதும் கருத்தில் கொள்ளவில்லை. அதன்காரணமாக இவன் மூதாதையர்களிடமிருந்து பெற்ற அரசின் பல பகுதிகளை இழந்தான்' என்கிறார் நூனிஸ். பொயு 1469ம் ஆண்டு பாமினி சுல்தான் மூன்றாம் முகமதுவின் அமைச்சனான மகமூது கவான் மேற்கு நோக்கிப் படையெடுத்து கோவாவையும் தாபோலையும் பிடித்துக் கொண்டான்.

அதன்பின் பாமினி அரசில் உள்நாட்டுக் கலகம் ஏற்பட்டது. இதனால் சில நாட்கள் விஜயநகரத்தில் அமைதி நிலவினாலும் அடுத்த சில மாதங்களில் கிழக்கு நோக்கிச் சென்ற சுல்தான் ராஜமகேந்திரத்தையும் கொண்டவீட்டையும் கலிங்க கஜபதியிடமிருந்து கைப்பற்றினான். இப்படி மேற்கிலும் கிழக்கிலும் உள்ள பகுதிகள் பாமினி சுல்தானால் கைப்பற்றப்பட்டு விஜயநகர அரசு அபாயத்திற்கு உட்பட்டது.

போதாக்குறைக்குத் தமிழகத்திலும் கலகம் தலைதூக்கியது. மதுரையை ஆண்டுகொண்டிருந்த வாணர் குலத்தைச் சேர்ந்த தலைவர்கள் விஜயநகர அரசுக்கு எதிராகப் போர்க்கொடி உயர்த்தினர். அவர்களுக்குத் தலைமை வகித்த புவனேகவீரன் சமரகோலாகலன் என்பவன் தொண்டை நாட்டின் மீது படையெடுத்து அதைக் கைப்பற்றிக் கொண்டான். காஞ்சி ஏகாம்பரநாதர் கோயிலில் உள்ள ஒரு கல்வெட்டு காஞ்சிபுரமும்

அதைச் சுற்றியுள்ள இடங்களும் புவனேகவீரனுக்கு அடங்கி இருந்ததாகக் கூறுகிறது. அவனுக்கு மூவார்ய கண்டன், ராஜமீசுர கண்டன், வீரகஞ்சுகன், திருமாலிருஞ்சோலை நின்றான், மாவலி வாணாதிராயன் என்ற சிறப்புப் பெயர்கள் உண்டு.

வாணாதிராயர்கள் திருமாலிருஞ்சோலை அழகர் பெருமானைக் குலதெய்வமாகக் கொண்டது இங்கே குறிப்பிடத்தக்கது. தன்னுடைய கல்வெட்டுகளில் இவன் வடுகர்களை வென்றவன், காஞ்சிபுரத்தைக் கைப்பற்றியவன் என்றெல்லாம் இவன் குறிப்பிட்டுக்கொள்கிறான். விஜயநகர அரசின் கட்டுப்பாட்டில் தான் இல்லை என்று கூறி சுதந்தர அரசாக தன்னுடைய ஆட்சியை இவன் குறிப்பிடுகிறான். இதேபோல தமிழகத்தில் இருந்த இன்னும் சில அரசர்களும் செய்தனர் என்று தெரிகிறது. பின்னால் சந்திரகிரி மகாமண்டலேஸ்வரரான சாளுவ நரசிம்மர் இவர்கள் கலகத்தை அடக்கி காஞ்சியைக் கைப்பற்றினார்.

இதற்கிடையில் கலிங்க நாட்டில் கபிலீஸ்வர கஜபதி மறைந்ததால் அவன் மகன்களான ஹம்வீரதேவனுக்கும் புருஷோத்தமனுக்கும் அரசுரிமையைப் பெறுவதில் போட்டி ஏற்பட்டது. ஆட்சியைப் பிடிப்பதற்குப் பாமினி சுல்தானிடம் உதவி கோரினான் ஹம்வீரதேவன். அதற்கு ஈடாக கிருஷ்ணா கோதாவரி ஆறுகளின் இடையில் உள்ளதும் கலிங்கத்தின் ஆட்சிக்கு உட்பட்டதுமான வளமான பகுதிகளைப் பாமினி அரசுக்குக் கொடுப்பதாகவும் அவன் உறுதியளித்தான். அதை ஏற்ற மூன்றாம் முகமது, ஹம்வீர தேவனுக்கு உதவ முன்வந்தான்.

ஏற்கெனவே மேற்கிலும் கிழக்கிலும் உள்ள சில பகுதிகள் பாமினி அரசிடம் சென்ற நிலையில் இந்தப் பகுதிகளும் அவர்கள் ஆதிக்கத்தின் செல்வது விஜயநகர அரசை மேலும் பலவீனப் படுத்தும் என்பதை உணராமல் விருபாட்சர் சும்மா இருந்தார். தன்னால் முடிந்த அளவிற்கு விஜயநகரப் பகுதிகளைக் காப்பாற்றி வந்த சாளுவ நரசிம்மர், இங்கேயும் தலையிட்டார். ஹம்வீர தேவனுக்கும் புருஷோத்தமனுக்கும் இடையே சமாதானம் பேசி அரசுரிமைப் போரைத் தீர்த்து வைத்தார்.

பொயு 1475ம் ஆண்டு தென்னகத்தில் பெரும் பஞ்சம் ஒன்று தோன்றியது. இதனால் பெரும் துன்பத்திற்கு ஆளான கொண்டப் பள்ளியின் மக்கள், அங்குள்ள பாமினி சுல்தானின் ஆளுநரைக் கொன்றுவிட்டனர். இதைக் கேட்டு ஆத்திரமடைந்த சுல்தான், கொண்டப்பள்ளியின் மீது படையெடுத்தான். அங்குள்ள

கோயில்களை இடித்து அர்ச்சகர்களைக் கொன்று பல்வேறு அழிவுச் செயல்களில் ஈடுபட்டான். அதன் பின் தெற்கு நோக்கித் திரும்பி வழியிலுள்ள பல நகரங்களைத் தாக்கி அழித்தான். காஞ்சிபுரம் நகர் வரை வந்து அங்கிருந்த பல கோயில்களைக் கொள்ளையடித்து பெரும் செல்வத்துடன் குல்பர்காவிற்குத் திரும்பினான் மூன்றாம் முகமது. தன்னுடைய ஆட்சிக்கு உட்பட்ட பகுதிகளில் சுல்தான் நடத்திய இந்த அழிவுச் செயல்களைக் கண்டுகொள்ளாமல் விருபாட்சர் இருந்ததைக் கண்ட சாளுவ நரசிம்மர் மீண்டும் ஒருமுறை ஒரு பெரும் படையோடு சென்று கண்டுக்கூர் என்ற இடத்தில் மூன்றாம் முகமதுவை இடைமறித்து அவனோடு மோதி அவன் கொள்ளையடித்துச் சென்ற செல்வங்களைக் கைப்பற்றிக் கொண்டார்.

இப்படி நாட்டை உள்நாட்டுப் பூசல்களிலிருந்தும் வெளிநாட்டுப் படையெடுப்புகளிலிருந்தும் காப்பாற்றாமல் தன் காலத்தைக் கழித்துக்கொண்டிருந்த விருபாட்சனை எதிர்த்து அவருடைய மகனே வெகுண்டெழுந்தான். தந்தைக்கும் மகனுக்கும் இடையே நடந்த மோதலில் தகப்பனையே கொலை செய்த விருபாட்சருடைய மூத்த மகன், அந்தப் பாவத்திற்குப் பிராயச்சித்தமாக நாட்டின் அரசுப்பொறுப்பு வேண்டாம் என்று மறுத்துவிட்டான். அதன்பின் இரண்டாவது மகனான பெத்தராயன் விஜயநகர மன்னனாக முடிசூட்டிக்கொண்டான். ஆனால் அவனுடைய அமைச்சர்களும் ஆலோசகர்களும், தகுந்த சமயத்தில் அண்ணன் மறுபடியும் ஆட்சியைப் பிடித்துவிடுவான் என்று அவனுக்குத் துர்போதனை செய்து, அவனைக் கொன்றுவிடும்படி பெத்தராயனைத் தூண்டினர். அதைக் கேட்ட அவன் தன் அண்ணனைக் கொன்றான்.

அதன்பிறகு அவனும் உல்லாசமாக தன் தந்தையைப்போலவே சிற்றின்பத்தில் கவனம் செலுத்தி ஆட்சியைக் கவனிக்க மறந்தான். இதையெல்லாம் கவனித்துக்கொண்டிருந்த சாளுவ நரசிம்மர், இப்படியே நாட்டின் நிர்வாகம் சென்றுகொண்டிருந்தால் விஜய நகரப் பேரரசு சீக்கிரம் வீழ்ந்துவிடும் என்ற முடிவுக்கு வந்தார். விருபாட்சர் காலத்திலேயே பல இடங்களை இழந்த அரசு பெத்தராயனின் நிர்வாகத் திறமையின்மை காரணமாக மேலும் பல பகுதிகளை இழக்க நேரிடும் என்று நினைத்த அவர், அரசை எப்படியாவது நிலைநிறுத்த வேண்டும் என்று உறுதிபூண்டார். பல முக்கியமான அரசவை அதிகாரிகளையும் மகாமண்டலேஸ்வரர் களையும் கூட்டிய அவர் நிலைமை இன்னதென்று அவர்களுக்குத் தெளிவாக எடுத்துக் கூறினார். சூழ்நிலை சிக்கலாக இருப்பதை

உணர்ந்த அவர்களும், சாளுவ நரசிம்மரையே தங்களுக்குத் தலைவராகத் தேர்ந்தெடுத்தனர். அதை ஏற்று அரசராகத் தாமே பதவியேற்றுக்கொள்ள முடிவுசெய்த நரசிம்மர், ஒரு சிறு படையுடன் தனது நம்பிக்கைக்குரிய நரச நாயக்கர் என்பவரை விஜயநகரம் நோக்கி அனுப்பினார். இதுதான் பிரசித்தி பெற்ற 'சாளுவப் புரட்சி' என்ற நிகழ்வாகும்.

ஆனால் அரண்மனையில் அவரது படையை எதிர்க்க யாரும் இல்லை. 'சாளுவ நரசிம்மருடைய தளபதி அரண்மனையில் நுழைந்தபோது அவனைத் தடுத்த நிறுத்த எவரும் துணியவில்லை. பெத்தராயனிடம் நரசிம்மர் படையெடுத்து வரும் செய்தியை அவனுடைய மெய்க்காவலர்கள் அறிவித்தபோது அப்படி எல்லாம் நடக்க வாய்ப்பு இல்லை என்று சொல்லி அவன் சும்மா இருந்துவிட்டான். ஆகவே தங்களைக் காப்பாற்றிக்கொண்டால் போதும் என்ற நினைப்பில் அவர்கள் அனைவரும் ஓடிவிட்டனர். நரசிம்மரின் ஆட்கள் அரண்மனையில் புகுந்து விட்ட பிறகே நிலைமை இன்னதென்று உணர்ந்துகொண்ட பெத்தராயன், ரகசிய வழி மூலம் அங்கிருந்து தப்பி ஓடிவிட்டான். எந்த விதமான சேதமும் இன்றி விஜயநகர அரசைச் சாளுவ நரசிம்மர் கைப்பற்றினார்' என்று கூறுகிறார் நூனிஸ்.

ஓடிவிட்ட பெத்தராயனைத் துரத்திக் கைது செய்ய முயலாத தளபதி, நகரத்தைக் கைப்பற்றிய செய்தியைச் சாளுவ நரசிம்மருக்கு அறிவித்தான். அதன்பின் விஜயநகரம் வந்த நரசிம்மர் அரசராகப் பொறுப்பேற்றார். இது நடைபெற்ற ஆண்டு எது என்பதை ஓ. ராமச்சந்திரய்யா என்ற ஆய்வாளர் பதிவு செய்துள்ளார். முல்பாகல் என்ற இடத்தில் உள்ள கல்வெட்டு ஒன்று 'சங்கம வம்சத்தின் கடைசி அரசரான தேவராய மகாராய பிரபுட தேவமகாராயர்' 1485ம் ஆண்டு ஜூலை மாதம் ஆட்சி செய்ததாகக் கூறுகிறது. 1486ம் ஆண்டு நவம்பரைச் சேர்ந்த இன்னொரு கல்வெட்டு 'ஸ்ரீமன் ராஜாதிராஜ ராஜ பரமேஸ்வர பிரவுட பிரதாப சாளுவ நரசிங்க ராயர் விஜயநகரத்திலிருந்து ஆட்சி செய்தார்' என்று குறிப்பிடுகிறது. ஆகவே இந்த இரண்டு மாதங்களுக்கும் இடையில்தான் சாளுவப் புரட்சி நடைபெற்றிருக்கவேண்டும் என்று அந்த ஆய்வாளர் தெரிவிக்கிறார். இப்படியாக ஹரிஹர புக்க சகோதரர்களால் தோற்றுவிக்கப்பட்ட விஜயநகரப் பேரரசு, சங்கம வம்சத்திலிருந்து சாளுவ வம்சத்தின் கீழ் வந்தது.

அத்தியாயம் 7

சாளுவ வம்சம்

சாளுவ நரசிம்மர்

மகாவீரரும் விஜயநகரத்திற்கு ஏற்படவிருந்த பெரும் வீழ்ச்சியைத் தடுத்து நிறுத்தியவருமான சாளுவ நரசிம்மர், அரசு தோன்றியதிலிருந்து பரம்பரையாக அங்கே சேவை செய்து வந்த சாளுவ குடும்பத்தைச் சேர்ந்தவர். வேகமாகப் பறந்து எவ்வளவு உயரத்தில் இருந்தாலும் தனக்கான இரைகளைத் தன் கூர்மையான பார்வையுடன் வேட்டையாடும் ராஜாளிப் பறவைக்கு 'சாளுவ' என்று பெயர். குமார கம்பண்ணரின் தமிழகப் படையெடுப்பின் போது அவருடைய தளபதியாக வந்த மங்கு என்பவர், சம்புவரையர்களையும் மதுரைச் சுல்தான்களையும் ராஜாளிப் பறவையைப்போல வேட்டையாடி வீழ்த்தியதால் அவருக்கு 'சாளுவ' என்ற சிறப்புப் பெயர் கம்பண்ணரால் வழங்கப்பட்டது. அந்தச் சாளுவ மங்குவின் வம்சத்தைச் சேர்ந்தவர்தான் நரசிம்மர்.

கல்யாணபுரத்தில் வாழ்ந்த குண்டா என்பவரின் வழிவழியாக வந்தவர்கள் இவர்கள். மல்லிதேவன், மங்கிதேவன், மங்கதா ஆகியோர் குண்டாவின் முன்னோர்களாகக் குறிப்பிடப்படு கின்றனர். ராமதுர்க்கத்தின் மீது படையெடுத்து அந்நாட்டு மன்னனைக் குண்டா வென்றதாகச் சொல்லப்படுகிறது.

பாமினி சுல்தான்களால் அங்கிருந்து துரத்தப்பட்டு விஜய நகரத்திற்குக் குண்டாவும் அவரது மகனான மங்குவும் வந்து

தஞ்சமடைந்தனர். ஹரிஹரனும் புக்கனும் விஜயநகர அரசை உருவாக்கியபோது அவர்களுக்கு உதவியாக இருந்த சாளுவ மங்கு முதலில் கம்பண்ணரின் திருமந்திர ஓலை நாயகமாகப் பணிபுரிந்து, பின் அவருடைய சிறந்த தளபதிகளில் ஒருவராக இருந்தார். வீரகம்பண்ணர் பெற்ற அதே மரியாதைகள் அவருக்கும் வழங்கப் பட்டன. சம்புவரையர் மீது கம்பண்ணர் படையெடுத்தபோது மீண்டும் அரசை சம்புவரையருக்கு வழங்கியதில் சாளுவ மங்குவின் பங்கு முக்கியமானது. அதனால் தன்னை 'சம்புவரைய ஸ்தாபனாச்சாரியார்' என்று அழைத்துக்கொள்கிறார் மங்கு.

மதுரை சுல்தான்களின் மீது விஜயநகரப் படைகள் அடைந்த வெற்றியைக் கொண்டாடத் தாமிரபரணிக் கரையில் விஜயஸ்தம்பம் ஒன்றைச் சாளுவ மங்கு நிறுவியிருக்கிறார். அதன்பின் திருவரங்கம் சென்று பொன்னி நதி வருடும் அரங்கனின் கமலப் பாதங்களை இவர் தரிசித்தார் என்றும் அதற்கு முன்பு காவிரியில் நீராடி ஆயிரம் சாளக்கிராமங்களையும் பதினாறு வகையான மகா தானங்களையும் செய்தவர் இவர் என்றும் ராமாப்யூதம் என்ற நூலில் குறிப்பிடப்பட்டுள்ளது.

'அணியரங்கன் திருமுற்றத்தில் முதலாம் சடையவர்மன் சுந்தரபாண்டியன் ஏற்படுத்திய தங்கத்தாலான கொடிக்கம்பமும் கொடியேற்றத்தின்போது அழகிய மணவாளன் எழுந்தருளும் தங்கத்தேரும் மாலிக்காபூரின் படையெடுப்பின்போது கொள்ளை யடிக்கப்பட்டன. பொயு 1371ல் அழகிய மணவாளன் திருவரங்கம் எழுந்தருளியபோது இவை இரண்டும் இல்லாமலிருந்தன. கம்பண்ண உடையாருடன் திருவரங்கத்திற்கு வருகை தந்த சாளுவ மங்கு பூர்வம் அணியரங்கன் திருமுற்றத்திலே பாண்டியன் கைங்கரியமான பொன்னின் திருக்கொடித்தட்டு பண்ணி நட்டுவித்தார்' என்கிறது கோயிலொழுகு.

திருப்பதியிலும் பல திருப்பணிகளைச் செய்தவர் சாளுவ மங்கு. திருவேங்கடமுடையானின் விமானமான ஆனந்த நிலையத்தின் மேல் தங்கத் தகடுகளைப் பதித்தவர் இவர் என்று சொல்லப் படுகிறது. இப்படிப் புகழ் வாய்ந்த சாளுவ மங்குவின் வம்சத்தில் வந்த சாளுவ நரசிம்மரின் தந்தையான சாளுவ திப்பன் இரண்டாம் தேவராயருடைய சகோதரியை மணந்து அவரால் சந்திரகிரி ராஜ்யத்திற்கு மகாமண்டலேஸ்வரராக நியமிக்கப்பட்டார். அதன்பின் 1450ல் தகப்பனுக்குப் பின்னால் சாளுவ நரசிம்மர் சந்திரகிரியின் மகாமண்டலேஸ்வரராகப் பதவியேற்றார்.

இவருடைய கல்வெட்டுகள் பல இடங்களில் காணப்படுகின்றன. செங்கல்பட்டு அருகே கிடைக்கும் கல்வெட்டு ஒன்று 'மகா மண்டலீஸ்வர மேதினி மீசுரகண்ட நரசிம்ம தேவர் தமிழ்நாட்டில் ஆட்சி செலுத்தினார்' என்று இவரைப்பற்றிக் குறிப்பிட்டுள்ளது. விருபாட்ச ராயர் காலத்தில் அரசு பலவீனமடைந்தபோது மத்திய, கிழக்குப் பகுதிகளையும் சேர்த்து நரசிம்மர் கவனித்து வந்தார். மூன்றாம் முகமதுவின் தாக்குதல்களிலிருந்து பலமுறை விஜயநகரத்தை இவர் காப்பாற்றியதையும் கலிங்க சகோதரர் களிடையே சமாதானம் செய்து வைத்து விஜயநகரத்திற்கு அபாயம் ஏற்படாமல் தடுத்ததையும் ஏற்கெனவே பார்த்தோம். விசுவாசம் என்பது அரசுக்கு மட்டுமே அரசனுக்கு இல்லை என்ற கொள்கையுள்ளவராகத்தான் நரசிம்மர் இருந்தார். எப்பாடு பட்டாவது விஜயநகர அரசைக் காப்பாற்ற வேண்டும் என்ற எண்ணத்தினாலேதான் இவர் ஆட்சியைப் பிடிக்க நேரிட்டது.

சுமார் 44 ஆண்டுகள் இவர் ஆட்சி செய்ததாக நூனிஸ் கூறுகிறார். ஆனால் இன்னும் சில ஆய்வாளர்கள், இவர் 1452லிருந்து முதல் முப்பதாண்டுகள் சந்திரகிரியில் மகாமண்டலேஸ்வரராக இருந்தார் என்றும் 1492ம் ஆண்டிலிருந்து விஜயநகரப் பேரரசராகப் பத்தாண்டு பதவி வகித்தார் என்றும் கூறுகின்றனர். விருபாட்சன் இழந்த பகுதிகளை மீண்டும் பிடித்து விஜயநகரத்துடன் சேர்ப்பதில் இவர் முதலில் கவனம் செலுத்தினார். அதில் வெற்றிபெற்றதாக நூனிஸ் கூறியிருக்கிறார். இஸ்லாமிய வரலாற்றாசிரியர்களான பெரிஷ்டாவும் டபடாபாவும் இவருடைய ஆட்சிப் பரப்பு, படிப்படியாக விரிந்தது என்பதைக் கூறுகின்றனர்.

'கர்நாடகாவிற்கும் தெலிங்கானாவிற்கும் இடையே உள்ள பல பகுதிகளைச் சாளுவ நரசிம்மர் கைப்பற்றினார்; பல கோட்டைகளைத் தன்னுடைய வசப்படுத்திக்கொண்டு வலிமையான அரசனாக இவர் இருந்தார்' என்று பெரிஷ்டா கூறுகிறார். 'தெலிங்கானாவையும் விஜயநகரத்தையும் ஆட்சி செய்தவர்களுள் மிகுந்த பலமும் அதிகாரமும் பொருந்தியவர் நரசிம்மர். இரும்பு மலைகளைப் போன்ற யானைகளையும் அலெக்சாண்டர் அமைத்த கோட்டைகளையும் கொண்டவர் இவர்' என்கிறார் டபடாபா.

பாமினி சுல்தான்களுடன் நட்புறவு கொண்டு, விஜயநகரம் இழந்த பல இடங்களை பீஜப்பூர் சுல்தான் அடில் ஷாவிடமிருந்து கைப்பற்றி சாளுவ நரசிம்மர் விஜயநகரத்துடன் இணைத்தார்.

பிறகு தெற்கு நோக்கித் திரும்பிய அவர் வாணர் குலத்துப் புவனேக வீரனும் அவனைச் சார்ந்தவர்களும் செய்த கலகங்களை அடக்கி அவர்களைத் தோற்கடித்தார். அவர்களிடமிருந்து காஞ்சியையும் அதற்குத் தெற்கே இருந்த பகுதிகளையும் கைப்பற்றி மீண்டும் விஜயநகர ஆதிக்கத்தின் கீழ் கொண்டுவந்தார்.

இந்த வெற்றிகளில் நாகம நாயக்கர், ஆரவீடு புக்கர், துளுவ ஈஸ்வர நாயக்கர் போன்ற தளபதிகள் அவருக்கு உதவினர். அதன்பின் கலிங்க அரசின் வசமிருந்த கொண்டவீடு ராஜ்யத்தைக் கைப்பற்ற முயன்றார். ஆனால் அதில் அவருக்கு வெற்றி கிடைக்கவில்லை.

போர்ச்சுக்கீசியர்களிடம் நட்புறவுக்கொண்டு அரேபிய நாட்டுக் குதிரைகளை அதிக விலைக்கு வாங்கி குதிரைப்படையை வலிமையடையச் செய்தார் அவர். நரசிம்மருடைய வெற்றிகள் அவர் காலத்தில் எழுதப்பட்ட பல இலக்கியங்களிலும் கல்வெட்டுகளிலும் குறிக்கப்பட்டுள்ளது.

சைவ வழிபாட்டைத் தலையாகக் கொண்டிருந்த விஜயநகர அரசை வைணவ வழிபாட்டை மேற்கொள்ளச் செய்த பெருமை சாளுவ நரசிம்மருக்கு உண்டு. விஜயநகரப் பேரரசுக்கு ‘நரசிம்ம ராஜ்யம்’ என்ற பெயர் வழங்குமளவிற்கு அவரது புகழ் இருந்தது. தான் வைணவராக இருந்தாலும் மற்ற எல்லாச் சமயங்களையும் சமமாக நடத்தியவர் நரசிம்மர். சமஸ்கிருதத்திலும் பெரும் புலமை பெற்ற இவர், ராமாயணத்தின் கதாசங்கிரகமாகிய ‘ராமாப்யூதம்’ என்ற நூலை சமஸ்கிருதத்தில் எழுதினர். வல்ல ராஜநாத திண்டிமர், பீன வீரபத்திரர் ஆகிய இரு தெலுங்கு மொழிக்கவிகளை இவர் ஆதரித்தார்.

பொயு *1491*ல் தன்னுடைய இறுதிக்காலம் நெருங்குவதை உணர்ந்த சாளுவ நரசிம்மர், தன்னுடைய குமாரர்களான திம்மன், நரசிம்மன் இருவரும் சிறுவயதினராக இருந்ததை எண்ணிக் கவலை அடைந்தார். தன்னுடைய நம்பிக்கைக்கு உரிய வீரரும் விஜயநகரத்தின் தளபதியுமான நரச நாயக்கரை அழைத்து அவர்கள் இருவரும் தகுந்த வயதிற்கு வரும் வரை, அரசைக் காப்பாற்றச் சொல்லிக் கேட்டுக்கொண்டார்.

விஜயநகரின் ஆட்சிப்பொறுப்பை அவரிடம் ஒப்படைத்துவிட்டு தன் மகன்கள் வயதுக்கு வந்தவுடன் அவர்களில் தகுதியானவருக்கு அரசை வழங்குமாறும் வேண்டுகோள் விடுத்தார். ‘விஜயநகரத்தின் ஆட்சியையும் என் மகன்கள் இருவரையும் உங்களிடம்

ஒப்படைக்கிறேன். இந்தப் பேரரசை என்னுடைய வாளின் வலிமையால் பெருமுயற்சி செய்து பாதுகாத்தேன். இங்குள்ள செல்வங்களும் படைபலமும் உங்களுடையது என்று நீங்கள் கருதவேண்டும். என் மகன்கள் ஆட்சி புரிவதற்கான வயதை எட்டியவுடன் அவர்களில் திறமையுள்ளவன் எவனோ அவனுக்கே அரசைத் தரவும்' என்று சாளுவ நரசிம்மர் நரச நாயக்கரிடம் சொன்னதாக நூனிஸ் எழுதியிருக்கிறார். மேலும் தன்னுடைய ஆட்சிக்காலத்தில் தான் கைப்பற்ற முடியாமல் போன ரெய்ச்சூர், உதயகிரி, கொண்ட வீடு ஆகிய மூன்று இடங்களையும் எப்பாடு பட்டேனும் கைப்பற்றி விஜயநகரத்துடன் இணைக்குமாறு கூறினார். அதன்பின் சில மாதங்களில் அவர் வாழ்வு முடிந்தது.

சாளுவ திம்மனும் நரச நாயக்கரும்

சாளுவ நரசிம்மரிடம் தான் அளித்த வாக்குறுதிக்கேற்ப, அவர் இறந்தவுடன் நரசிம்மரின் மகனான சாளுவ திம்மனை அரசுக் கட்டிலில் அமர்த்திவிட்டு நரச நாயக்கர் நிர்வாகத்தைக் கவனித்து வந்தார். மகாபிரதானி, ரக்ஷாகர்த்தர், சுவாமி என்ற பெயர்களை அவர் கொண்டிருந்தார். சாளுவ நரசிம்மரின் பிரதானத் தளபதிகளில் ஒருவர் நரச நாயக்கர். துளுவ வம்சத்தைச் சேர்ந்தவர் இவர். இவருடைய தந்தை ஈஸ்வர நாயக்கரும் விஜயநகரில் பணியாற்றியவர்தான். இவர்களும் சாளுவ என்ற பட்டப்பெயரைத் தங்களுக்குள் வைத்துக்கொண்டதால் வரலாற்று ஆசிரியர் களுடைய குறிப்புகளில் பெருங்குழப்பம் காணப்படுகிறது.

கிட்டத்தட்ட நான்கு நரசிம்மர்கள் அப்போது இருந்தது இந்தக் குழப்பத்தை மேலும் அதிகரித்தது. சாளுவ நரசிம்மர், இம்மிடி நரசிம்மர் இருவரும் சாளுவ வம்சத்தைச் சேர்ந்தவர்கள். நரச நாயக்கரும் அவரது மகன் வீர நரசிம்மரும் துளுவ வம்சத்தைச் சேர்ந்தவர்கள். ஏற்கெனவே பார்த்ததுபோல, குறி வைத்துத் தாக்கி இரையைப் பிடிக்கும் ராஜாளிப் பறவைக்குச் சாளுவ என்ற பெயர் இருந்ததால், அந்தப் பெயரை விஜயநகரத்தின் படைத்தலைவர்கள் சிலரும் மகாமண்டலேஸ்வரர்களும் சிறப்புப் பெயராக வேறு வைத்துக்கொண்டனர். ஆகவே இதை நன்கு ஆராய்ந்து பார்த்து வரலாற்றை அறிந்துகொள்ள வேண்டியதுள்ளது.

விஜயநகரத்தின் அரியணையில் அமர்ந்து ஆட்சிப்பொறுப்பு அனைத்தையும் விசுவாசமாக நரச நாயக்கர் கவனித்து வந்தார். அவருக்கு இப்படி ஒரு வாழ்வா என்று அதைக் கண்டு பலர் பொறாமை கொண்டனர். நரசிம்மரின் படைத்தலைவர்களில்

ஒருவனான திம்மராசன் என்பவன், அரசனாக இருந்த திம்மனைக் கொன்றுவிட்டு அந்தப் பழியை நரச நாயக்கரின் மீது சுமத்தினான். தான் ஆளவேண்டும் என்ற ஆசையில் நரச நாயக்கர் அந்தப் படுபாதகச் செயலைச் செய்துவிட்டார் என்ற வதந்தியை அவன் ஊரெங்கும் பரப்பினான். அவனுக்குத் துணையாக பல தலைவர்கள் இருந்த போதிலும் அந்தப் பிரச்னையைச் சமாளித்த நரச நாயக்கர், சாளுவ நரசிம்மரின் இரண்டாவது மகனான இம்மடி நரசிம்மனை ஆட்சிக் கட்டிலில் அமர்த்திவிட்டு வழக்கம்போலப் பொறுப்புகளைக் கவனிக்கலானார்.

ஆனால் அவரால் திம்மராசனையும் அவனுக்கு உதவியாக இருந்த தலைவர்களையும் கைது செய்ய முடியவில்லை. அப்படிச் செய்தால், நாட்டில் மேலும் கலகம் தலை தூக்கும் என்ற எண்ணம் அதற்குக் காரணமாக இருக்கலாம். ஆனால் பகையை விட்டு வைப்பது நல்லதல்ல என்ற சாணக்கியரின் வாசகத்தை திம்மராசன் நிரூபித்தான். இம்மடி நரசிம்மனுக்கும் துர்ப்போதனை செய்து, அவனுடைய அண்ணனைக் கொன்றது நரச நாயக்கர்தான் என்றும் அவனையும் சில நாட்களில் அவர் கொலைசெய்யக்கூடும் என்றும் பயமுறுத்தினான். இதை நம்பிய நரசிம்மன், நரச நாயக்கருக்கு எதிராகக் கிளம்பினான். அந்தச் செய்கை நாட்டின் ஸ்திரத் தன்மைக்கு அபாயத்தைத் தரும் என்பதை உணர்ந்த நரச நாயக்கர் அவனைப் பெனுகொண்டா கோட்டையில் காவலில் வைத்துவிட்டு நாட்டின் முழுப்பொறுப்பையும் ஏற்றுக்கொண்டார்.

பாமினி சுல்தானியத்தின் வீழ்ச்சி

இந்த சமயத்தில் பாமினி சுல்தானியத்தில் நடந்த நிகழ்வுகளைக் கவனிப்பதும் அவசியமாகும். இரண்டாம் அலாவுதீன் மறைந்த பிறகு அவனுடைய மகன் ஹுமாயூன் அரசனானான். தெலிங்கானாமீது படையெடுத்துத் தேவரகொண்டாவை முற்றுகை இட்டான் அவன். ஆனால் அந்த இடத்தை வெற்றிகொள்ள முடியாமல் திரும்பிவிட்டான். அவனுக்குப் பின் நிஜாம் ஷாவும் அவனுடைய சகோதரனான முகமதுவும் அடுத்தடுத்து அரியணை ஏறினார்கள். சுல்தானான முகமது, தன் அமைச்சனான மகமூது கவானின் துணை கொண்டு பாமினி அரசை விரிவடையச் செய்தான்.

ஒரு கட்டத்தில் மேலைக்கடலில் இருந்து கீழைக்கடல் உள்ள வட தக்காணப் பகுதி பாமினி அரசிடம் இருந்தது. நாட்டின் பரப்பளவு அதிகமானதைக் கண்ட அமைச்சன் மகமூது கவான் நிர்வாக

வசதிக்காக அதைப் பிரிக்க எண்ணினான். நாடு எட்டு மாகாணங்களாகப் பிரிக்கப்பட்டது. தெலிங்கானாவை கிழக்குத் தெலிங்கானா, மேற்குத் தெலிங்கானா என்று இரண்டாகப் பிரித்து அவற்றிற்கு ராஜமகேந்திரத்தையும் வாரங்கலையும் தலை நகர்களாக்கினான். ஆனால் முழுத் தெலிங்கானாவின் ஆளுநராக ஆகவேண்டும் என்று நினைத்திருந்த மாலிக் ஹாசன் என்ற ஆளுநருக்கு அது அதிர்ச்சியைத் தந்தது. அது போதாதென்று மேலும் பல சீர்திருத்தங்களைச் செய்த கவான், ஆளுநர்களின் அதிகாரத்தைக் குறைத்து மத்திய அரசின் ஆதிக்கத்தை அதிகமாக்கினான். இந்தச் செயல்களால் ஏற்கெனவே இருந்த ஆளுநர்களின் அதிருப்தியைச் சம்பாதித்துக்கொண்டான்.

ஒரே அணியாக ஒன்று திரண்ட அவர்கள் அரசனான முகமதுவிடம் சென்று , கவானைப்பற்றி பல குறைகளைச் சொன்னார்கள். பாமினி அரசின் அரசன் குடிப்பழக்கத்தால் தறிகெட்டுத் திரிவதாகவும் அதனால் உடனே படையெடுத்து வந்து நாட்டை மீட்கவேண்டும் என்று கவான், கலிங்க அரசனுக்கு ஒரு கடிதம் எழுதியதாகச் சொல்லி ஒரு போலிக் கடிதத்தை அரசனிடம் காட்டினார்கள். சந்தேகப் புத்தி உள்ள அரசன் அதை நம்பினான். ராஜத்துரோகக் குற்றம் சாட்டப்பட்ட கவான், அரசன் முன்னிலையில் விசாரிக்கப்பட்டான். அதிலுள்ள முத்திரை தன்னுடையதுதான் என்று ஒப்புக்கொண்ட கவான், கடிதத்தைத் தான் எழுதவில்லை என்று உறுதியாகக் கூறினான். ஆனால் அதை ஏற்காத சுல்தான், கவானை அந்த இடத்திலேயே கொன்றுவிடும்படி உத்தர விட்டான். இப்படியாக பாமினி அரசுக்கு விசுவாசமாகச் சேவை செய்த கவான் இறந்துபோனான்.

மகமூது கவானின் இருப்பிடத்தைச் சூறையாடிய சுல்தானும் அவனுடைய ஆட்களும், கவானின் செல்வத்தைப் பற்றி அவனுடைய கருவூலத் தலைவனிடம் விசாரித்தார்கள். அவற்றையெல்லாம் நல்ல செயல்களுக்குக் கவான் செலவழித்ததாகக் கூறிய அவன், கவான் மேல் சுமத்தப்பட்ட குற்றச்சாட்டு போலி என்று கூறினான். கடிதம் கொண்டுபோனது யார் என்று சொல்லுமாறு சுல்தானை அவன் வற்புறுத்தினான். சுல்தானுக்கு அப்போதுதான் உண்மை உறைத்தது. தன்னுடைய தவறான செய்கையால் ஒரு நல்ல மனிதனைக் கொன்றுவிட்டதை உணர்ந்த சுல்தான் வருத்தத்துடன் திரும்பினான். ஆனால் மக்கள் அவனிடம் நம்பிக்கை இழந்தனர். பீஜப்பூரின் தலைவனாக இருந்த யூசுப் அடில்கான் போன்ற நல்ல தலைவர்கள் அவனை விட்டு

விலகினர். மாலிக் ஹாசன் போன்ற போலிகளை வேறு வழியில்லாமல் தன்னுடன் சுல்தான் சேர்த்துக்கொண்டான். விரைவில் இறந்தும் போனான்.

முகமதுவுக்குப் பின் அவனுடைய மகனான மாமூது அரியணை ஏறினான். அந்த முடிசூட்டு விழாவை மாலிக் ஹாசனே நடத்தினான். ஆனால் அதற்கு முக்கியமான தலைவர்கள் யாரும் செல்லவில்லை. யூசுப் அடில்கான் மட்டுமே சென்றான். ஆனால் தலைநகரில் சூழ்ச்சியும் பொய்யும் தாண்டவமாடுவதை உணர்ந்த அவன், விரைவில் பீஜப்பூர் திரும்பிவிட்டான். அரசின் சகல அதிகாரங்களையும் மாலிக் ஹாசன் எடுத்துக்கொண்டான். ஒரு கட்டத்தில் அரசனுக்கு எதிராகவே திரும்பி சதி வேலைகள் செய்யத் தொடங்கினான். அரசனுக்கு எதிராகப் புரட்சி செய்து நாட்டைக் கைப்பற்ற அவன் திட்டமிட்டான். இதை உணர்ந்த அரசன் மாமூது, மாலிக் ஹாசன் பீடாருக்குச் சென்றிருந்தபோது அவனைக் கொன்றுவிடுமாறு பீடாரின் ஆளுநருக்கு உத்தரவிட்டான். அதன்படி பீடார் ஆளுநரான தில்பசந்துகான், மாலிக் ஹாசனைக் கழுத்தை நெரித்துக் கொன்றான். அதன்பின் நாட்டின் பல பகுதிகளில் கலகம் எழுந்தது.

இந்தக் குழப்பத்தில், பீஜப்பூர் ஆளுநரான யூசுப் அடில் கானும் பேரார் ஆளுநன் பதுல்லா இமதும் முல்கும் தன்னாட்சிப் பிரகடனம் செய்தார்கள். யூசுப் அடில் கான், அடில் ஷாவாக மாறி பீஜப்பூர் சுல்தானாகப் பதவியேற்றுக்கொண்டான். அதேபோல அகமது நகர் (நிஜாம் ஷா), கோல்கொண்டா (குதூப் ஷா) ஆகியவையும் தனியாகப் பிரிந்தன. பீடாரின் ஆளுநராக இருந்த காசிம் பரீத்தும் சிறிது நாளில் தனி ஆட்சிப் பிரகடனம் செய்துவிட்டான். இப்படியாகப் பாமினி அரசு, ஐந்து நாடுகளாகப் பிரிந்தது.

தக்காணச் சுல்தான்களுடன் போர்

பீடாரின் தலைவனான காசிம் பரீத், பிரிந்த அரசுகளை மீண்டும் ஒன்று சேர்க்கும் ஆசையுடன் பீஜப்பூர் மேல் படையெடுத்தான். மேலும் பீஜப்பூரைத் தனி நாடாகப் பிரகடனம் செய்த சுல்தான் யூசுப் அடில் ஷாவை அடக்குமாறு அவன் நரச நாயக்கரையும் கேட்டுக்கொண்டான். அதைப் பயன்படுத்திக்கொண்ட நரச நாயக்கர் ரெய்ச்சூரை நோக்கிப் படையெடுத்தார். அவருடைய தாக்குதலை எதிர்க்கமுடியாமல் பின்வாங்கிய அடில்ஷா, மானவி என்ற கோட்டைக்குள் பதுங்கிக் கொண்டான். அங்கிருந்து சமாதானம் பேசுவதுபோல நடித்து, எதிர்பாராத நிலையில் நரச

நாயக்கரைத் தாக்கினான். அதனால் அதிர்ச்சிக்குள்ளான விஜயநகரப் படை அங்கிருந்து பின்வாங்கியது. மீண்டுமொருமுறை ரெய்ச்சூரைக் கைப்பற்றும் வாய்ப்பு கைநழுவிப் போனது.

ஆனால் இதனால் மனம் சோர்ந்துவிடாமல், நாட்டின் மற்ற பகுதிகளை மீட்பதில் கவனம் செலுத்தினார் நரச நாயக்கர். சாளுவ நரசிம்மரின் மறைவை அடுத்து தமிழகத்தில் விஜயநகர ஆட்சிக்கு எதிராக மீண்டும் கலகம் எழுந்தது. திருச்சியை ஆட்சி செய்துகொண்டிருந்த கோனேரி ராஜன் என்ற அரசன் சுதந்தரப் பிரகடனம் செய்தான். திருமழபாடிக் கல்வெட்டு ஒன்று இவன் பசவசங்கரன் என்பவனுடைய மகன் என்று குறிப்பிடுகிறது. காஞ்சிபுரவரதீஸ்வரன் போன்ற சிறப்புப் பெயர்களைக் கொண்ட இவன், விஜயநகர ஆட்சிக்குத் தான் கீழ்ப்படிய முடியாது என்று சொன்னது மட்டுமின்றி அவர்களுக்குச் செலுத்தவேண்டிய திறையையும் நிறுத்திவிட்டான்.

ஸ்ரீரங்கம் கோயிலின் நிர்வாகத்தைப் பற்றிக் கூறும் கோயிலொழுகு என்ற நூலில் 'கோனேரி ராஜன், ஸ்ரீரங்கம் கோயிலிலிருந்து பரிவட்டம், புறவரிக் காணிக்கை என்ற பேரில் பல வரிகளை வசூலித்தான். வைணவர்களைத் துன்புறுத்தினான். அவனை அடக்கி விஜயநகர ஆட்சியை நிலைபெறச் செய்ய நரசநாயக்கர் படையெடுக்கவேண்டியதாயிற்று. 1499ம் ஆண்டு தமிழகத்தின் மீது படையெடுத்து கோனேரி ராஜனை வென்று அவர் அமைதியை நிலைநாட்டினார்' என்று குறிப்பிடப்பட்டுள்ளது.

அதன்பின் பாண்டிய நாட்டில் கலகம் செய்த வாணாதிராயர்களை அடக்கவேண்டி அவர் மதுரை சென்றார். அங்க மறவபூபகன் என்ற அரசனை வென்று மதுரையை மீண்டும் தன் ஆட்சிக்குக் கீழ் கொண்டுவந்தார். அதன்பின் அங்கிருந்து ராமேசுவரம் சென்று வழிபட்டார். அடுத்ததாக அவர் தென்காசிக்குச் சென்றார்.

மதுரையில் உலூக்கானின் படையெடுப்பிற்குப் பிறகு தென்காசியைத் தலைநகரமாகக் கொண்டு பாண்டியர்களின் தாயாதிகள் ஆட்சி செய்து வந்தனர். நரச நாயக்கரின் திக்விஜயத்தின் போது அங்கே ஜடாவர்மன் குலசேகர பராக்கிரம பாண்டியன் ஆட்சி செய்துவந்தான். அவனுக்கு மானபூஷணன் என்ற பெயரும் உண்டு. நரச நாயக்கரிடம் தோல்வியடைந்த அவன், விஜயநகருக்குக் கப்பம் கட்ட ஒப்புக்கொண்டான்.

இப்படி விஜயநகர அரசின் ஆட்சிப்பரப்பைத் தெற்கே கன்னியாகுமரி வரை நிலைநிறுத்திவிட்டு நாடு திரும்பினார் நரச

நாயக்கர். அவருடைய இந்த திக்விஜயத்திற்குப் பிறகு திருப்பரங் குன்றம், திருநெல்வேலி ஆகிய இடங்களில் விஜயநகர அரசின் கல்வெட்டுகள் காணப்படுகின்றன.

அடுத்து மேற்குப்பக்கம் தன்னுடைய கவனத்தைத் திருப்பினார் நரச நாயக்கர். ஸ்ரீரங்கப்பட்டினத்தை ஆட்சி செய்து வந்த நஞ்சராஜன் அரசுக்கு எதிராகப் போர்க்கொடி தூக்கினான். அவனை எதிர்த்துப் படையெடுத்த நாயக்கர் காவிரி ஆற்றின் மீது புதிய பாலம் ஒன்றை அமைத்து அதன் வழியாக ஸ்ரீரங்கப்பட்டினத்தைத் தாக்கினார். அவரை எதிர்க்கமுடியாமல் நஞ்சராஜன் பணிந்தான். அதன்பின் அரபிக் கடலோரம் சென்ற அவர், கோகர்ணத்திற்குச் சென்று அங்கும் வழிபாடு செய்தார்.

அதற்குப் பின் கிழக்குத் திசையில் இருந்து வந்த தொல்லையை அவர் சமாளிக்க வேண்டியிருந்தது. கலிங்கநாட்டின் அரசன் புருஷோத்தம கஜபதி இறந்த பிறகு அவர் மகன் பிரதாப ருத்திர கஜபதி விஜயநகர அரசின் மீது படையெடுத்தான். ஆனால், கிருஷ்ணா நதி தீரத்தில் கலிங்கப்படைகளைத் தோற்கடித்து நாட்டின் எல்லையைக் காப்பாற்றினார் நரச நாயக்கர். அவருடைய வெற்றிகளைப் பற்றி பல கல்வெட்டுகள் புகழ்கின்றன.

உதாரணமாக மைசூரில் கிடைத்த கல்வெட்டு ஒன்றில் 'புதுப்புனல் நிறைந்த காவிரி நதியைக் கடந்து ஸ்ரீரங்கப்பட்டினத்தை வென்று வெற்றித்தூண் நாட்டினார். சேர சோழ நாட்டுத்தலைவர்களையும் பாண்டியன் மானாபரணனையும் வெற்றி கண்டார். துருக்கர் களையும் கஜபதி அரசர்களையும் தோற்கடித்து மேற்குத் தொடர்ச்சி மலைகளிலிருந்து கிழக்குத் தொடர்ச்சி மலை வரை உள்ள இடங்களைத் தன் ஆட்சிக்குக் கீழ் கொண்டுவந்து விஜயநகர அரசைப் பரப்பளவை அதிகரித்தார்' என்று கூறப்பட்டுள்ளது.

ஈஸ்வர நாயக்கரின் மகனான நரச நாயக்கர் விஜயநகர ஆட்சியைக் கைப்பற்றி குந்தள நாட்டரசனுக்குத் துன்பத்தை அளித்தார். சோழ நாட்டு அரசனைத் தோற்கடித்து மதுரை நகரைக் கைப்பற்றி ராமேசுவரத்தில் பதினாறு மகா தானங்களைச் செய்தார் என்று பாரஜாதாபகரணமு என்ற நூல் கூறுகிறது. 'விஜயநகரத்திற்கு அடங்காத பல நாடுகளை அடக்கி பேரரசின் ஆதிக்கத்திற்கு உட்படச் செய்தவர் நரச நாயக்கர்' என்று அவர் போற்றப்படுகிறார். இத்தனையும் அவர் இம்மடி நரசிம்மரை அரசனாகக் கொண்டே செய்த செயல்கள் என்பது குறிப்பிடத்தக்கது.

இம்மடி நரசிம்மர்

தன்னுடைய வாழ்நாள் வரை சாளுவ நரசிம்மருக்குக் கொடுத்த வாக்கைக் காப்பாற்றி, அவருடைய மகன்களின் பேரில் ஆட்சி செய்து விஜயநகரத்தைக் கட்டிக்காத்த நரச நாயக்கர் 1503ம் ஆண்டு மறைந்தார். அப்போது நரசிம்மரின் இரண்டாவது மகனான இம்மடி நரசிம்மன் தகுந்த வயதுக்கு வந்துவிட்ட படியால் அவன் அரசுப்பொறுப்பேற்க முனைந்தான். ஆனால், நரசநாயக்கரின் மகனான வீர நரசிம்மர் தனக்கே அரியணை வேண்டும் என்று அவரோடு போட்டியிட்டார். குறைந்த பட்சம் தன்னைத் தளவாயாக அறிவிக்க வேண்டும் என்று அவர் வற்புறுத்தினார். இரண்டு ஆண்டுகள் இப்படி இழுபறியிலேயே கடந்த அரசுரிமைப் போராட்டம் திடுக்கிடும் வகையில் முடிவுக்கு வந்தது. ஒருநாள் இம்மடி நரசிம்மர் யாரோ ஒருவரால் கொல்லப்பட்டுக் கிடந்தார்.

பெனுகொண்டாக் கோட்டையில் இம்மடி நரசிம்மரை, தன்னுடைய நண்பனான கொண்டமராசன் என்பவனை வைத்து நரசநாயக்கர்தான் கொலை செய்ததாகவும், அரண்மனையில் அரசன் இல்லாததைக் கண்டு காவலர்கள் இந்தச் செய்தியை நரச நாயக்கரிடம் தெரிவித்ததாகவும் அதைக் கண்டு அவர் துக்கப் படுவதுபோலப் பாசாங்கு செய்ததாகவும் நூனிஸ் எழுதி இருக்கிறார்.

கொண்டமராயனுக்கு ஏகப்பட்ட வெகுமதிகளை நாயக்கர் வழங்கியதாகவும் அடுத்த விஜயநகர அரசராக அவர் தானே முடிசூட்டிக்கொண்டதாகவும் குறிப்பிட்டிருக்கிறார் நூனிஸ். ஆனால் இந்தச் செய்திகள் தவறானவை என்று ஆய்வாளர்கள் என். வெங்கடரமணய்யா, எஸ். கிருஷ்ணசுவாமி ஐயங்கார் ஆகியோர் வாதிடுகின்றனர். பொயு 1503ம் ஆண்டு மைசூரில் பொறிக்கப்பட்ட கல்வெட்டு ஒன்றில் நரச நாயக்கர் இறந்த பிறகு அங்குள்ள கோயிலுக்கு ஒரு தானம் வழங்கப்பட்டிருந்ததை அவர்கள் சுட்டிக்காட்டுகின்றனர்.

தமிழகத்தில் அதே ஆண்டைச் சேர்ந்த கல்வெட்டு ஒன்றிலும் 'இவ்வுலக வாழ்வை நீத்துச் சிவலோக பதவியடைந்த சுவாமி நரச நாயக்கரின் நினைவாக இத் தர்மம் செய்யப்பெற்றதாக' குறிப்பிடப்பட்டுள்ளது. ஆனால், இம்மடி நரசிம்மர் 1505ம் ஆண்டுவரை உயிரோடு இருந்திருக்கிறார். ஆகவே நரச நாயக்கர் இம்மடி நரசிம்மரைக் கொன்றார் என்பது கட்டுக்கதையாகத்தானே

இருக்கமுடியும். நரச நாயக்கரின் மகனான வீர நரசிம்மரின் பெயரைத் தந்தையின் பெயரோடு சேர்த்துக் குழப்பிக்கொண்ட நூனிஸ் இதைத் தவறாகப் புரிந்துகொண்டிருக்கக்கூடும். அதனால்தான் 'உரிமையின்றி நரச நாயக்கர் அரசைக் கைப்பற்றினார்' என்று நூனிஸ் எழுதியிருக்கிறார்.

இம்மடி நரசிம்மரின் படுகொலை நிகழ்ந்தது வீர நரசிம்மரின் காலத்தில்தான். அதற்குப் பிறகு சாளுவ வம்சத்தில் ஆட்சி செய்ய யாரும் இல்லாததால், வீர நரசிம்மரே ஆட்சியதிகாரத்தைக் கைப்பற்றிக்கொண்டார். அப்படியாக துளுவ வம்சம் ஆட்சிக்கு வந்தது.

அத்தியாயம் 8

துளுவ வம்சம் - வீர நரசிம்மர்

துளுவ நரச நாயக்கருக்கு மூன்று மனைவிகள் இருந்தனர். அவர்களில் மூத்த மனைவியான திப்பாம்பாளுக்கு வீர நரசிம்மர் என்ற மகனும், இரண்டாவது மனைவியான நாகலாதேவிக்கு கிருஷ்ணதேவராயரும் மூன்றாவது மனைவியான உமாம்பிகா தேவிக்கு அச்சுத ராயரும் அரங்க தேவராயரும் மகனாகப் பிறந்தனர். இவர்களில் மூத்தவரான வீர நரசிம்மர், சாளுவ இம்மடி நரசிம்மர் கொலையுண்டு வாரிசில்லாமல் இறந்து போனவுடன் விஜயநகர அரியணை ஏறினார்.

இப்படி இம்மடி நரசிம்மன் கொல்லப்பட்டவுடன் அரியணை ஏறிய வீர நரசிம்மரின் பேரில்தான் அந்தக் கொலைக்கான சந்தேகம் விழுந்தது. அதன் காரணமாக விஜயநகரப் பேரரசின் பல பகுதிகளில் ஆட்சி செய்துகொண்டிருந்த சிற்றரசர்கள் கலகக் கொடியைத் தூக்கினார்கள். பெரு வீரரான சாளுவ நரசிம்மரின் மகன்கள் இருவரும் கொலைசெய்யப்பட்டதை அவர்களால் ஏற்றுக்கொள்ள இயலவில்லை. குறுக்கு வழியில் ஆட்சியை வீர நரசிம்மர் பிடித்துவிட்டார் என்பதனால் ஆத்திரம் அடைந்து அவர்கள் அரசுக்கு எதிராகத் திரும்பினார்கள். அவர்களை அடக்குவதிலேயே ஆட்சிக்காலத்தின் முற்பகுதியைச் செலவழித்தார் வீர நரசிம்மர். சாம, தான பேத, தண்ட என்று நான்கு ராஜதந்திர முறைகளையும் அதற்காக அவர் பயன்படுத்தினார். ஆனால் பெயருக்கேற்றார் போல வீரத்திலும் அவர் யாருக்கும் சளைத்தவர் அல்ல. 'புஜபலராய வீர நரசிம்மன்' என்ற பெயரில்

கல்வெட்டுகள் அவரை அழைக்கின்றன. நூனிஸ் இந்தப் பெயரைத் திரித்து புஸ்பால்ராயர் என்று இவரை அழைக்கிறார்.

உம்மத்தூர், ஸ்ரீரங்கப்பட்டினம் ஆகிய இடங்களில் உள்ள சிற்றரசர்கள் கலகம் செய்தபோது அவர்களை அடக்கத் தாமே சென்றார் வீர நரசிம்மர். தழைக்காட்டு கங்கர்களின் வம்சத்தில் வந்தவர்களாக தங்களை அழைத்துக்கொண்டவர்கள் உம்மத்தூர்த் தலைவர்கள். உம்மத்தூர், பெனுகொண்டா, ஸ்ரீரங்கப்பட்டினம் ஆகிய இடங்கள் அவர்களது ஆதிக்கத்தில் இருந்தன. 'பெனுகொண்டா சக்ரேஸ்வரர்கள்' என்ற சிறப்புப் பெயர் பூண்டவர்கள் அவர்கள்.

விஜயநகர ஆட்சியின் தொடக்கத்திலிருந்தே பேரரசுக்கு அடங்கிக் கப்பம் கட்டிக்கொண்டிருந்த அவர்கள் சாளுவ வம்சம் ஆட்சிக்கு வந்ததிலிருந்து அரசுக்கு எதிராகத் திரும்பினர். அவர்களை எதிர்த்து படையோடு சென்ற சமயத்தில் தன்னுடைய தம்பி கிருஷ்ண தேவராயரை அழைத்து விஜயநகரைப் பாதுகாக்கச் சொன்னார் நரசிம்மர். அப்போது உம்மத்தூர்த் தலைவராக இருந்தவர் தேவண்ண உடையார் என்பவர். தேவண்ண உடையாரின் புதல்வர் களாகிய கங்கராஜா, மல்லராஜா ஆகியோரை தன்வசப்படுத்த வீரநரசிம்மர் மேற்கொண்ட முயற்சிகள் பலனளிக்கவில்லை. ஸ்ரீரங்கப்பட்டினக் கோட்டையை விஜயநகரப் படைகள் முற்றுகையிட்டபோதிலும் அங்கே ஒரு நிலையான வெற்றி கிடைக்கவில்லை.

போர்ச்சுக்கீசியரின் வருகை

பொயு 1498ம் ஆண்டு இந்தியாவிற்குப் புதியதொரு வருகை போர்ச்சுக்கீசியர் மூலமாக நிகழ்ந்தது. 1484ம் ஆண்டு ஜான் அரசர் காலத்திலிருந்தே போர்ச்சுக்கீசியர்களுக்கு இந்தியாவின் செல்வத்தின் மீது ஒரு கண் இருந்தது. ஆனால் அவர் இறந்துபடவே அவருக்குப் பிறகு பட்டத்திற்கு வந்த டொம் மானுவல், வாஸ்கோடகாமாவின் தலைமையில் மூன்று கப்பல்களை இந்தியாவிற்கு அனுப்பினார். நன்னம்பிக்கை முனையைச் சுற்றிக்கொண்டு வந்த அவர்கள் 1498ம் ஆண்டு ஆகஸ்ட் 26ல் கள்ளிக்கோட்டைக்கு அருகில் வந்து இறங்கினார்கள். கள்ளிக்கோட்டையை அச்சமயம் ஆட்சி செய்துகொண்டிருந்த சமோரினைச் சந்தித்த அவர்களின் நோக்கம் முதலில் நட்பைக் கோருவதாக இருந்தது. ஆனால் 1500ம் ஆண்டில் ஒரு சிறு கடற்படையுடன் இங்கு வந்த காப்ரல், கரையோரப் பகுதிகளைத்

தாக்கத் தொடங்கினார். அதனால் சமோரினுக்கும் போர்ச்சுக்கீசியர் களுக்கும் பல இடங்களில் சண்டை நிகழ்ந்தது.

பொயு 1504ல் மீண்டும் இங்கே வந்த வாஸ்கோடகாமா, கடலில் போர்ச்சுக்கீசியர்களே வலுவானவர்கள் என்று அறிவித்தார். அதற்குச் சான்றாக ஓர் இந்தியக் கப்பலையும் தீயிட்டுக் கொளுத்தினார். அந்த ஆண்டு அக்டோபர் 29ம் தேதி, கள்ளிக் கோட்டையின் மீது குண்டுகள் வீசப்பட்டன. 800 மீனவர்கள் படுகொலை செய்யப்பட்டனர். அதன்பின் கொச்சியில் ஒரு தொழிற்பட்டறையை ஏற்படுத்திவிட்டு வாஸ்கோடகாமா, யூரோப்பா திரும்பினார். ஆனால் அங்கே போர்ச்சுக்கீசியரின் அராஜகம் தொடர்ந்தது. லோபோ சொரஸ் என்பவர் கொச்சியின் மீது ஒரு முற்றுகை அறிவித்தார்.

1505ம் ஆண்டு அல்மிதா என்பவர் இந்தியாவிற்கான போர்ச்சுக்கீயர்களின் ஆளுநராக அறிவிக்கப்பட்டார். 1500 பேர் கொண்ட படையோடு இங்கே வந்த அவர், ஹொன்னவாரில் ஒரு சிறு சண்டையில் ஈடுபட்டார். ஆனால் நாளடைவில், இங்குள்ளவர்களுடன் நட்பாகச் சென்று வணிகத்தை அதிகரித்துக் கொள்வதே புத்திசாலித்தனம் என்பதை உணர்ந்த அவர் இங்குள்ள அரசர்களைப் பற்றி விசாரித்து அறிந்தார். அப்போது அவரிடம் துளுவ அரசர்களைப் பற்றிச் சொல்லப்பட்டது. விஜயநகரத்தைப் பற்றி இத்தாலியப் பயணியான வார்த்திமா எழுதிய குறிப்புகளும் அவருக்குக் கிடைத்தன. விஜயநகர அரசர்களைப்பற்றிப் புகழ்ந்திருந்த வார்த்திமா, அந்த நகரத்தில் உள்ள மலைகளால் சூழப்பட்ட பெரும் கோட்டையைப் பற்றியும் மூன்று அரண்களைப் பற்றியும் எழுதியிருந்தார். அரசரிடம் நாற்பதாயிரம் பேர் கொண்ட குதிரைப் படையும் நானூறு யானைகளும் உள்ள படை எப்போதும் தயாராக இருக்கிறது என்று குறிப்பிட்டிருந்தார். அந்த யானைகள் போருக்கென்றே தயார் செய்யப்பட்டவை. அவற்றின் துதிக்கையில் வாட்கள் கட்டப்பட்டிருந்தன. ஒவ்வொரு யானையும் ஆறு பேரை போருக்கு இட்டுச்சென்றது என்றெல்லாம் குறித்திருந்தார் அவர்.

இவற்றையெல்லாம் அறிந்த அல்மிதா, வீரநரசிம்மரோடு தொடர்பு கொண்டான். அவரோடு வர்த்தகம் பேசினான். போர்ச்சுக்கீசியர் களிடமிருந்து உயர் ஜாதிக் குதிரைகளை விலைக்கு வாங்கி தன் படையில் சேர்த்துக்கொண்டார் நரசிம்மர். ஆனால் பட்கல் எனும் இடத்தில் தங்களுக்கென ஒரு கோட்டை வேண்டும் என்ற அல்மிதாவின் கோரிக்கையை அவர் நிராகரித்தார்.

தமிழகத்தின் நிலை

தமிழகத்தில் வீரநரசிம்மருடைய ஆதிக்கம் நிலவியதற்குச் சான்றாக அவரது கல்வெட்டுகள் பல இடங்களில் கிடைக்கின்றன. அவற்றில் 'புஜபல வீர வசந்தராயர்' என்று அவர் குறிப்பிடப் படுகிறார். காஞ்சி வரதராஜப் பெருமாள் கோயிலில் உள்ள ஒரு கல்வெட்டு அவர் கோயிலுக்கு மூவாயிரம் பணம் கொண்ட தொகையை நிவந்தமாக அளித்ததாகக் குறிப்பிடுகிறது. தவிர, திருப்பதி, காளஹஸ்தி, கோகர்ணம், ராமேஸ்வரம், ஸ்ரீரங்கம் ஆகிய கோயில்களுக்கு அவர் பல திருப்பணிகளும் தான தர்மங்களும் செய்ததாகத் தெரிகிறது.

குறுக்கு வழியில் ஆட்சியைப் பிடித்ததால் அவருடைய ஆட்சிக்கும் ஏதாவது ஒரு திசையில் இருந்து அபாயம் வருமோ என்ற அச்சத்திலே வாழ்ந்தார் வீர நரசிம்மர். அவருடைய இறுதிக்காலம் நெருங்கியபோது அவருடைய மகனுக்கு வயது எட்டு. அவருடைய மகாபிரதானியாகவும் தலைமை அமைச்சராகவும் இருந்த சாளுவ திம்மராசுவிடம், தன் மகனுக்குத் தன் தம்பி கிருஷ்ணதேவராயரே எதிரியாகக் கூடும் என்றும் அதனால் கிருஷ்ணதேவராயருடைய கண்களைப் பிடுங்கி அவரைக் குருடாக்கி விடும்படி அவர் உத்தரவிட்டார் என்று நூனிஸ் தெரிவிக்கிறார். ஆனால் கிருஷ்ண தேவராயர் தனக்கு ஆட்சியில் விருப்பமில்லை என்றும் தான் துறவறம் பூண்டு விடப்போவதாகவும் தெரிவித்தார். அவரைத் துன்பப்படுத்த விரும்பாத திம்மரசு, ஓர் ஆட்டின் கண்களைப் பறித்து வீர நரசிம்மரிடம் கிருஷ்ண தேவராயரைக் குருடாக்கிவிட்டதாகத் தெரிவித்தார். அதை நம்பிய வீர நரசிம்மர் நிம்மதியாக உயிர்துறந்தார். இவை எல்லாம் நூனிஸ் எழுதிய குறிப்புகளில் உள்ளது.

ஆனால் இதில் உண்மையில்லை என்றும் வீர நரசிம்மரே கிருஷ்ணதேவராயரை அரியணைக்கு உரியவர் என்று அறிவித்த தாகவும் சொல்பவர்கள் உண்டு. எப்படியிருந்தாலும், சாளுவ திம்மரசு கிருஷ்ணதேவராயரின் அன்புக்கும் மரியாதைக்கும் உரியவராக இருந்தார் என்றும் 'அப்பாஜி' என்று அவரால் அழைக்கப்பட்டார் என்று வரலாறு தெரிவிக்கிறது.

அத்தியாயம் 9

கிருஷ்ணதேவராயர்

விஜயநகரப் பேரரசின் மிகச்சிறந்த மன்னராக கிருஷ்ண தேவராயரைக் கூறலாம். வீரத்தில் மட்டுமின்றி அறிவிலும் கவிபாடுவதிலும் பன்மொழிப் புலமையிலும் சிறந்து பல்துறை விற்பன்னராக விளங்கியவர் கிருஷ்ணதேவராயர். விஜயநகரப் பேரரசை உயர்ந்த நிலைக்குக் கொண்டுசென்றவர் அவர்.

நரச நாயக்கரின் இரண்டாவது மகனான கிருஷ்ணதேவராயர் 1487ம் ஆண்டு பிப்ரவரி 16ம் தேதி பிறந்ததாக ஆய்வாளர் ராமச்சந்திரய்யா கூறுகிறார். முதலில் அரசாள்வதில் ஆர்வம் இல்லாத அவர் பின்னாளில் வேறு வழியில்லாமல் அரசுப்பொறுப்பை ஏற்றுக்கொண்டார். அவருடைய அண்ணான வீர நரசிம்மர் இறந்தபோது நரசிம்மரின் மகன் மிகச்சிறுவனாக இருந்ததே அதற்குக் காரணம்.

பொயு 1509ம் ஆண்டு ஜூலை 26ம் தேதி ஒரு கிருஷ்ண ஜெயந்தியன்று அவர் முடிசூடிக்கொண்டார். சாளுவ நரசிம்மரின் மகனைக் கொன்றவர் என்று அறியப்பட்ட அவருடைய அண்ணன் வீர நரசிம்மரின் அடாத செயலால் பல சிற்றரசர்கள் அரசின் மீது விரோத மனப்பான்மை கொண்டிருந்தனர். கலகம் செய்யத் தகுந்த சமயத்தை நோக்கிக் காத்திருந்தனர். பீஜப்பூரின் சுல்தானான அடில் ஷா கிருஷ்ணா துங்கபத்திரை ஆற்றிடைப் பகுதியை முழுவதும் கைப்பற்றத் துடித்துக்கொண்டிருந்தான். கலிங்க மன்னன் பிரதாப ருத்திர கஜபதி கிழக்குக் கரையோரம் தனது ஆதிக்கத்தை

வலுப்படுத்தியிருந்தான். கிருஷ்ணா நதிக்குத் தெற்கில் உள்ள பகுதிகளைக் கைப்பற்ற அவன் முனைந்து கொண்டிருந்தான். மேற்கிலோ வணிகம் செய்கிறோம் என்ற போர்வையில் உள்ளே நுழைந்த போர்ச்சுக்கீசியர்கள் தங்களுடைய ஆதிக்கத்தை நிலை நாட்டக் காத்திருந்தனர். தமிழகத்தில் உள்ள சிற்றரசர்களும் தனியாட்சி செய்யத் தருணம் பார்த்துக் காத்திருந்தனர்.

இதையெல்லாம் ஆழ்ந்து ஆராய்ந்த கிருஷ்ணதேவராயர், தன்னுடைய அண்ணன் காலத்திலேயே விஜயநகருக்குத் தொடர்ந்து தொல்லை கொடுத்துக்கொண்டிருந்த உம்மத்தூர், ஸ்ரீரங்கப் பட்டினம் ஆகிய இடங்களின் மீது தன் கவனத்தைச் செலுத்தினார். இதில் உம்மத்தூர்த் தலைவனான கங்கராஜா என்பவன் பெனுகொண்டாவின் மீது படையெடுத்து அந்தக் கோட்டையைக் கைப்பற்றியிருந்தான். முப்பந்தைந்தாயிரம் குதிரை வீரர்களும் ஆயிரக்கணக்கான காலாட்படையினரும் இருந்த பெரும் படையுடன் உம்மத்தூர் நோக்கிச் சென்றார் கிருஷ்ணதேவராயர். முதலில் தன்னுடைய படையை பெனுகொண்டாவின் மீது செலுத்தி அந்தக் கோட்டையைக் கைப்பற்றினார்.

காவிரி நதியின் நடுவிலுள்ள சிவசமுத்திரம் என்ற இடத்தில் வலுவான கோட்டை ஒன்றில் அச்சமயம் கங்கராஜா தங்கி இருந்தான். அந்தக் கோட்டையை ஆற்றைக் கடந்து பிடிப்பதற்கு விஜயநகரப் படைகள் சிரமப்பட்டன. காவிரி ஆற்றின் இரு கிளைகளிலும் அணைகளைக் கட்டி, நீரை வடித்தெடுத்து அதன் பின் விஜயநகரப் படைகள் கோட்டையை நோக்கிச் சென்றன. அங்கிருந்து ஒரு சுரங்கத்தின் மூலம் தப்பியோடிய கங்கராஜா, எதிர்பாராதவிதமாக காவிரி ஆற்றில் விழுந்து உயிர்துறந்தான். ஸ்ரீரங்கப்பட்டினத்தையும் உம்மத்தூரையும் கைப்பற்றிய கிருஷ்ணதேவராயர், அந்தப் பகுதியை மூன்று பகுதிகளாகப் பிரித்து கம்பேகௌடா, வீரப்பகௌடா, சிக்கராஜ ஆகிய மூவருக்கும் கொடுத்துவிட்டு தலைநகர் திரும்பினார்.

அடுத்து தன் தந்தையான நரச நாயக்கரிடம் சாளுவ நரசிம்மர் அளித்த கோரிக்கையை நினைவுபடுத்திக்கொண்டார் கிருஷ்ணதேவராயர். ரெய்ச்சூர், கொண்டவீடு, உதயகிரி ஆகிய இடங்களை விஜயநகரம் வென்று தன்னுடன் இணைத்துக்கொள்ளவேண்டும் என்ற வேண்டு கோள்தான் அது. அக்கோரிக்கைக்குச் செயல்வடிவம் கொடுக்கத் தீர்மானித்து முதலில் ரெய்ச்சூர் ஆற்றிடைப் பகுதியை நோக்கி 1512ல் படையெடுத்துச் சென்றார்.

கிருஷ்ணதேவராயர் காலத்தில் கட்டிய
விருபாட்சர் கோயில் ராய கோபுரம், ஹம்பி.

பீஜப்பூரின் படைகளோடு பீடாரின் சுல்தானின் படைகளும் சேர்ந்துகொண்டன. திவானி என்ற இடத்தில் நடைபெற்ற போரில் சுல்தானியப் படைகள் தோல்வியுற்றன. பீடார் சுல்தான் குதிரை மீதிருந்து விழுந்து படுகாயமடைந்தான். அவனோடு வந்தவர்கள் தப்பி ஓடினார்கள். அவர்களை கிருஷ்ணதேவராயரின் படை துரத்தியது.

பீஜப்பூரின் சுல்தானான யூசுல் அடில்ஷா கோல்கொண்டா என்ற இடத்தில் திரும்ப நின்று விஜயநகரப் படைகளைத் தாக்கினான். ஆனால் அங்கே நடந்த போரில் அவன் கொல்லப்பட்டான். அதன்பின் ரெய்ச்சூர், முட்கல் ஆகிய இடங்களைக் கைப்பற்றினார் கிருஷ்ணதேவராயர். பாமினி சுல்தான்களுடைய தலைநகரான குல்பர்காவையும் கைப்பற்றி பாமினி அரசனான முகம்மதுஷாவை சிறையிலிருந்து மீட்டார் அவர். அதன் காரணமாக ‘யவன ராஜ்ய ஸ்தாபனாச்சார்யா’ என்ற பட்டத்தையும் புனைந்து கொண்டார்.

சாளுவ நரசிம்மரின் ஒரு பகுதிக் கனவை நிறைவேற்றியபிறகு, கிழக்கில் உதயகிரிமீது அவருடைய பார்வை சென்றது. கலிங்க மன்னன் கபிலீஸ்வர கஜபதியால் வெல்லப்பட்டு கலிங்கத்தின் ஆதிக்கத்திற்கு உட்பட்டிருந்த நாட்டின் கிழக்குப் பகுதிகளை மீட்கச் சபதம் கொண்ட கிருஷ்ணதேவராயர், அப்போது கலிங்க அரசனாக இருந்த பிரதாப ருத்திர கஜபதியின் கீழ் இருந்த உதயகிரிக்கோட்டை மீது 1513ல் படையெடுத்தார். வழியில் திருப்பதி வேங்கடேசப் பெருமாளையும் காளஹஸ்தீஸ்வரரையும் வணங்கிய பிறகே அந்தப் படையெடுப்பை முன் நடத்தினார் என்று குறிப்புகள் தெரிவிக்கின்றன.

உதயகிரிக்கோட்டை முற்றுகையிடப்பட்டு அது ஒன்றரை ஆண்டுகாலம் நீடித்தது. அதன் பின் கோட்டையை அதிரடியாகத் தாக்கிய விஜயநகரப் படைகள் அங்கிருந்த படைகளைத் தோற்கடித்து கோட்டையைக் கைப்பற்றின. கஜபதியின் படைகள் கொண்டவீடு வரை பின்வாங்கிச் சென்றன. உதயகிரி ஒரு மண்டலமாக்கப்பட்டு ராயசம் கொண்டமராசய்யா என்பவர் அதன் ஆளுநராகப் பொறுப்பேற்றார். அங்கிருந்து கொண்டுவரப்பட்ட பாலகிருஷ்ணருடைய விக்கிரகம் ஒன்று விஜயநகரத்திற்குக் கொண்டுவரப்பட்டது. அங்கே ஒரு கோயில் கட்டப்பட்டு அந்த விக்கிரகம் பிரதிஷ்டை செய்யப்பட்டது.

இப்படிச் சாளுவநரசிம்மரின் இரண்டாவது பகுதிக் கோரிக்கையையும் நிறைவேற்றிய பிறகு, மூன்றாவது இடமான

கொண்டவீட்டிற்குப் படையெடுத்துச் சென்றார் கிருஷ்ண தேவராயர். வழியிலுள்ள அட்டங்கி, வினுகொண்டா, பெல்லம் கொண்டா, நாகார்ஜுன கொண்டா, கேட்டவரம் ஆகிய இடங்களைக் கைப்பற்றிக் கொண்டு முன்னேறியது விஜயநகரப் படை. அதற்குச் சாளுவ திம்மரசு தலைமை வகித்தார்.

பிரதாப ருத்திர கஜபதியின் மகனான வீரபத்திரன் தலைமையில் கலிங்கப் படைகள் அவரை கொண்டவீட்டில் எதிர்த்து நின்றன. கடுமையாக அங்கே நடைபெற்ற போரில் சாளுவ திம்மருடைய திறமையினால் விஜயநகரப் படைகள் பெருவெற்றி பெற்றன. கோட்டைச் சுவர் மீது ஏறிக்குதித்து கொண்டவீட்டைக் கைப்பற்றினர் விஜயநகரத் தளபதிகள். கலிங்கத்தின் இளவரசனான வீரபத்திரனுடன், மல்லுகான், உத்தண்டகான், ராசிராஜு, ஸ்ரீநாதராஜு லக்ஷ்மிபதிராஜு போன்ற கலிங்கத் தலைவர்கள் கைது செய்யப்பட்டனர். கொண்ட வீடு இன்னொரு மண்டலமாக அறிவிக்கப்பட்டு சாளுவ திம்மரின் ஆட்சியின் கீழ் ஒப்படைக்கப் பட்டது. அதன்பின் ஸ்ரீசைலம் மல்லிகார்ஜுனரையும் தரணிக் கோட்டை அமரேசுவரப் பெருமானையும் தரிசித்துவிட்டு கிருஷ்ண தேவராயர் விஜயநகரம் திரும்பினார்.

ஒருவழியாகத் தன் தந்தையான நரச நாயக்கர் சாளுவநரசிம்மருக்குக் கொடுத்த வாக்குறுதியைத் தான் நிறைவேற்றியதை எண்ணி ஒருபுறம் மகிழ்ச்சிக் கடலில் ஆழ்ந்தாலும், வலிமையான கலிங்க அரசு இருக்கும் வரை விஜயநகரின் கிழக்கு எல்லைகளுக்குத் தொல்லை இருந்துகொண்டே இருக்கும் என்றும் கிருஷ்ணா நதிக்குத் தென்புறம் உள்ள வளமான பகுதிகளைப் பிடிக்க மீண்டும் கலிங்க அரசன் முயல்வான் என்றும் கிருஷ்ணதேவராயர் கருதினார். ஆகவே 1516ம் ஆண்டு மீண்டுமொருமுறை கலிங்கத்தின் மீது படையெடுத்தார்.

இம்முறை அகோபிலம் நரசிம்மரை வணங்கித் தன் படையெடுப்பைத் தொடர்ந்த அவர், முதலில் விஜயவாடாவைக் கைப்பற்றினார். அவர் விஜயவாடாவில் தங்கியிருந்த போதுதான் ஸ்ரீஆண்டாளின் கதையை 'ஆமுக்த மால்யதா' என்ற பெயரில் தெலுங்கில் காவியமாக எழுதினார். அதற்கடுத்து அதன் வடகிழக்கில் உள்ள கொண்டப்பள்ளிக் கோட்டையை முற்றுகையிட்டார். அந்தக் கோட்டையைக் காப்பாற்றப் பிரதாப ருத்திர கஜபதி ஒரு படையை அனுப்பினான். அதை எதிர்கொண்டு போரிட்ட விஜயநகரப் படை, அவர்களைத் தோற்கடித்துத் துரத்தினர். கொண்டப்பள்ளிக் கோட்டையைக் கைப்பற்றியவுடன்,

வடக்கு நோக்கிச் சென்ற விஜயநகரச் சேனை அனந்தகிரி, உந்தரக் கொண்டா, அருவப்பள்ளி, ஜல்லிப்பள்ளி, நளகொண்டா, கனககிரி, சங்கரகிரி, ராஜமகேந்திரம் ஆகிய இடங்களைக் கடந்து சிம்மாசலத்தை (விசாகப்பட்டினம்) அடைந்தது. அங்கே சிலகாலம் தங்கியிருந்த கிருஷ்ணதேவராயர், சிம்மாசலம் நரசிம்ம சுவாமி கோயிலில் வெற்றித் தூண் ஒன்றை நிறுவினார். இந்த நிகழ்வை ஒரு தமிழ்ப் புலவர் புகழ்ந்து பாடியிருக்கிறார்.

கிரிபோல் விளங்கிக் கிளரும்புயக் கிருட்டிண ராயன்
தரைமீது சிங்காத் திரியில் செயத்தம் நாட்ட
வரும்ஆ தரவால் அளித்தே வடகூவம் மேவும்
கருமா மணிவண் ணனைநீ டுகருத்தில் வைப்பாம்

அதற்கு அப்புறமும் விஜயநகரப் படையுடன் போரிடுவதற்குப் பிரதாப ருத்திர கஜபதி மறுத்தான். அவனை நேரடியாகச் சந்திக்கத் திட்டமிட்ட கிருஷ்ணதேவராயர், வடக்கில் சென்று கலிங்க நாட்டில் இருந்த கடகத்தை (கட்டாக்) வென்றார். எதிரி தன்னுடைய வாயிலில் வந்துவிட்டான் என்பதை அறிந்த பிரதாப ருத்திர கஜபதி, வேறு வழியில்லாமல் கிருஷ்ணதேவராயருடன் சமாதான உடன்படிக்கை செய்துகொண்டான். தன் மகளான ஜெகன் மோகினியைக் கிருஷ்ணதேவராயருக்குத் திருமணமும் செய்துகொடுத்தான் கஜபதி. அதன்பின் விஜயநகரப் படைகள் கைப்பற்றிய கலிங்க நாட்டுப் பகுதிகள் பிரதாப ருத்திர கஜபதியிடம் திரும்பக் கொடுக்கப்பட்டன.

ரெய்ச்சூர்ப் பெரும் போர்

கலிங்க அரசுடனான போர்களில் கிருஷ்ணதேவராயர் மும்முரமாக இருந்தபோது, பீஜப்பூர் சுல்தான் மீண்டும் ரெய்ச்சூரைக் கைப்பற்றிக் கொண்டான். கலிங்க மன்னன் மகளைத் திருமணம் செய்துகொண்டு நாடு திரும்பிய கிருஷ்ணதேவராயர் இந்தச் செய்தியைக் கேட்டு பெரும் கோபம் அடைந்தார். விரைவாக ஒரு பெரும் படையைத் திரட்டிக்கொண்டு ரெய்ச்சூரை நோக்கிச் சென்றார். கொளுத்தும் கோடைக்காலத்தில் உலர்ந்த வயல் வெளிகளைத் தாண்டி இந்தப் படை முன்னேறியது. விஜயநகரப் படையில் பத்து லட்சம் படை வீரர்கள் இருந்ததாகவும் 32600 குதிரை வீரர்களும் 550 யானைகளும் இருந்ததாக நூனிஸ் தெரிவிக்கிறார்.

பதினோரு பிரிவாகப் பிரிந்து இந்தப் படை கோட்டையை நோக்கி முன்னேறியது. துங்கபத்திரா நதியைத் தாண்டி கோட்டையின்

கிழக்குப் பக்கம் படைகளை நிறுத்தி கோட்டை வாசலை முற்றுகையிட்டார் கிருஷ்ணதேவராயர். பெரும்பாலும் போர்களுக்குத் தங்கள் தளபதியை அனுப்பி வைக்கும் அரசர்களுக்கு மாறாக, கிருஷ்ணதேவராயர் இந்தப் போருக்குத் தாமே தலைமை வகித்துச் சென்றது குறிப்பிடத்தக்கது.

இந்த இடத்தில் ரெய்ச்சூரின் அமைப்பைப் பற்றிக் குறிப்பிட வேண்டும். தற்போதைய கர்நாடகா - தெலுங்கானா மாநிலங்களுக்கு இடையே அமைந்திருக்கும் இந்தக் கோட்டை கிருஷ்ணா, துங்கபத்திரா ஆறுகளுக்கு இடையில் உள்ள மத்தியப் பகுதியில் சரியாக அமைந்துள்ளது. அங்குள்ள ஒரு குன்றின் மேல் கோட்டை அமைக்கப்பட்டுள்ளது. ஆறுகளைத் தாண்டி, கோட்டையின் கொத்தளங்களைத் தாண்டி மிகப் பிரயாசைப்பட்டே இந்த அரணைப் பிடிக்க முடியும் என்பதால், அதைத் தங்கள் ஆதிக்கத்தின் கீழ்க் கொண்டுவரப் பாமினி அரசும் விஜயநகர அரசும் விரும்பியதில் ஆச்சரியம் ஏதும் இல்லை.

விஜயநகரப் படை ரெய்ச்சூரைச் சூழ்ந்து கொண்டதை அறிந்த பீஜப்பூர் சுல்தான் இஸ்மாயில் அடில் ஷா, ஒரு லட்சத்து நாற்பதினாயிரம் வீரர்களைக் கொண்ட குதிரைப் படையை அவர்களைத் தாக்க அனுப்பினான். கிருஷ்ணா நதியின் வட பகுதியில் அவனுடைய படை வந்து தங்கியது. ஓரிரு நாட்கள் ஓய்வுக்குப் பிறகு சுல்தானின் படை ஆற்றைக் கடந்து முன்னேறியது. ஐந்து மைல் தூரம் முன்னேறிய படை சமவெளியில் வந்து தங்கி விஜயநகரப் படைக்காகக் காத்திருந்தது. இந்தப் போர் நடைபெற்றது பொயு 1520 என்கிறார் ராபர்ட் ஸுவெல். ஆனால் நூனிஸ் இது 1522ம் ஆண்டு நடைபெற்றது என்று குறிப்பிடுகிறார்.

பல வரலாற்று ஆதாரங்களைத் தந்து 1520ல்தான் இந்தப் போர் நடந்தது என்று ஸுவெல் நிரூபித்திருப்பதால், அந்த ஆண்டையே போர் நடந்த ஆண்டாக எடுத்துக்கொள்ளவேண்டியிருக்கிறது. மே மாதம் 19ம் தேதி, 1520ல் இந்தப் போர் தொடங்கியது. கிருஷ்ணதேவராயர் முன்னேறி பீஜப்பூர் படையைத் தாக்கினார். பல முனைகளில் இருந்து தாக்குதல் வரும் என்று எதிர்பார்த்த அடில் ஷா தன்னுடைய படையைப் பரவலாகச் சமவெளியில் நிறுத்தியிருந்தான். ஆனால் கிருஷ்ணதேவராயரோ படைகளைக் குவித்து அவனுடைய படையின் மையத்தில் தாக்குதலைத் தொடுத்தார். விஜயநகரத்தின் நேரடித் தாக்குதலைச் சமாளிக்க முடியாமல் முதலில் சுல்தான் பின்வாங்கினான்.

அதன்பின் சமாளித்துக்கொண்டு தன்னுடைய பீரங்கிகளை முன்னிறுத்தி, எதிரிப்படைகளின் மீது தொடர்ந்து குண்டுமாரிப் பொழிந்தான். முன்னணி வீரர்கள் பலரை இதன்காரணமாக இழந்த விஜயநகரப் படை பின்வாங்கத் தொடங்கியது. அவர்களை பீஜப்பூரின் குதிரைப் படைகள் துரத்தின். சுமார் ஒன்றரை மைல் தூரம் பின்வாங்கிச் சென்ற விஜயநகரப் படையை அங்கே காத்திருந்த கிருஷ்ணதேவராயர் தடுத்து நிறுத்தினார். தாமே ஒரு குதிரை மீது அமர்ந்து கொண்டு தன்னுடைய தளபதிகளோடு 'வெற்றி அல்லது வீரமரணம்' என்ற கோஷத்தோடு படைகளை ஒன்றிணைத்தார்.

அவருடைய தலைமையில் கடுமையான தாக்குதல் ஒன்றை, துரத்தி வந்த படைகள் மீது விஜயநகரப் படை தொடுத்தது. இதைச் சமாளிக்க முடியாமல் எதிரி வீரர்கள் சிதறி ஓடினர். இப்போது அவர்களைத் துரத்திக்கொண்டு விஜயநகரப் படைகள் சென்றன. அடில் ஷாவின் தளபதிகளில் ஒருவனான சலாபத் கான், 500 போர்ச்சுக்கீசியர்களைத் திரட்டிக்கொண்டு துரத்தி வந்த கிருஷ்ணதேவராயரின் படைகளோடு மோதினான். விஜயநகர வீரர்கள் பலர் அவர்களால் கொல்லப்பட்டனர். ஆனாலும் மேலும் மேலும் வந்துகொண்டிருந்த கிருஷ்ணதேவராயரின் படைகளை அவனால் சமாளிக்க முடியவில்லை. ஒரு கட்டத்தில் அவனுடைய குதிரையை இழந்த சலாபத் கான், விஜயநகர வீரர்களால் சிறை பிடிக்கப்பட்டான்.

தொடர்ந்து பீஜப்பூர் படையை, விஜயநகரத்தின் படைவீரர்கள் துரத்திச் சென்றனர். கிருஷ்ணா நதியை அடைந்த பீஜப்பூர் வீரர்கள் அதற்கு மேல் ஓட முடியாமல் தவித்தனர். சிலர் ஆற்றில் குதித்து நீந்தி உயிர் பிழைத்தனர். பலர் விஜயநகர வீரர்கள் கொல்லப் பட்டனர். கிருஷ்ணா நதியைக் கடந்த கிருஷ்ணதேவராயர் அங்கே முகாமிட்டிருந்த சுல்தான் இஸ்மாயில் அடில் ஷாவைத் தேடிச் சென்றார். ஆனால் படைகளுக்கு நேர்ந்த கதியைக் கேள்விப்பட்ட அடில் ஷா, ஒரு யானையின் மீதேறித் தப்பி ஓடிவிட்டான். அதன்பின் அவன் வாழ்நாளில் ரெய்ச்சூர்க் கோட்டைப் பக்கம் திரும்பவே இல்லை. சுல்தானியப் படைகள் வாங்கிய பெருத்த அடியின் காரணமாக சில ஆண்டுகள் அவர்கள் விஜயநகரத்தோடு மோதுவதை அடியோடு தவிர்த்துவிட்டனர்.

அதன்பின் கோட்டை நோக்கித் திரும்பிய கிருஷ்ணதேவராயர், தன்னுடைய படைகளுக்குக் கோட்டையைத் தாக்குமாறு ஆணையிட்டார். அவருடைய படையில் இருந்த போர்ச்சுக்கீசிய

கிருஷ்ணதேவராயர் காலத்தில்
பாமினி அரசுகளும் விஜயநகரப் பேரரசும்
பீரார் அரசு
தேவகிரி
கலிங்கம்
கோல்கொண்டா அரசு
வாரங்கல்
அகமதுநகர் அரசு
பீடார்
பீடார் நாடு
கோல்கொண்டா
கோவில்கொண்டா
கொண்டபள்ளி
பாங்கல்
விஜயவாடா
ஸ்ரீசைலம்
மசூலிப்பட்டினம்
பெல்காம்
வினுகொண்டா
கோவா
தார்வார்
முதுகல்
கர்நூல்
இங்கோல்
விஜயபுரி அரசு
ஆதோனி
குத்தி
உதயகிரி
விஜயநகரம்
விஜயநகரப் பேரரசு
கண்டிக்கோட்டை
சித்தவட்டம்
நெல்லூர்
ஹோனவார்
பெனுகொண்டா
பட்கல்
பழவேற்காடு
பரகூர்
ஸ்ரீரங்கப்பட்டினம்
சென்னை
சாந்தோம்
மங்களூர்
செங்கல்பட்டு
செஞ்சி
மைசூர்
திருவண்ணாமலை
புதுச்சேரி
கண்ணனூர்
திருக்கோவலூர்
விழுப்புரம்
சிதம்பரம்
கள்ளிக்கோட்டை
ஸ்ரீரங்கம்
நாகப்பட்டினம்
திருச்சி
தஞ்சை
அரபிக் கடல்
மதுரை
கொச்சி
ஸ்ரீவில்லிபுத்தூர்
இராமேஸ்வரம்
வங்காளக் குடாக் கடல்
தென்காசி
கொல்லம்
கன்னியாகுமரி
இலங்கை
20
16
12
8
76
80
84

வீரனான கிறிஸ்டோவோ டி ஃபிக்வாரிடோ, தன் படைகள் வைத்திருந்த நீண்ட துப்பாக்கிகளால், கோட்டைக் காவலர்களைச் சுட்டு வீழ்த்தினான். அதைத் தற்காப்பாக வைத்துக்கொண்டு கோட்டைச் சுவரில் ஏறி அங்குள்ள பல இடங்களை விஜயநகரப் படை தகர்த்தது. வேறு வழியில்லாமல் கோட்டையிலுள்ள வீரர்கள் சரணடைந்தனர்.

வெற்றிகரமாக ரெய்ச்சூரை இரண்டாம் முறையும் கிருஷ்ண தேவராயர் கைப்பற்றினார். இந்தப் போரில் தமிழகத்தின் பங்கும் இருந்தது. திருக்கடையூர்க் கோயிலில் உள்ள கல்வெட்டு ஒன்று ஆபத்சகாயர் என்ற அந்தண வீரர், கிருஷ்ணதேவராயரின் படையில் சேர்ந்து ரெய்ச்சூர், பீஜப்பூர் போன்ற இடங்களில் நடைபெற்ற போர்களில் பங்கேற்றார் என்று குறிப்பிடப்பட்டுள்ளது.

பெருமளவில் காலாட்படைகளை வைத்திருந்த கிருஷ்ண தேவராயர் 'நரபதி' என்ற பட்டத்தை இந்தப் போரின் மூலம் பெற்றார் (பாமினி சுல்தான்களுக்கு ஹயாபதி - குதிரைகளுக்குத் தலைவன் என்ற பெயரும் கலிங்க மன்னர்களுக்கு கஜபதி - யானைகளின் தலைவன் என்ற பெயரும் வழங்கப்பட்டு இருந்தது). இந்த வெற்றியினால் மிகவும் பெருமிதம் அடைந்த கிருஷ்ண தேவராயர், பீஜப்பூர் சுல்தானைத் துச்சமாக நடத்தியதாக நூனிஸ் கூறுகிறார்.

சமாதானம் பேச விஜயநகரம் வந்த சுல்தானை தன்னுடைய கால்களை வருடி வணங்குமாறு அவர் கட்டாயப் படுத்தியதாக அவர் சொல்கிறார். அரசர்களின் கால்களை முத்தமிடுவது சுல்தான்களின் வழக்கம் என்றும் இதில் அவமானத்திற்கு இடம் இல்லை என்றும் இன்னும் சில ஆய்வாளர்கள் கூறுகின்றனர். இந்தப் போரின் விளைவாகத்தான் சுல்தான்களின் கூட்டமைப்பு உருவாகியது என்றும் பின்னாளில் விஜயநகரத்தின் அழிவுக்கு அது காரணமாக இருந்தது என்றும் ஸுவெல் தெரிவிக்கிறார். அதில் ஓரளவு உண்மை இருந்தாலும், கிருஷ்ணதேவராயருக்கு அடுத்து வந்த அச்சுத ராயரின் ஆட்சியின்போது பீஜப்பூர் சுல்தான் விஜயநகர அரசியலில் பங்கு கொண்டது இங்கே நினைவுகொள்ளத்தக்கது.

இப்படி ரெய்ச்சூர், கொண்டவீடு, உதயகிரி போன்ற கேந்திரமான இடங்கள் உட்பட தென்னிந்தியாவின் பெரும்பகுதியைத் தன்னுடைய ஆட்சியின் கீழ் கொண்டுவந்து விஜயநகரப் பேரரசை உன்னதமான நிலைக்குக் கொண்டு சென்றவர் கிருஷ்ணதேவராயர்.

போர்ச்சுக்கீசியர்களுடன் கிருஷ்ணதேவராயர்

அரபிக் கடலோரம் மெல்ல மெல்லத் தங்கள் வணிகத்தை விரிவாக்கத் தொடங்கிய போர்ச்சுக்கீசியர்கள் தங்களுக்கென அங்கே ஒரு தளத்தையும் அமைத்திருந்தனர். கள்ளிக்கோட்டையில் உள்ள சாமோரினைத் தோற்கடித்து தங்களது ஆதிக்கத்தை நிலைநாட்டத் தொடங்கியிருந்த போர்ச்சுக்கீசியர்கள் அரபு நாட்டில் இருந்து குதிரைகளை இறக்குமதி செய்து பாமினி சுல்தான்களுக்கும் விஜயநகர அரசர்களுக்கும் விற்று லாபம் பார்த்து வந்தனர். கிருஷ்ணதேவராயரின் காலத்தில் போர்ச்சுக்கீசிய ஆளுநராக அல்பான்சோ தெ ஆல்புகோகி என்பவன் பதவி வகித்தான்.

போர்ச்சுக்கீசியர்கள் மூலமாக குதிரைகளை வாங்கி தனது படையில் சேர்த்துக்கொள்ள கிருஷ்ணதேவராயர் மிகுந்த ஆர்வம் காட்டினார். அதற்காக ஆல்புகோகியிடம் நட்புக்கரம் நீட்டினார். கள்ளிக் கோட்டையை சமோரின் அரசரிடம் இருந்து மீண்டும் கைப்பற்ற முயன்று தோல்வியடைந்த ஆல்புகோகி, அவர்களை எப்படியாவது வெல்ல முயன்றான். அதற்குக் கிருஷ்ணதேவராயரின் உதவியை நாடினான். அதற்கு ஈடாக குதிரைகளை அளிப்பதாகக் கூறி லூயிஸ் என்ற பாதிரியாரை அவர் விஜயநகருக்கு அனுப்பி வைத்தான். ஆனால் மற்றொரு இந்து அரசரான சாமோரினை வெளி நாட்டவரோடு சேர்ந்துகொண்டு தோற்கடிக்கக் கிருஷ்ண தேவராயர் தயங்கினார். கிருஷ்ணதேவராயரிடம் எச்சரிக்கையாக இருக்கும்படி ஆல்புகோகியை அந்தப் பாதிரியார் எச்சரித்தார். இதற்கிடையில் ஒரு நாள் மர்மமான முறையில் அந்தப் பாதிரியார் விஜயநகர வீதிகளில் கொலையுண்டு கிடந்தார். அதில் கிருஷ்ண தேவராயருக்கு மறைமுகப் பங்கு உண்டு என்று கூறப்பட்டது.

ஆனால் இதற்கெல்லாம் அசராத ஆல்புகோகி, தானாகவே முனைந்து கோவாவைக் கைப்பற்றிக்கொண்டான். அதன்பின் பட்கல் என்ற இடத்தில் ஒரு கோட்டையை அமைத்துக்கொள்ள கிருஷ்ணதேவராயரிடம் அனுமதி கேட்டான் அவன். அதற்கு இணங்கிய கிருஷ்ணதேவராயர், போர்ச்சுக்கீசியருக்கு பட்கலில் கோட்டை கட்டிக்கொள்ள அனுமதியளித்தார்.

கிருஷ்ணதேவராயரின் ஆட்சிக்காலத்தின்போது பல போர்ச்சுக்கீசியர்கள் விஜயநகருக்கு வந்திருந்தனர். விஜயநகர வரலாற்றை ஓரளவுக்காவது தெளிவாக எழுதிய பெர்னோ நூனிஸ் அக்காலத்தில் விஜயநகரில் வந்து தங்கியிருந்தார். காஸ்பர் கொரியா என்பவர் ஆல்புகோகியின் தூதராக அங்கு வந்தார். துவார்த்தி

பார்போசா என்ற போர்ச்சுக்கீசியப் பயணியும் விஜயநகருக்கு வந்த அதன் சிறப்புகளை வர்ணித்துள்ளார். ரெய்ச்சூர் முற்றுகையின் போது கிறிஸ்டோவோ என்ற போர்ச்சுக்கீசியர் அவருக்கு உதவி செய்ததை ஏற்கெனவே பார்த்தோம். ஜோவோ போன்டி என்ற பொறியியலாளர் நாகலாபுரத்தில் ஓர் ஏரியை அமைப்பதற்குக் கிருஷ்ணதேவராயருக்கு உதவி செய்துள்ளார். இப்படிப் போர்ச்சுக்கீசியர்களுடனான அவர் உறவு சுமுகமாகவே இருந்து வந்தது.

கிருஷ்ணதேவராயரைப் பற்றி பியஸ்

கிருஷ்ணதேவராயரின் ஆட்சிக்காலத்தில் விஜயநகரம் வந்திருந்த பியஸ் தான் கண்ட காட்சிகளைப் பற்றி நன்கு விவரித்துள்ளார். அதோடு கிருஷ்ணதேவராயரின் ஆளுமையைப்பற்றியும் அவர் குறிப்பிட்டிருக்கிறார். 'கிருஷ்ணதேவராயர் நடுத்தரமான உயரம் கொண்டவர். வசீகரமான தோற்றத்தை உடையவர். அவர் உடலில் அதிகச் சதைப்பற்று இல்லாமல் தினந்தோறும் நன்கு உடற்பயிற்சி செய்து உடலைக் கட்டாக வைத்திருந்தார். மலர்ந்த முகத்தோடு கண்ணியமாக உரையாடக்கூடியவர். அயல்நாட்டவர்களை அன்புடனும் மரியாதையுடனும் நடத்துகிறார். ஆட்சியில் மிகுந்த திறமையுடையவர்.

சமநிலையோடு எல்லா விஷயங்களையும் சீர்தூக்கிப் பார்ப்பவர். சில சமயம் முன்கோபத்தோடு நடந்து கொண்டு அதற்காகப் பின்னால் வருத்தப்படுபவர். தென்னிந்தியாவில் உள்ள மற்ற அரசர்களை விடப் பெருமையுடையவர் என்பதால் வீரப் பிரதாப, சதுர்சமுத்திராதிபதி என்ற பட்டங்களைக் கொண்டவர். இவருடைய படைவன்மையைக் கொண்டு இவரைப் பேரரசர் என்று அழைப்பதில் தவறில்லை' என்றெல்லாம் பியஸ் எழுதியிருக்கிறார்.

கிருஷ்ணதேவராயரின் குணநலன்கள்

தனிப்பட்ட முறையில் வைணவத்தைச் சேர்ந்தவராக இருந்தாலும், எல்லா தெய்வங்களையும் வணங்கிப் போற்றியவர் கிருஷ்ண தேவராயர். தமக்கு முன்பு விஜயநகர சிம்மாசனத்தில் அமர்ந்திருந்த அரசர்களைப்போலவே ஹம்பி விருபாட்சராயரை விஜயநகரத்தின் குல தெய்வமாகப்போற்றி வணங்கினார் அவர். பண்டரிபுரத்தின் விட்டலர் வழிபாட்டை விஜயநகரத்திலும் கொண்டுவந்து விட்டலர் கோயில் ஒன்றை அமைத்தார் அவர்.

இசைத் தூண்கள் கொண்ட விட்டலர் கோயில், ஹம்பி.
ஹொய்சலா பாணியில் பலகோண அடித்தளம் கொண்ட கோயில்.

திருப்பதி வேங்கடாசலபதியைத் தன் இஷ்டதெய்வமாக வணங்கி அந்தக் கோயிலுக்குப் பல திருப்பணிகள் செய்திருக்கிறார் கிருஷ்ண தேவராயர். அடிக்கடி அங்கே செல்லும் வழக்கமுடையவர் இவர். கிருஷ்ணதேவராயருடைய பல கல்வெட்டுகள் அந்தக் கோயிலில் காணப்படுகிறது. இன்றும் கோயிலில் தன்னுடைய இரு தேவிகளுடன் அவர் இருக்கும் வெங்கலச் சிற்பத்தைக் காணலாம்.

தலைநகரின் தென்புறத்தில் அழகிய நகரம் ஒன்றை அமைத்து அதற்குத் தன் அன்னையின் நினைவாக நாகலாபுரம் என்று பெயரிட்டார் அவர். அந்த நகரத்திற்குத் தேவையான தண்ணீருக்காக, புதிதாக ஒரு நீர்த்தேக்கம் ஏற்படுத்தப்பட்டது. தான் அங்கே சென்றிருந்தபோது அதைத்தான் கட்டிக்கொண்டிருந்தார்கள் என்று பியஸ் கூறுகிறார். நகரில் இருந்த ஒரு பெரும்பாறையைச் செதுக்கி உருவாக்கியதே இன்றும் நாம் காணும் பெரிய நரசிம்மரின் விக்கிரகம்.

தமிழகத்திலும் கிருஷ்ணதேவராயர் செய்த திருப்பணிகள் அல்பசொல்பமானதல்ல. தமிழகக் கோயில்களில் உள்ள பல ராய கோபுரங்கள் அவர் காலத்தில் அமைக்கப்பட்டவை. திருவண்ணாமலைக் கோயிலில் உள்ள ஆயிரங்கால் மண்டபமும் திருக்குளமும் பதினோரு நிலைக் கோபுரமும் கிருஷ்ணதேவராயர் காலத்தில் அமைக்கப்பட்டவை. கோயில் விமானத்தில் உள்ள

கலசத்திற்குப் பொன் முலாம் பூசப்பட்டது இவர் காலத்தில்தான். காஞ்சி வரதராஜப் பெருமாள் கோயிலிலும் ஏகாம்பரநாதர் கோயிலிலும் பல திருப்பணிகளும் நிவந்தங்களும் இவர் செய்திருக்கிறார். சிதம்பரத்திலுள்ள வடக்குக் கோபுரத்தைச் சீர்திருத்தி முற்றுப் பெறாமல் இருந்த அந்தக் கோபுரத்தை முழுதாகக் கட்டியவர் கிருஷ்ணதேவராயர். கலிங்கத்தை வென்ற பிறகு இந்தக் கோபுரத்தை அவர் கட்டி முடித்தார் என்று அந்தக் கோபுரத்தில் உள்ள கல்வெட்டு ஒன்று கூறுகிறது. கிருஷ்ணதேவராயருடைய சிற்பம் ஒன்றும் அங்கே உள்ளது.

வீரத்திலும் சிறந்து விளங்கிச் சிறந்த கலாரசிகராகவும் இருந்த கிருஷ்ணதேவராயர் இலக்கியத்திலும் மொழியறிவிலும் பெரும் புலமை பெற்று இருந்தார். ‘அஷ்டதிக்கஜங்கள்’ என்று அழைக்கப்பட்ட எட்டுப் புலவர்கள் இவருடைய சபையில் இருந்தனர். இவர்களில் அல்லசாணி பெத்தண்ணா கிருஷ்ண தேவராயரின் ஆஸ்தான கவி. சமஸ்கிருதத்திலும் தெலுங்கிலும் வல்லவர். புராணங்களில் இரண்டாவது மனுவாகக் கூறப்படும் சுவரோசித மனு என்பவரின் கதையை ‘மனுசரிதம்’ என்ற பெயரில் அவர் எழுதினார். தெலுங்கு இலக்கியத்திற்கு முக்கியமான பங்களித்த பெத்தண்ணாவை ‘ஆந்திர கவிதா பிதாமகன்’ என்று சிறப்புப் பெயரிட்டு அழைப்பதுண்டு. திம்மண்ணா என்ற புலவர் தேவலோகத்திலிருந்து கிருஷ்ணரால் பூலோகம் கொண்டு வரப்பட்ட பாரிஜாத மரத்தைப் பற்றிய கதையை ‘பாரிஜாத அபகாரணமு’ என்ற பெயரில் எழுதினார். ‘சகல கதா சங்கிரகம்’ என்ற நூலை ராமபத்திரன் என்ற புலவர் தெலுங்கு மொழியில் எழுதினார். துர்ஜாதி என்பவர் ‘காளத்தி மகாத்மியம்’ என்ற நூலையும் மல்லண்ணா ‘ராஜ சேகர சரிதம்’ என்ற நூலையும் இயற்றினர்.

இவர்களைத் தவிர சூரண்ணா, ராமராஜபூஷணன், எல்லாருக்கும் நன்கு தெரிந்த தெனாலி ராமகிருஷ்ணன் ஆகியோரும் கிருஷ்ண தேவராயரின் அஷ்டதிக்கஜங்களில் இருந்ததாகக் கூறப்படுகிறது. இவர்களைத் தவிர மற்ற மொழிப் புலவர்கள் பலரையும் கிருஷ்ண தேவராயர் ஆதரித்தார். ஹரிதாசர் என்ற தமிழ்ப்புலவரும் இதில் அடக்கம். சைவம், வைணம் ஆகிய இரு சமயங்களின் தத்துவ விவாதத்தை ஆரணவல்லி, ஆகமவல்லி என்ற இரு பெண்கள் செய்வதாக எழுதப்பட்ட இரு சமய விளக்கம் என்ற நூலை இவர் எழுதினார். குமார சரஸ்வதி என்ற தமிழ்ப்புலவரையும் இவர் ஆதரித்தார்.

இப்படிப் பல புலவர்களை ஆதரித்ததோடு தாமே ஒரு கவியாகவும் விளங்கியவர் கிருஷ்ணதேவராயர். ஜாம்பவதித் திருமணம், உஷா பரிணயம் ஆகிய இரண்டு சமஸ்கிருத நாடகங்களும் அவரால் எழுதப்பட்டவை. பன்னிரு ஆழ்வார்களில் இருவரான பெரியாழ்வாரையும் ஸ்ரீஆண்டாள் அம்மையாரையும் பற்றிய கதையை ஆமுக்த மால்யதா என்ற நூலாக தெலுங்கு மொழியில் வடித்தவர் கிருஷ்ணதேவராயர்.

சமஸ்கிருதத்திலிருந்து மொழிபெயர்க்கப்பட்ட நூல்களை மட்டுமே பெரும்பாலும் கொண்டிருந்த தெலுங்கு மொழியில் கிருஷ்ணதேவராயரின் காலத்திற்குப் பிறகு அதிக அளவில் மூல நூல்கள் தோன்றலாயின. அதன் காரணமாக கிருஷ்ணதேவராயரின் காலம் தெலுங்கு மொழியின் பொற்காலம் என்று கூறப்படுகிறது.

அவருடைய ஆட்சியில் விஜயநகரம் வந்த பல பயணிகள் அந்நகரத்தின் அமைப்பையும் செல்வச்செழிப்பையும் பாராட்டி இருக்கிறார்கள். பங்காப்பூர் கெர்சப்பா, பட்கல் போன்ற இடங்களில் ஆட்சி செய்தவர்களும் போர் ஏதும் இல்லாமல் அவருடைய மேலாதிக்கத்தை ஏற்றுக்கொண்டனர். அவருடைய ஆட்சியின் கீழ் இருந்த மகாமண்டலேசுவரர்கள் பெரும்பாலும் சுயேச்சையாகவே ஆட்சி செய்து வந்தனர். அவர்களுக்கு விதிக்கப்பட்ட நிபந்தனையெல்லாம் இரண்டுதான். குறிப்பிட்ட எண்ணிக்கையுள்ள ஒரு ராணுவத்தை அவர்கள் எப்போதும் தயார் நிலையில் வைத்திருக்கவேண்டும். அதைத்தவிர மத்தியக் கருவூலத்திற்குச் செலுத்த வேண்டிய தொகையை ஆண்டுதோறும் தவறாமல் செலுத்திவிட வேண்டும். இந்த இரண்டு விஷயங் களையும் அவர்கள் செய்துவிட்டால், அவர்களுடைய அதிகாரத்தில் மைய அரசு தலையிடாது. இதன்படி ஆட்சி நடைபெற ஒரு திறமையான மன்னன் அவசியம். அப்படிப்பட்ட மன்னனாக இருந்தவர் கிருஷ்ணதேவராயர்.

கிருஷ்ணதேவராயரின் ஆட்சியில் மகாமண்டலேஸ்வராகப் பதவியேற்றவர்கள் திறமையுள்ளவர்களாக இருந்தார்கள். தமிழகத்தில் பிற்காலத்தில் ஏற்பட்ட நாயக்கர் வம்சத்திற்கு வித்திட்டவர்கள் இவர்களே. அதில் இருவரைப் பற்றிப் பார்ப்போம்.

செஞ்சி நாயக்கர்கள்

பொயு 1526ம் ஆண்டு செஞ்சியில் நாயக்கர் ஆட்சியை ஏற்படுத்திய கிருஷ்ணதேவராயர், வையப்ப நாயக்கன் என்பவனை அங்கே

தலைவராக நியமித்தார். இவனை காசிப கோத்திரத்து திம்மப்ப நாயக்கரின் மகன் என்றும் மணி நாகபுரம் என்ற ஊரினைச் சேர்ந்தவன் என்றும் கல்வெட்டுகள் குறிப்பிடுகின்றன. அவனுக்குப் பிறகு முதலாம் கிருஷ்ணப்ப நாயக்கன் என்பவன் அங்கே அரசாண்டான். அதிலிருந்து வழிவழியாகச் செஞ்சி நாயக்கர்கள் ஆண்டனர். வேலூர் நாயக்கர்களும் ஒரு காலம் வரை இவர்களின் ஆதிக்கத்தின் கீழ் இருந்தனர்.

மதுரை நாயக்கர்கள்

மதுரை நாயக்கர்களை கிருஷ்ணதேவராயர் உருவாக்கிய விதம் பற்றிப் பல கதைகள் கூறப்படுகின்றன. பாண்டிய நாட்டை அப்போது சந்திரசேகர பாண்டியன் என்பவன் ஆட்சி செய்துகொண்டிருந்தான். அவனை எதிர்த்து வீரசேகர சோழன் என்பவன் போர்புரிந்து தொல்லை கொடுத்தான். மதுரையையும் கைப்பற்றிக் கொண்டான். தன்னுடைய நாட்டை திருப்பித் தருமாறு கிருஷ்ணதேவராயருக்கு சந்திரசேகர பாண்டியன் வேண்டுகோள் விடுத்தான். அதற்கு இணங்கிய கிருஷ்ணதேவராயர் தன்னுடைய படைத்தலைவர்களில் ஒருவரான நாகம நாயக்கர் என்பவரை மதுரைக்கு ஒரு படையோடு அனுப்பினார். வீரசேகர சோழனைத் தோற்கடித்து மதுரையிலிருந்து துரத்திய நாகம நாயக்கர், ஒப்புக்கொண்டபடி அரசை சந்திரசேகர பாண்டியரிடம் திருப்பித்தராமல் தாமே அங்குத் தங்கி அரசு நடத்தத் தொடங்கினார்.

சந்திரசேகர பாண்டியர் மீண்டும் கிருஷ்ணதேவராயரிடம் முறையிட்டார். ஆத்திரமடைந்த கிருஷ்ணதேவராயர், நாகமரை யாராவது ஒருவர் சிறைபடுத்திக்கொண்டு வரவேண்டும். அப்படிச் செய்பவர் யார்? என்று அவையில் கேட்டார். ஆனால் பெரு வீரரான நாகமரை எதிர்த்துப் போர் செய்ய யாரும் முன்வரவில்லை. கடைசியில் நாகமரின் மகனும் கிருஷ்ணதேவராயருக்கு அடைப்பக்காரனாக இருந்தவனுமான விஸ்வநாதன், தானே சென்று தன் தகப்பனைச் சிறைபிடித்து வருவதாக வாளின் மேல் ஆணையிட்டான்.

அதை ஏற்று கிருஷ்ணதேவராயர் அவனை அனுப்பினார். மதுரைக்குச் சென்ற விஸ்வநாதன், தன் தந்தையைச் சிறைபிடித்து விஜயநகரத்திற்கு அழைத்து வந்தான். இதைப் பார்த்து மகிழ்ந்த கிருஷ்ணதேவராயர் மதுரையை விஸ்வநாதனிடம் கொடுத்து ஆட்சி செய்யச் சொன்னார். இப்படியாக மதுரை நாயக்கர் வம்சம் விஸ்வநாதனால் தொடங்கப்பட்டது.

‘தஞ்சாவூரி ஆந்திரராஜுலு சரித்தரமு’ என்ற நூலில் உள்ள மேற்கண்ட கதைக்கு எந்தவிதமான ஆதாரமும் இல்லை என்று சொல்லவேண்டும். பாண்டியன் வம்சத்தில் சந்திரசேகர பாண்டியன் என்ற அரசரைப் பற்றித் தகவல் இல்லை. கம்பண்ணரின் படையெடுப்பிற்குப் பிறகு விஜயநகரத்தின் ஆதிக்கமே பெரும்பாலும் மதுரையில் இருந்தது. ஆகவே நாகம நாயக்கர் மதுரையின் மகாமண்டலேஸ்வராக இருந்திருக்கவேண்டும். அவர் எதிர்த்துக் கிளர்ச்சி செய்ததாலோ அல்லது வழிவழியாகவோ விஸ்வநாத நாயக்கரிடம் மதுரை நாயக்கர் பதவி வந்திருக்க வேண்டும்.

கிருஷ்ணதேவராயருக்கு திருமலாதேவி, சின்னாதேவி என்று இரு பட்டமகிஷிகள் இருந்தனர். வேறு மனைவிகளும் அவருக்கு இருந்தனர் என்று தெரிகிறது. அவர்களில் திருமலாதேவிக்கு திருமலை ராயன் என்ற மகனும், திருமலாம்பா என்ற மகளும் இருந்தனர். திருமலாம்பாவை ஆரவீடு குடும்பத்தைச் சேர்ந்த ராமராயருக்கு கிருஷ்ணதேவராயர் திருமணம் செய்துகொடுத்தார். மாப்பிள்ளை என்ற பொருளில் கன்னடத்தில் வழங்கும் ‘அலிய’ என்ற பெயரைச் சேர்த்து ‘அலிய ராமராயர்’ என்ற பெயரில் அவர் அழைக்கப்பட்டார்.

தன்னுடைய அரசியல் அறிவாலும், வெளிநாட்டுக் கொள்கையாலும், பொருளாதார, சமய, சமூக நடவடிக்கை களாலும் விஜயநகரத்தை மேன்மை அடையும்படி செய்த கிருஷ்ணதேவராயரின் இறுதிக்காலம் துன்பம் மிகுந்ததாக இருந்தது. அவருடைய மகனான திருமலை ராயன் விஷம் வைத்துக் கொல்லப்பட்டான். இதற்குச் சாளுவ திம்மரசுவும் அவரது மகனும்தான் காரணம் என்று கருதிய கிருஷ்ணதேவராயர் அவர்கள் இருவரையும் குருடாக்கி சிறையில் அடைத்ததாக நூனிஸ் கூறுகிறார். அப்பாஜி என்று கிருஷ்ணதேவராயரால் அன்புடன் அழைக்கப்பட்ட அமைச்சரை அவர் இப்படித் துன்புறுத்துவாரா என்பது கேள்விக்குறி. எப்படியிருந்தாலும் மகனை இழந்த துன்பத்தால் கிருஷ்ணதேவராயர் 1529ம் ஆண்டு உயிர்துறந்தார்.

அத்தியாயம் 10

அச்சுத ராயர்

விஜயநகரத்தின் அடுத்த அரசராக கிருஷ்ணதேவராயரின் விருப்பப்படி அவரது தம்பியான அச்சுதராயர் 1529ம் ஆண்டு பதவியேற்றார். கிருஷ்ணதேவராயரின் மகன் திருமலை ராயன் ஒன்றரை வயதாக இருக்கும்போதே விஷம் வைத்துக் கொல்லப்பட்டதால் இந்த ஏற்பாட்டை கிருஷ்ணதேவராயர் செய்து விட்டு மறைந்தார். ஆனால் கிருஷ்ணதேவராயரின் மருமகனான ராமராயர் இதை ரசிக்கவில்லை. சந்திரகிரிக் கோட்டையில் இருந்த அச்சுத ராயர் விஜயநகரம் வந்து முடிசூட்டிக் கொள்வதற்கு முன்பாக, கிருஷ்ணதேவராயருடைய ஒன்று விட்ட சகோதரரான ரங்கதேவராயரின் மகனும் சிறுவனுமான சதாசிவராயரை அரியணையில் அமர்த்திவிட்டு, தான் காப்பாளராக ஆட்சி செய்ய முயன்றார். ஆனால், அச்சுததேவராயருடைய மைத்துனர்களான சலக்க ராஜு சகோதரர்களும் செல்லப்பச் சாளுவ நாயக்கர் என்ற மகாமண்டலேஸ்வரரும் சேர்ந்து அந்த முயற்சியை முறியடித்தனர். அச்சுத ராயர் வரும் வரை காத்திருந்து அரண்மனையை அவரிடம் ஒப்படைத்தனர்.

சந்திரகிரியிலிருந்து வரும் வழியில் காளஹஸ்தியிலும் திருப்பதியிலும் சென்று வழிபட்டு விட்டு, விஜயநகர அரசனாக தன்னைப் பிரகடனப்படுத்திவிட்டே அச்சுதராயர் விஜயநகரம் வந்தார். மூன்று முறை இவர் பட்டாபிஷேகம் செய்து கொண்டதாகக் கல்வெட்டுகள் தெரிவிக்கின்றன.

76
80
அச்சுத தேவராயர் காலத்தில்
விஜயநகரப் பேரரசின் ராஜ்யங்கள்
(உத்தேசமானது)
கிருஷ்ணா நதி
16
16
ரய்ச்சூர்
கொண்டவீடு
முதகல் ராஜ்யம்
குத்தி ராஜ்யம்
கந்தன வோலு ராஜ்யம்
ஸ்ரீசைலம்
ஹம்பி ஹஸ்தினவதி
துளு ராஜ்யம்
பெனு கொண்டா ராஜ்யம்
உதயகிரி ராஜ்யம்
ஸ்ரீரங்கப் பட்டின ராஜ்யம்
சந்திர குத்தி
படைவீடு ராஜ்யம்
சந்திரகிரி ராஜ்யம்
பரகூர்
12
12
முல்பாகல் ராஜ்யம்
திருவதிகை ராஜ்யம்
அரபிக் கடல்
கள்ளிக்கோட்டை
திருவடி ராஜ்யம்
சோழ ராஜ்யம்
வங்காளக் குடாக் கடல்
பாண்டிய ராஜ்யம்
கொல்லம்
தென்காசி பாண்டியர்
8
8

திருமலை வேங்கடாசலபதி முன்னிலையில் இவருக்கு முதல் பட்டாபிஷேகம் நடந்ததை,

ப்ராணாமசீல பணிசைலசாஸிது
கதாசிதக்ரே கரசங்கவாரிணா
பயோதி காஞ்சீபரிரீணத்ரு தாஸ்பதே
பதே பிஷேக ஸ பரம்பராகதே

(ஒரு சமயம் ஆதிசேஷனை மலையாகக் கொண்ட திருமலை நாயகனான சீனிவாசப் பெருமாளின் முன்னிலையில் நல்லோரிடம் பணிவு கொண்ட அச்சுதராயன், பெருமாளின் கையில் உள்ள சங்கிலிருந்து பெருகும் நீரால் பேரரசனாகப் பட்டாபிஷேகம் செய்யப்பட்டான்) - என்று கூறுகிறது 'அச்சுதராயாப்யுதம்'.

1529ம் ஆண்டு அக்டோபர் 21ம் தேதி அச்சுதராயர் காளஹஸ்தியில் பதவியேற்றதாக அக்கோயில் கல்வெட்டு குறிப்பிடுகிறது. அதன்பின் விஜயநகரம் வந்த அச்சுதராயர் மந்திரி பிரதானிகள் முன்னிலையில் 1529ம் ஆண்டு நவம்பர் 20ம் தேதி விமரிசையாக தன்னுடைய முடிசூட்டு விழாவை நடத்திக்கொண்டார். இதை காஞ்சிபுரம், திருவரங்கம் கல்வெட்டுகள் உறுதி செய்கின்றன. அதே நேரத்தில் அச்சுதராயரின் தேவியான வரதாம்பிகைக்கு பட்டமகிஷிக்குரிய அபிஷேகமும் நடந்தது.

மஹத்தரே மானவலோகசாஸிது -ர்
மனோஞுனு கூலா மஹிஷீபதே ததா
க்ருதாபிஷேபிகா ஸலககூஷிதீகதுர்
வராத்மஜாசீத் வரதாம்பிகா வதூ

(அச்சமயம் சலகன் எனும் தலைவனுக்குப் பிறந்த வரதாம்பிகை என்ற பெண் மனிதகுலத்திற்குத் தலைவனாகத் திகழ்கின்ற அச்சுதராயனுக்கு ஏற்றவளாக உயர்ந்த பதவியான பட்டமகிஷி என்ற பதவியில் அபிஷேகம் செய்து அமர்த்தப்பட்டாள்) - என்று 'அச்சுதராயப்யுதம்' கூறுகிறது.

இந்த நிகழ்வு நடந்தபோது உள்ளுக்குள் புகைந்தாலும் வேறு வழியின்றி ராமராயரும் அச்சுதராயரோடு சமாதானமாகச் சென்று அவருடைய அரசுரிமையை ஏற்றுக்கொண்டார்.

கிருஷ்ணதேவராயரைப்போல நாட்டைக் கட்டியாண்ட வலிமையான பேரரசருக்குப் பின்னால் அவருக்கு அடங்கியிருந்த அரசர்கள் பலர் பேரரசின் பிடியிலிருந்து விடுபடத் துடிப்பது

இயல்பான ஒன்று. அதற்கேற்ப, அச்சுதராயர் பதவியேற்றதும் நாட்டின் பல பகுதிகளில் பிரச்னை தோன்றியது. உறவினராக இருந்தாலும், தான் இழந்த பகுதிகளை மீண்டும் பிடிப்பதற்காக கலிங்கநாட்டின் அரசன் பிரதாப ருத்திர கஜபதி மீண்டும் விஜயநகரத்தின் மீது படையெடுத்து வந்தான். 'திறந்து கிடந்த வீட்டில் குக்கல் நுழைவதுபோல திருட்டுத்தனமாக உத்கல நாட்டின் அரசன் விஜயநகரத்தின் மீது படையெடுத்து வந்தான்' என்று அல்லசானி பெத்தண்ணா ஒரு பாடலில் இந்தச் செயலை வர்ணித்திருக்கிறார். ஆனால் அவனை எதிர்த்துச் சென்ற அச்சுதராயர் வெற்றி பெற்று கலிங்கப் படைகளை மீண்டும் கிருஷ்ணா நதிக்கு வடக்கே துரத்தினார்.

வெற்றியோடு அவர் திரும்பிவந்ததும் வடகிழக்குப் பகுதியில் மீண்டுமொருமுறை சிக்கல் முளைத்தது. கொண்டவீட்டைக் கைப்பற்றிக்கொள்ள நினைத்த கோல்கொண்டாவின் சுல்தான் குலி குதூப் ஷா, அந்த இடத்திற்கு ஒரு படையோடு சென்றார். ஆனால் வேலுகோட்டி திம்மப்பன் என்ற படைத்தலைவனால் கொண்ட வீட்டுக் கோட்டை காப்பாற்றப்பட்டு அந்த முயற்சி முறியடிக்கப் பட்டது. கோல்கொண்டா சுல்தான் தோல்வியுற்றுத் திரும்பினார்.

அதன்பின், வடக்கில் பீஜப்பூரின் சுல்தானான இஸ்மாயில் அடில் ஷா கிருஷ்ணதேவராயரிடம் தான் இழந்த ரெய்ச்சூர்க் கோட்டையை திரும்பக் கைப்பற்ற நினைத்து அங்கே படையெடுத்தான். அப்போது ரெய்ச்சூர்க் கோட்டைக் காவலனாக இருந்த அப்பாலராஜு, கோட்டையைக் காப்பாற்றுவதற்குப் பெருமுயற்சி எடுத்து பீஜப்பூரின் முற்றுகையைத் தடுத்து நிறுத்தினான். ஆனால் நீண்ட நாட்கள் அவனால் தாக்குப் பிடிக்க முடியவில்லை. பீஜப்பூரின் படைகள் கோட்டைக் கதவுகளை உடைத்துக்கொண்டு உள்ளே புகுந்தன. அப்போது நடந்த போரில் அப்பாலராஜு வீரசுவர்க்கம் அடைந்தான். கோட்டையை மீட்பதற்காக வலுவான படை ஒன்றைத் திரட்டினார் அச்சுத ராயர். ஆனால், நாட்டின் தெற்கே தோன்றிய ஒரு பிரச்னையால் அந்தப் படையெடுப்பு ஒத்திவைக்கப்பட்டது.

தமிழக திக்விஜயம்

காஞ்சிபுரம் ஏகாம்பரநாதர் கோயிலில் அர்ச்சகராகப் பணிபுரிந்து வந்த தழுவக் குழைந்தான் பட்டர் என்பவரது மகன் செல்லப்பா. கோயிலில் தேவகன்மியாக (சிவப்பிராமணர்) இருந்தவர் தழுவக் குழைந்தான் பட்டர். அச்சுதநாயக்கர் சந்திரகிரியில்

தங்கியிருந்தபோது அவருடைய நெருங்கிய நண்பரானார் செல்லப்பா. அதன் காரணமாக 1510ம் ஆண்டு விஜயநகர அரசின் அலுவலராக அமர்ந்து சாளுவ பட்டம் பெற்று 'செல்லப்பச் சாளுவ நாயக்கர்' என்ற பெயருடன் தமிழகத்தின் மகா மண்டலேஸ்வராகப் பணிபுரிந்தார். பேரரசின் அபிமானத்திற்குரிய ஆளுநராக இருந்தார். நாகப்பட்டினம் உட்பட சோழமண்டலம், தஞ்சாவூர், புவனகிரி, திருக்கோவிலூர் ஆகிய இடங்கள் அவரது அதிகாரத்தின் கீழ் இருந்தன. முப்பதினாயிரம் காலாட்படைகளும் மூவாயிரம் குதிரைகளும் முப்பது யானைகளும் கொண்ட படையை அவர் வைத்திருந்தார் என்கிறார் நூனிஸ்.

பொயு 1511ம் ஆண்டு குன்றத்தூர் என்ற கிராமத்தை செல்லப்பருக்காக கிருஷ்ணதேவராயர் அளித்திருக்கிறார். தமிழகத்தின் பல கோயில்களில் இவர் நிலக்கொடையும் தானங்களும் அளித்ததற்கான கல்வெட்டுகள் உண்டு.

கிருஷ்ணதேவராயர் மறைந்தவுடன், அச்சுதராயருக்கு எதிராகக் கிளம்பிய ராமராயரின் சதியை முறியடித்து, அச்சுதராயர் பதவியேற்றவுடன் தலைநகரில் சில நாட்கள் தங்கியிருந்தார் செல்லப்பா. ஆனால், அவரை அதிகம் கண்டுகொள்ளாமல் தன் மைத்துனர்களான சல்லகராஜு சகோதரர்களிடம் அதிகமாக நெருக்கத்தைக் காட்டிய அச்சுதராயரின் செயலால் மனம் வெதும்பிய செல்லப்பா மீண்டும் சோழமண்டலம் திரும்பினார். எந்த ராமராயருக்கு எதிராகப் போரிட்டு அச்சுதராயருக்கு ஆட்சியை அளித்தாரோ, அதே ராமராயரோடு அச்சுதராயர் உடன்படிக்கை செய்துகொண்டதும் செல்லப்பாவின் ஆத்திரத்தை அதிகரித்திருக்கக் கூடும்.

தமிழகம் திரும்பிய செல்லப்பாவோடு பரமக்குடியை ஆண்ட தும்பிச்சி நாயக்கர் என்பவரும் இணைந்து கொண்டார். இருவரும் தன்னாட்சி பெறுவதற்கான ஒரு திட்டத்தைத் தீட்டி விஜயநகருக்கு எதிராகக் கலகக் கொடி உயர்த்தினர்.

அதே சமயம் திருவிதாங்கூரின் சிற்றரசனாக இருந்த உதய மார்த்தாண்ட வர்மன் என்பவன், தென்காசிப் பாண்டிய நாட்டின் மீது படையெடுத்து அம்பாசமுத்திரம், மன்னார்கோயில், களக்காடு, வேப்பங்குளம் ஆகிய பகுதிகளைக் கைப்பற்றிக் கொண்டான். இரண்டாம் தேவராயரின் காலத்திலிருந்து விஜயநகரத்திற்கு திருவிதாங்கூர் செலுத்திவந்த திறையையும் செலுத்த மறுத்தான்.

நரசநாயக்கரின் காலத்திலிருந்தே தென்காசிப் பாண்டியர்கள் விஜயநகர அரசர்களின் கீழ் ஆட்சி செய்து வந்தனர் என்பதை ஏற்கெனவே பார்த்தோம். அச்சுதராயரின் காலத்தில் தென்காசியின் அரசனாக இருந்தவன், ஜடில திரிபுவன ஸ்ரீவல்லபப் பாண்டியன் ஆவான். தனது நாட்டின் பகுதிகள் உதயமார்த்தாண்டவர்மனின் அடாத செயலால் கைவிட்டுப்போனதாக அவன் விஜயநகர அரசிடம் புகார் செய்தான்.

நாட்டின் தென்பகுதியில் தோன்றிய இந்தக் கலகங்களை அடக்குவதற்காக சலக்கராஜு சின்ன திருமலையைச் சேனாதி பதியாகக் கொண்டு படைக்குத் தாமே தலைமை வகித்து அச்சுதராயர் கிளம்பினார். திருப்பதி வேங்கடேஸ்வரரையும் காளஹஸ்தீஸ்வரரையும் வணங்கிவிட்டு, அங்கிருந்து கிளம்பி காஞ்சி ஏகாம்பரேஸ்வரர், வரதராஜப் பெருமாள், காமாட்சியம்மன் ஆகிய கோயில்களை தரிசனம் செய்துவிட்டு திருவண்ணாமலை சென்றார். அண்ணாமலையப்பரையும் உண்ணாமலையம்மனையும் தரிசித்து, திருவரங்கம் சென்றார். திருவரங்கம் ரங்கநாதப் பெருமானைச் சேவித்துவிட்டு அங்கேயே படைவீடு அமைத்தார் அச்சுதராயர்.

இதற்கிடையில் சோழநாட்டில் கலகம் செய்த செல்லப்பச் சாளுவ நாயக்கர் ஒரு படையோடு தெற்கே சென்று தும்பிச்சி நாயக்கரோடு சேர்ந்து திருவிதாங்கூர் மன்னனோடு இணைந்துகொண்டார். திருவடி ராஜ்யத்து அரசனையும் அவனோடு இணைந்த கலகக்காரர்களையும் தோற்கடிக்க அரசனான அச்சுதநாயக்கர் நேரில் வரவேண்டியதில்லை எனவும் தாமே ஒரு படையை எடுத்துக்கொண்டு சென்று அவர்களை வென்று வருவதாகவும் சேனாதிபதியான திருமலை தேவர் வேண்டிக்கொள்ளவே, அச்சுதராயர் திருவரங்கத்திலேயே தங்கிவிட்டார்.

இந்தத் திக்விஜயத்தில் அச்சுதராயருக்கு வெற்றி கிடைக்கவேண்டும் என்று கோயிலைச் சேர்ந்த அனந்தாழ்வார் பிள்ளை என்பவர் வேண்டிக்கொண்டு திருவரங்கம் கோயிலுக்கு நிவந்தங்கள் அளித்தார். அதை ஆர்யபட்டாள் வாசல் நிலைக்காலில் பொறித்தும் வைத்தார். அந்தக் கல்வெட்டு,

> ‘ஸ்வஸ்திஸ்ரீ சகாப்தம் 1451 மேல் செல்லாநின்ற விரோதி வருஷம் தை மீ 8 பெருமாள் ஸ்ரீரங்கநாத தேவர்க்கு அச்சுததேவமகாராயர்க்கு திக்குவிஜயமாக பரத்வாஜகோத்ரத்து ஆவுலாயன சூத்ரத்து உத்திரமேலூர் குரவைசேரி ஸ்ரீரங்கராசர் புத்திரன் அனந்தாழ்வார்

பிள்ளை செய்வித்த கயிங்கரியங்களுக்கு விபரம் விமாநம். . . . வெள்ளி தூக்கம் 520 தூக்கம் 10க்கு மசசாரிகால் நாலுக்கு வெள்ளித்தூக்கம் 320 சின்னது இடக்கயம் 10 வெள்ளி இடக்கயம் 10 இதுவும் நாச்சியார் ஸ்ரீரங்க நாயகியார்க்கு பூபாலராயன் தூக்கு முச்சின் தகடும் கால் பூச்சிக்கும் தங்கம் தூக்கம் 276 இதுக்கு மேல் தகடு வெள்ளித் தூக்கம் 492 இதுவும் காது காப்பு திருமகக் குழை கோடு ஒன்றுக்கு பொன் தூக்கம் 122 இன்னம் அனந்த கயிங்கரியம் கொண்டருள உ'

அதன்படி அனந்தாழ்வார் பிள்ளை அச்சுதராயனின் வெற்றிக்காக ரங்கநாதப் பெருமானுக்கும் ரங்கநாயகிக்கும் பொன் வெள்ளி கொண்டு பல திருப்பணிகள் செய்திருக்கிறார்.

தாமிரபரணிப் போர்

படையோடு தெற்கே சென்ற திருமலைத் தேவர், தாமிரபரணிக் கரையை அடைந்தார். திருவிதாங்கூர்ப் படைகளும், செல்லப்பாவின் படையும் தும்பிச்சி நாயக்கரின் படையும் அவரை எதிர்த்து ஆரல்வாய் மொழிக் கணவாயில் காத்திருந்தன. 'தாமிரபரணிப் போர்' என்று பொதுவாக இது வழங்கப்பட்டாலும் 'ஆரல்வாய்மொழிப்போர்' என்று இதை அழைப்பதே பொருத்தமாகும் என ஆய்வாளர்கள் கருதுகின்றனர்.

1532ம் ஆண்டு ஜுன் மாதக் கோடையில் மலைக்கணவாயில் நடந்த இந்தப் போரில் விஜயநகரப் படைகள் தீரத்துடன் போர் புரிந்து அந்த மூவரின் கூட்டணிப்படையை வென்றன. தோல்வியுற்ற உதயமார்த்தாண்டவர்மனும், தும்பிச்சி நாயக்கரும், செல்லப்பச் சாளுக்கிய நாயக்கரும் சரணடைந்தனர். விஜயநகருக்கு முன்பு போல் திறை செலுத்துவதாக உதயமார்த்தாண்டவர்மன் ஒப்புக் கொண்டதுமட்டுமின்றி, தாம் தென்காசிப் பாண்டியரிடமிருந்து கவர்ந்த பகுதிகளை மீண்டும் திருப்பிக் கொடுத்தான். அதன்பின் திருவனந்தபுரம் சென்ற அச்சுதராயர் அங்கு அனந்தபத்மநாதரை வணங்கிவிட்டு, கன்னியாகுமரிக்கும் சென்றுவிட்டு மீண்டும் திருவரங்கம் திரும்பினார்.

தன் அரசை மீட்டுக்கொடுத்ததற்குப் பிரதியாக தன்னுடைய மகளை அச்சுதராயருக்கு ஸ்ரீவல்லப பாண்டியன் திருமணம் செய்து கொடுத்தான். இந்தச் செய்திகளை எல்லாம் அச்சுதராய அப்யூதம் என்ற நூல் விரிவாகக் குறிப்பிடுகிறது. 1532ம் ஆண்டு ஜுலை மாதத்தில் பொறிக்கப்பட்ட காஞ்சி காமாட்சியம்மன் கோயில் கல்வெட்டு ஒன்றும் அச்சுதராயரின் இந்தத் தாமிரபரணிப் போரின்

நிகழ்ச்சிகளையும் அங்கே அவர் வெற்றியடைந்து ஆற்றங்கரையில் வெற்றித்தூண் எழுப்பிய செய்தியையும் தெரிவிக்கிறது.

இதற்கிடையில் உம்மத்தூரில் கிருஷ்ணதேவராயரால் நியமிக்கப் பட்டிருந்த பாளையக்காரர்களும் வேங்கடாத்ரி நாயக்கர் என்பவனும் அச்சுதராயருக்குத் திறை கொடுக்க மறுத்து சுதந்தரப் பிரகடனம் செய்தனர். அதனால், தன் படையோடு திருவரங்கத்தில் இருந்து நேரடியாக ஸ்ரீரங்கப்பட்டினத்தை நோக்கி அச்சுதராயர் சென்றார். விஜயநகரப் படைகள் உம்மத்தூர்ப் படைகளோடு போரிட்டு பேரரசுக்கு அனுப்பிக்கொண்டிருந்த திறையை மீண்டும் செலுத்தும்படிச் செய்தன.

அதன்பின் தலைநகர் திரும்பிய அச்சுதராயர், ஏற்கெனவே ஒத்திப்போட்டிருந்த படையெடுப்பான ரெய்ச்சூரின் மீது தன் கவனத்தைச் செலுத்தினார். ஆனால் மேற்சொன்ன நிகழ்வுகளுக்கு இடையில் பீஜப்பூர் சுல்தானான இஸ்மாயில் அடில் ஷா இறந்து போய் அவனுடைய புதல்வர்களான மல்லு அடில் ஷா, இப்ராஹிம் அடில் ஷா ஆகியோருக்கு இடையே உள்நாட்டுப் போர் நடந்து கொண்டிருந்தது. அந்தச் சந்தர்ப்பத்தைப் பயன்படுத்திக் கொண்டு அச்சுதராயர் ரெய்ச்சூரை சுலபமாகக் கைப்பற்றினார்.

இப்படி வெற்றிமேல் வெற்றிபெற்று விஜயநகரத்தை ஸ்திரப் படுத்திய அச்சுதராயர் மீது ராமராயரின் பொறாமை நாளுக்கு நாள் அதிகரித்தது. கிருஷ்ணதேவராயரைப்போல் திறமை உள்ளவர் அல்ல அச்சுதராயர், அதனால் அரியணை எப்படியும் சில வருடங்களில் நமக்கு வந்துவிடும் என்ற காத்திருந்த ராமராயரின் நினைப்பில் அச்சுதராயர் மண்ணைப் போட்டுவிட்டு நாட்டைத் திறமையாக அரசாட்சி செய்ததால், புரட்சி ஒன்றே நாட்டைக் கைப்பற்றும் வழி என்று நினைத்தார் ராமராயர்.

இதை உணர்ந்து கொண்ட அச்சுதராயரின் மைத்துனர்களான சலக்கராஜு சகோதரர்கள் அரண்மனை நிர்வாகத்தில் அதிகமாகத் தலையிடத்தொடங்கினர். எப்படியாவது ராமராயரைத் தலை எடுக்க விடாது செய்துவிடவேண்டும் என்ற வெறியினால் சில தகாத செயல்களையும் அவர்கள் செய்தனர். அந்தப் பழியெல்லாம் அச்சுதராயர் மீது விழுந்தது. 'தன்னுடைய மைத்துனர்கள் இருவருடைய சொற்படி தீயச் செயல்களைச் செய்து தன்னுடைய நல்ல பெயரை அச்சுதராயர் கெடுத்துக் கொண்டார். நாட்டில் பிரபுக்களும் மக்களும் அவரை வெறுக்க ஆரம்பித்தனர். மைத்துனர் களுடைய கைப்பொம்மையாக ஆகிவிட்டார் அச்சுதராயர்' என்று நூனிஸ் குறிப்பிட்டிருக்கிறார்.

திம்மலபுரத்தில் அச்சுதராயர் காலத்தில் கட்டப்பட்ட சிவன் கோயில்

சலக்கராஜு சகோதரர்கள்

அச்சுதராயரின் பட்ட மகிஷியான வரதாம்பாவின் சகோதரர்கள்தான் பெரிய திருமலை, சின்ன திருமலை என்ற பெயர்களை உடைய சலக்கராஜு சகோதரர்கள். இவர்களில் பெரிய திருமலை கடப்பைப் பகுதிகளை ஆட்சி செய்தார் என்று அங்குள்ள கல்வெட்டுகள் அறிவிக்கின்றன. அச்சுதராயரின் மைத்துனர் இவர் என்றும் அரசில் பிரதானி பதவி வகித்ததாகவும் அவை குறிப்பிடுகின்றன.

அதே போல இன்னொரு மைத்துனரான சின்னத் திருமலை, அச்சுதராயரின் தமிழகத்துத் திக்விஜயத்தின் போது அவர் கூட வந்தவராவார். திருக்கோயிலூர், திருவடிசூலம், குன்னிமேடு, திருநாவலூர், வில்லியனூர் ஆகிய இடங்களில் கிடைக்கும் கல்வெட்டுகள் மூலம் இவர் தமிழகத்தின் வடபகுதி முழுவதையும் ஆட்சி செய்தார் என்பது தெரிகிறது. அங்குள்ள பகுதிகளுக்கு மகாமண்டலேஸ்வரராக இவர் செயல்பட்டார்.

ஆக சகோதரர்களில் ஒருவர் மகாபிரதானியாகவும் இன்னொருவர் மகாமண்டலேஸ்வரராகவும் இருந்து கொண்டு பேரரசில் செல்வாக்கு மிக்கவர்களாக விளங்கினர் என்றும் அதனால் அடாத செயல்களைச் செய்தார்கள் என்பதும் தெளிவாகிறது.

இதைப் பயன்படுத்திக்கொண்டு அச்சுதராயரைப் பதவியிலிருந்து வீழ்த்த தாமே ஒரு படையைத் திரட்டினார் ராமராயர். விஜய நகரத்தின் பரம வைரியான பீஜப்பூர் சுல்தானிடம் காசு கொடுத்து 3000 குதிரை வீரர்களை விஜயநகரத்திற்கு வரவழைத்தார். 1535ம் ஆண்டு அச்சுதராயர் திருப்பதி சென்ற சமயம் பார்த்து, சதாசிவராயரை மீண்டும் பதவியில் அமர்த்தி அவர்தான் அரசர், தாம்தான் பாதுகாவலர் என்று மீண்டும் பிரகடனம் செய்தார்.

இந்தச் செய்தியைக் கேட்டு திருப்பதியிலிருந்து விரைவாகத் திரும்பிவந்த அச்சுதராயரை சிறையில் அடைத்தார் ராமராயர். ஆனால் அச்சுதருடைய மைத்துனர்கள், தமக்கு ஆதரவான ஆட்களைத் திரட்டிக்கொண்டு விஜயநகரம் வந்து, ராமராயர் ஊரில் இல்லாத ஒரு சமயத்தில் அச்சுதராயரை விடுவித்து மீண்டும் அவரை அரசராக ஆக்கிவிட்டனர். இப்படி நாடு உட்பூசலில் தவிக்கும் சமயத்தில், அந்தச் சந்தர்ப்பத்தைப் பயன்படுத்திக்கொண்ட பீஜப்பூர் சுல்தானான இப்ராஹிம் அடில் ஷா, நகரத்தின் மேற்கில் இருந்த நாகலாபுரம் என்ற ஊரைக் கைப்பற்றினான். அங்குள்ள கோயில்களையும் மற்ற இடங்களையும் இடித்துப் பாழ் படுத்தினான். ஆனால் தங்களுக்குள்ளான சண்டையில் மும்முரமாக இருந்த ராமராயரும் சலக்க ராஜு சகோதரர்களும் அந்த இடத்தைக் கைப்பற்ற எந்த முயற்சியும் எடுக்கவில்லை. அதற்கு மாறாக சுல்தானுக்கு லஞ்சம் கொடுத்து தம் பக்கம் சேர்ப்பதற்கு அவர்கள் முயன்றனர்.

இதனால் உள்ளூர மகிழ்ந்த சுல்தான் இரு தரப்பாரையும் அழைத்துச் சமாதானம் பேசினான். அச்சுதராயரே பேரரசராகத் தொடர வேண்டும் என்றும் அவருடைய காலத்திற்குப் பிறகு ராமராயர் அரசராகலாம் என்ற தீர்ப்பையும் வழங்கினார். இப்படி ஓர் அமைதித் தீர்ப்பை வழங்கியதற்காகப் பொன்னையும் பொருளையும் பெற்றுக்கொண்டு அவன் பீஜப்பூர் திரும்பிச் சென்றான்.

கிருஷ்ணதேவராயர் காலத்தில் இருந்ததைப்போலவே அச்சுதராயர் காலத்திலும் போர்ச்சுக்கீசியர்கள் விஜயநகர அரசுடன் நட்பை வேண்டினார்கள். 1536 ம் ஆண்டு கோவாவின் ஆளுநராக இருந்த டா குன்ஹா என்பவன் அதன் புறநகரப் பகுதிகளை அசாத் கான் என்பவரிடமிருந்து கைப்பற்றிக்கொண்டான். ஆனால் அது விரைவிலேயே மீண்டும் அசாத்கானின் வசம் வந்தது.

உண்மையில் போர்ச்சுக்கீசியர்களின் நோக்கம் இங்கே அவர் களுடைய ஆதிக்கத்தை நிலைநாட்டுவதுதான் என்றும் அவர்களை

நம்பவேண்டாம் என்றும் அச்சுதராயர் எச்சரிக்கப்பட்டார். அதற்கு ஏற்றார் போல, மூவாயிரம் மாலுமிகள் அடங்கிய கடற்படை ஒன்றைத் திரட்டி மயிலாப்பூர் கபாலீஸ்வரர் கோயில், திருச்செந்தூர், திருவனந்தபுரம் ஆகிய கடலோரக் கோயில்களைக் கொள்ளையடிக்க போர்ச்சுக்கீசியர் திட்டம் தீட்டியிருந்தனர். ஆனால் என்ன காரணத்தாலோ அந்தக் கொள்ளை நடைபெற வில்லை

தஞ்சை நாயக்கர்கள்

அச்சுதராயரின் காலத்தில் ஏற்பட்ட முக்கியமான நாயக்கர் பதவி தஞ்சாவூரை ஆட்சி செய்த நாயக்கர் வம்சமாகும். செல்லப்பச் சாளுவ நாயக்கரைப் பதவியிலிருந்து நீக்கிய பிறகு சலக்கராஜு சின்ன திருமலையைத் தமிழகத்தின் வட பகுதிகளை கவனிக்க அச்சுதராயர் நியமித்தார். ஆனால் நாளடைவில் அவரது செயல்பாடுகளில் திருப்தியில்லாத அச்சுதநாயக்கர் தனக்கு நம்பிக்கையான ஒருவரைத் தேடினார். அப்படிக் கிடைத்தவர்தான் செவ்வப்ப நாயக்கர். இவர் தமிழ்நாட்டின் நெடுங்குன்றம் என்ற ஊரைச் சேர்ந்தவர். அச்சுதநாயக்கரின் மனைவி திருமலாம்பா தேவியின் தங்கை மூர்த்திமாம்பாவை மணந்தவர். பெரு வீரரும் குடும்பத்திற்கு நெருங்கியவரான செவ்வப்பரை தஞ்சைப் பகுதியில் சோழமண்டலத்திற்கு மகாமண்டலேஸ்வரராக நியமித்தார் அச்சுதராயர்.

அச்சுதராயரின் ஆட்சியின் முற்பகுதியில் அவர் வெற்றி வீரராகத் திகழ்ந்து பேரரசின் பேரையும் புகழையும் நிலைநிறுத்தினாலும், பிற்பகுதியில் ஏற்பட்ட உள்நாட்டுக் கலகங்கள் அவருடைய ஆட்சியை மிகவும் பலவீனப்படுத்திவிட்டன. நாட்டில் கலகங்கள் ஆங்காங்கே மீண்டும் தோன்றின. இப்படிப்பட்டக் குழப்பமான நிலையில் நாட்டை விட்டுவிட்டு 1542ம் ஆண்டு அச்சுதராயர் மறைந்தார்.

அத்தியாயம் 11

சதாசிவராயர்

அச்சுத ராயருக்குப் பின், அவருடைய மகனான வேங்கடதேவன் என்பவனைப் பெயரளவுக்குப் பதவியில் அமரச்செய்து அச்சுதராயரின் மைத்துனனான சலக்க ராஜு திருமலை தேவன் அரசாளத் தொடங்கினான். ஆனால் அவனுக்கும் அவன் சகோதரியும் அச்சுதராயரின் மனைவியுமான வரதாம்பா தேவிக்கும் இடையே மோதல் மூண்டது. தன் மகனுக்கு அதிகாரம் கொடுக்காமல் திருமலை தேவன் ஆளத்தொடங்கியதை அவள் விரும்பவில்லை. ஆகவே, தனக்கு நம்பிக்கையான இரு அமைச்சர்களை அழைத்து அவர்களையும் அரசு விவகாரங்களைக் கவனிக்குமாறு அவள் ஆணையிட்டாள். இதைத் திருமலை தேவன் ரசிக்கவில்லை. தனது முழுமையான அதிகாரத்தில் தலையீடு இருப்பதை விரும்பாத அவன், அவர்களைத் துரத்திவிட்டு எல்லா அதிகாரங்களையும் தன்னுடனே வைத்துக்கொண்டான்.

இப்படியே சென்றால் தன் மகனுடைய கதி அதோகதியாகிவிடும் என்று அஞ்சிய வரததேவி, பீஜப்பூர் சுல்தானிடம் ரகசியப் பேச்சுவார்த்தை நடத்தினாள். திருமலை தேவனைத் துரத்திவிட்டு தன்னிடம் ஆட்சியை ஒப்படைத்தால் பெரும் செல்வம் தருவதாகவும் அவள் ஒப்புக்கொண்டாள். கரும்பு தின்னக் கூலி வேண்டுமா என்பதற்கேற்ப, இதைக்கேட்ட பீஜப்பூர் சுல்தான் விஜயநகரத்தை நோக்கி ஒரு படையோடு வந்தான். ஆனால், அவனை வழிமறித்த திருமலை தேவன், வரத தேவியை விட

அதிகமான தொகையை அவனுக்குக் கொடுத்து சுல்தானைத் திருப்பி அனுப்பிவிட்டான்.

இந்தப் பூசலைக் கவனித்துக்கொண்டிருந்த ராமராயர், தன்னுடைய நெடுநாள் கனவை நிறைவேற்றிக்கொள்ள முயன்றார். அச்சுத ராயரால் குத்தி என்ற கோட்டையில் சிறையிலடைக்கப்பட்டிருந்த சதாசிவராயரை விடுதலை செய்து அவரே விஜயநகரத்தின் பேரரசர் என்று பிரகடனம் செய்தார். இம்முறை பீஜப்பூர் சுல்தானை அவர் உதவிக்கு அழைத்தார். இப்படி விஜயநகரத்திலிருந்து ஒவ்வொருவராகக் கூப்பிட்டு ஏகப்பட்ட செல்வங்களை மாறி மாறி தன்னிடம் ஒப்படைப்பதால் அகமகிழ்ந்த சுல்தான், மீண்டும் விஜயநகரத்தை நோக்கிப் படையுடன் வந்தான்.

ஆனால் திருமலை தேவனுக்கு நம்பிக்கையாக இருந்தவர்கள் ஒன்று சேர்ந்து சுல்தானைத் தோற்கடித்துத் துரத்தினர். அதன்பின் திருமலை தேவன் முன்பு போல் வேங்கடதேவனை அரசராக அறிவித்து விட்டு தான் காப்பாளனாக ஆட்சி செலுத்தியிருந்தால் வரலாறு எங்கோ திரும்பியிருக்கும். ஆனால் அதை விடுத்து, தன் மருகன் என்று கூடப்பார்க்காமல், வேங்கட தேவனையும் அவனுக்கு உதவியாக வந்தவர்களையும் திருமலை தேவன் கொன்று குவித்து விட்டு, தானே அரசன் என்று சொல்லிக்கொண்டு அரியணை ஏறினான். இதனால் நடுநிலை வகித்த பல அரசு அதிகாரிகளுடைய வெறுப்பையும் பொதுமக்களின் கோபத்தையும் சம்பாதித்துக் கொண்டான்.

இதை நன்கு பயன்படுத்திக்கொண்டார் ராமராயர். மந்திரி பிரதானிகளின் கூட்டத்தை பெனுகொண்டாக் கோட்டையில் கூட்டி, திருமலை தேவன் சுயநலமிக்கவன் என்றும் அவனால் அரசு வீழ்ச்சியடையப்போகிறது என்றும் எச்சரித்தார். நேரடி வாரிசான சதாசிவராயர் அரசராவதுதான் முறை என்றும் தாம் வெறும் பொறுப்பாளராக இருப்பதையே விரும்புவதாகவும் சொல்லி, தங்கள் தரப்புக்கு ஆதரவு அளிக்க உருக்கமாக வேண்டிக் கொண்டார். அவர்கள் அனைவரும் அதற்கு ஒப்புக்கொள்ளவே, ஒரு படையைத் திரட்டி அதோனி, பெத்த கல்லு ஆகிய கோட்டைகளைக் கைப்பற்றிக்கொண்டு விஜயநகரம் நோக்கிச் சென்றார்.

அங்கே திருமலை தேவனுக்கும் ராமராயருக்கும் நடந்த பெரும் போரில், திருமலை தேவன் கொல்லப்பட்டான். பல நாட்களாக தான் விரும்பிய அதிகாரம் கிடைக்கப்பெற்ற ராமராயர் மகிழ்ந்தார்.

சதாசிவராயரை அரசனாக அறிவித்தார். 1542ல் சதாசிவராயர் முடிசூட்டிக்கொண்டார்.

என்னதான் செப்பேடுகளும் கல்வெட்டுகளும் சதாசிவராயரைப் பேரரசர் என்று புகழ்ந்தாலும் பெயரளவுக்கே அவர் அரசராக இருந்தார். திருமலை தேவனிடமிருந்து பாடம் கற்றுக்கொண்ட ராமராயர் கொஞ்சம் கொஞ்சமாக அதிகாரத்தைக் கைப்பற்றினார். தன்னுடைய உறவினர்களை அரசின் முக்கியப் பதவிகள் எல்லாவற்றிலும் அமர்த்தினார். தம்முடைய பெயரில் நாணயங்களையும் அச்சிட்டுக்கொள்ள ஆரம்பித்தார். சில காலத்திற்குப் பிறகு சதாசிவராயரைத் தகுந்த 'பாதுகாவலில்' வைத்தார். வருடம் ஒருமுறை ராமராயரும் அவருடைய சகோதரர்களான திருமலையும் வேங்கடாத்திரியும் சதாசிவராயர் இருக்குமிடம் சென்று அவரது காலில் விழுந்து வணங்கி 'ஆசி' பெற்று வந்தனர். 1563ம் ஆண்டு இந்த நாடகம் முற்றிலும் நிறுத்தப்பட்டது.

இந்தக் குழப்பங்களெல்லாம் விஜயநகரப் பேரரசில் நடந்துகொண்டிருக்கும்போது நாட்டின் பல பகுதிகளிலும் கலகங்கள் வழக்கம்போலத் தோன்ற ஆரம்பித்தன. குறிப்பாக தமிழகத்தில் புதுக்கோட்டைப் பகுதியை ஆட்சி செய்த பல தலைவர்கள் சுதந்தரப் பிரகடனம் செய்து கொண்டனர். தென்காசியைத் தலைமையாகக் கொண்டு ஆட்சி செய்து கொண்டிருந்த தென்காசிப் பாண்டிய அரசருக்கும் பலர் தொல்லை தர ஆரம்பித்தனர். கோயில்பட்டி, ஸ்ரீவைகுண்டம், திருநெல்வேலி, கயத்தாறு ஆகிய இடங்களை ஒன்று சேர்த்து ஆட்சி செய்து கொண்டிருந்த வெட்டும் பெருமாள் ராஜு என்ற தலைவன், தென்காசிப்பாண்டியர்கள் மீது போர் தொடுத்தான். அதேசமயம், திருவிதாங்கூர் ராஜ்யத்தை ஆண்டுகொண்டிருந்த உன்னிக் கேரளவர்மனும் விஜயநகரத்திற்குத் திறை கொடுப்பதை நிறுத்தி விட்டான். தவிர, தென்காசிப் பாண்டியர்களின் கீழ் இருந்த கன்னியாகுமரி மீது படையெடுத்துச் சென்று அதையும் தன் ராஜ்யத்துடன் சேர்த்துக்கொண்டான்.

இதையெல்லாம் அடக்குவதற்காக, தன்னுடைய உறவினர்களான விட்டல ராயர், சின்ன திம்மன் ஆகியோரை ராமராயர் அனுப்பி வைத்தார். தமிழகத்தில் புகுந்த விஜயநகரப்படை முதலில் புவனகிரிக்குச் சென்று அதை எதிரிகளிடமிருந்து கைப்பற்றியது. அதன்பின் காவிரியைக் கடந்து பாண்டிய நாட்டை அவர்கள் அடைந்தனர். கயத்தாறில் அவர்கள் வெட்டும் பெருமாளுடன்

மோதி அவனைத் தோற்கடித்துத் துரத்தினர். அதன்பின் விஜயநகரப் படை ஆரல்வாய் மொழிக் கணவாய் வழியாக திருவிதாங்கூர் நாட்டிற்குள் புகுந்தது. அங்கே வெட்டும் பெருமாளுக்கு ஆதரவாக உன்னிக் கேரளவர்மனும் பஞ்சத் திருவடிகள் என்று அழைக்கப்பட்ட சிற்றரசர்களும் விஜயநகரப் படையோடு மோதினர். கோட்டாற்றுக் கரையில் நடந்த போரில் அவர்கள் அனைவரையும் விட்டலராயரின் படை வென்றது.

இந்த நிகழ்வுகளைப் பற்றிக் குறிப்பிடும் யாதவ அப்யுத வாக்கியம் என்ற நூல் 'விட்டலராயரும் அவரது தம்பி சின்ன திம்மரும் தென்னகத்தின் மீது படையெடுத்துச் சென்று பொதிய மலையில் வெற்றித்தூண் ஒன்றை நாட்டினர்' என்று குறிப்பிடுகிறது.

ஆய்வாளர் என். வெங்கடரமணய்யா 'சின்ன திம்மர் மதுரையில் இருந்தபோது தன்னுடைய அரசு இழந்த பகுதிகளை மீட்டுத்தரவேண்டும் என்று தென்காசிப் பாண்டிய மன்னன் கோரிக்கை விடுத்தான், அதைக் கேட்டு தென்திசை நோக்கிச் சென்ற அவர் வெட்டும் பெருமாளைத் தோற்கடித்தார். பெருமாளுக்கு உதவியாக வந்த திருவடி தேசத்துச் சிற்றரசர்களுடனும் சின்ன திம்மர் போரிட்டார். அவர்கள் அனைவரையும் அவர் தோற்கடித்து தென்காசிப் பாண்டியருக்கு உதவி செய்தார்' என்று குறிப்பிடுகிறார். போரில் தோல்வியடைந்த உன்னிக்கேரளவர்மன் விஜயநகரத்திற்குத் திறை செலுத்த முன்வந்து உடன்படிக்கை செய்துகொண்டதாகவும், அதை வெறுத்து வெட்டும் பெருமாள் அவனை எதிர்த்துப் போர் செய்ததாகவும், அந்தப் போரிலும் அவனை விட்டலராயர் தோற்கடித்து உன்னிக்கேரளவர்மனைக் காத்ததாகவும் அவர் கூறுகிறார்.

இதற்கிடையில் ஹீராஸ் பாதிரியார் எனும் ஆய்வாளரோ, விஜயநகரப் படைகள் வருவதை அறிந்த உன்னிக்கேரளவர்மன் அப்போது திருவிதாங்கூரில் கிறித்துவ மதத்தைப் போதித்துக் கொண்டிருந்த ப்ரான்ஸிஸ் சேவியர் எனும் பாதிரியாரிடம் உதவி கேட்டான். எப்படியாவது அந்தப் படையெடுப்பிலிருந்து தன் நாட்டையும் மக்களையும் காப்பாற்றுமாறு கோரினான். ஆனால், 'நான் கடவுளிடம் பிரார்த்தனை மட்டுமே செய்ய முடியும்' என்று சேவியர் கூறிவிட்டார்.

கோட்டாற்றில் வெற்றி பெற்ற விஜயநகரப் படை அடுத்து திருவிதாங்கூர் நோக்கிப் பல அட்டூழியங்களைச் செய்தபடி முன்னேறியபோது, திடும்மென அவர்கள் முன்னிலையில் ஒரு

கருப்பு ஆடை அணிந்த உருவம் தோன்றி அவர்களைத் திருப்பிச் செல்லுமாறு கட்டளையிட்டது. அந்தக் கட்டளையை மீற முடியாமல் விஜயநகரப் படை திரும்பிவிட்டது. அந்த உருவம் வேறு யாருமல்ல, ப்ரான்ஸிஸ் சேவியர்தான். அவர்தான் திருவிதாங்கூரையும் மக்களையும் காப்பாற்றினார் என்று ஹீராஸ் பாதிரியார் தெரிவிக்கிறார். ஆனால் இது சேவியரின் பெருமையை மிகைப்படுத்துவதற்காகக் கூறப்பட்ட ஒன்று என்று தெரிகிறது.

சுசீந்திரம் கோயிலில் உள்ள 1545ம் ஆண்டு கல்வெட்டு இந்த வெற்றியைப் பற்றித் தெரிவிக்கிறது. சுசீந்திரம் திருவேங்கட நாதருடைய கோயிலின் கோபுரத்தையும் கொடிக்கம்பத்தையும் விட்டலராயர் அமைத்ததாக அந்தக் கல்வெட்டு குறிப்பிடுகிறது. அதன்படி திருவிதாங்கூரை விஜயநகரப் படைகள் வெற்றி கொண்டன என்றே தெரிகிறது.

இந்த வெற்றியை அடுத்து விட்டலராயர் தமிழகத்தின் மகாமண்டலேஸ்வரராகப் பொறுப்பேற்றார்.

போர்ச்சுக்கீசியர்களின் தலையீடு

ராமராயருடைய காலத்தில் மார்டின் அல்பான்சோ டிசௌசா என்பவர் கோவாவின் ஆளுநராக இருந்தார். பட்கலைக் கைப்பற்றிக் கொள்ளையடித்த அவர் அச்சுதராயரின் காலத்தில் இருந்து கிழக்குக் கடற்கரையில் இருந்த பல இந்துக் கோயில்களைக் கொள்ளையடிக்கத் தீட்டம் தீட்டியிருந்தார். அவருக்குப் பின் கோவாவின் ஆளுநராகப் பதவியேற்ற ஜோவோ டிகாஸ்ட்ரோ, ராமராயருடன் உடன்படிக்கை செய்துகொண்டார். அதன்படி போர்ச்சுக்கீசியர் இறக்குமதி செய்யும் குதிரைகள் அனைத்தையும் விஜயநகரப் பேரரசுக்கே விற்கவேண்டும் என்று ஒப்புக்கொள்ளப்பட்டது. ஒருபுறம் இப்படி உடன்படிக்கை செய்துகொண்டு, மறுபுறம் சென்னை கபாலீஸ்வரர் கோயிலைக் கொள்ளையடிக்க போர்ச்சுக்கீசியர் திட்டமிட்டனர். அவர்களைத் தாக்க விட்டலராயரை ராமராயர் அனுப்பி வைத்தார். போர்ச்சுக்கீசியர்கள் முற்றுகையிடப்பட்டுக் கைது செய்யப் பட்டனர். பத்தாயிரம் வராகன்களைக் கொடுத்தபிறகே அவர்கள் விடுதலை செய்யப்பட்டனர்.

ராமேஸ்வரத்திலிருந்து கன்னியாகுமரி வரை பரவியிருந்த கடற்பகுதியில் பரதவக் குடும்பங்கள் பல வசித்து வந்தன. அவர்களில் பலர் முத்துக்குளிக்கும் தொழில் செய்துவந்தனர். அங்கே குடியேறிய இஸ்லாமியர்களுக்கும் அவர்களுக்கும்

தொழிலில் தகராறு ஏற்பட்டது. அதிலிருந்து தங்களைக் காப்பாற்றுமாறு அங்கே கிறித்துவ மதப்பிரசாரம் செய்ய வந்த பாதிரியாரிடம் பரதவர்கள் முறையிட்டனர். அவர்களைத் தாம் காப்பாற்றுவதாகவும் அதற்கு ஈடாக அவர்கள் மதம் மாறவேண்டும் என்றும் பாதிரியார் நிபந்தனை விதித்தார். அவர்கள் ஒப்புக் கொள்ளவே, அவர் கோவாவில் இருந்த போர்ச்சுக்கீசிய ஆளுநருக்குக் கடிதம் எழுதினார். இதற்கிடையில் ஆயிரக் கணக்கான பரதவர்கள் தாம் செய்துகொண்ட நிபந்தனையின் படிக் கிறித்துவமதத்திற்கு மாறினர்.

டாம் நூனோ குன்ஹா என்பவன் தலைமையில் ஒரு கடற்படை கிழக்குக் கடற்கரைக்கு வந்தது. கடற்கரையோரத்தில் குடியேறிய இஸ்லாமியர்களை அவர்கள் தோற்கடித்து அங்கிருந்து விரட்டி விட்டனர். கடற்கரைப் பகுதி முழுவதும் போர்ச்சுக்கீசியர்களின் ஆதிக்கத்திற்கு உட்பட்டது. இந்தச் செய்தியை அறிந்த ராமராயர், விட்டலராயரை ராமேசுவரம் பகுதிக்கு அனுப்பி அந்த இடங்களைப் போர்ச்சுக்கீசியர் ஆதிக்கத்திலிருந்து மீட்க உத்தரவிட்டார்.

புன்னைக்காயல், தூத்துக்குடி, வம்பார் ஆகிய இடங்களில் நடந்த போர்களில் விஜயநகரப் படை வெற்றி பெற்று போர்ச்சுக்கீசியர்களை அங்கிருந்து அகற்றியது. அதன்பின் ராமேசுவரத்திற்கு அந்தப் படை சென்றது. வேடாலை என்ற இடத்தில் மண் சுவர்களாலான கோட்டை ஒன்றை அமைத்து அங்கே நாற்பது பேர்கள் கொண்ட சிறு படை ஒன்றைப் போர்ச்சுக்கீசியர்கள் வைத்திருந்தனர். ராமேசுவரம் செல்லும் பாதையை அடைத்துவிட்டு கோயிலுக்குச் செல்லும் பக்தர்களிடம் வரி வசூலித்து வந்தனர். அதன் காரணமாக கோயிலுக்குச் செல்லும் பக்தர்கள் இன்னலுற்றனர். அந்த இடத்தைப் பிடிப்பதற்கு ஆறாயிரம் பேர்களுடன் விஜயநகரப் படை வருவதை அறிந்த போர்ச்சுக்கீசியர்கள் அங்கிருந்து தப்பியோடினர். கோட்டை இடிக்கப்பட்டுத் தரை மட்டமாக்கப்பட்டது. படையை எதிர்த்தவர்கள் அனைவரும் கொல்லப்பட்டனர். இப்படி இரண்டு மூன்று இடங்களில் போர்ச்சுக்கீசியர்களைத் தோற்கடித்து விஜயநகர வீரர்கள் அங்கே தங்கள் ஆதிக்கத்தை நிலைநாட்டினர். வம்படியாக மதம் மாற்றுவதையும் அவர்கள் தடுத்தனர். இந்தத் தோல்விகளால் பாதிக்கப்பட்டு ஆண்டு தோறும் எழுபதினாயிரம் வராகன்கள் திறை செலுத்துவதாகப் போர்ச்சுக்கீசியர்கள் ஒப்புக்கொண்டனர்.

பாமினி சுல்தான்களுடனான உறவு

பாமினி அரசு பதினைந்தாம் நூற்றாண்டின் இறுதியில் பீஜப்பூர், கோல்கொண்டா, அகமதுநகர், பேரார், பீடார் என்று ஐந்தாகப் பிரிந்தது என்று பார்த்தோம். இவற்றை ஆண்ட சுல்தான்கள் தங்களுக்குள் அடிக்கடி சண்டையிட்டுக்கொண்டனர். அதைத்தவிர அவர்களுக்குள் உள்நாட்டுப் போர்களும் நடைபெற்றுவந்தன. ராமராயர் அதிகாரத்தில் இருந்தபோது இந்தப் பூசல்கள் உச்சத்தை அடைந்தன. அதை ராமராயர் நன்கு பயன்படுத்திக் கொண்டார். தன்னுடைய ராஜதந்திரங்கள் அனைத்தையும் பயன்படுத்தி ஒரு சமயம் ஒருதரப்புக்கும் இன்னொரு சமயம் அதற்கு நேரடி எதிர்த்தரப்புக்கும் உதவினார். அதன்மூலம் விஜயநகரத்திற்கு அவர்களால் தொல்லை ஏதும் ஏற்படாமல் பார்த்துக்கொண்டார். அவர் செய்த சில செயல்களைத் தொகுத்துப் பார்ப்போம்

தாம் ஆட்சியதிகாரத்தில் இல்லாதபோது பீஜப்பூர் சுல்தானுடன் அடிக்கடி சமரசம் பேசி பணத்தைக் கொடுத்து விஜயநகரத்தின் மீது படையெடுத்து வருமாறு அழைத்த ராமராயர், பதவி வந்தவுடன் அடியோடு மாறிவிட்டார். இதைக் கண்ட பீஜப்பூர் சுல்தான் இப்ராஹிம் அடில் ஷா தன்னுடைய தளபதி அசாத்கானை அனுப்பி, அதோனிக் கோட்டையைப் பிடித்துக் கொண்டான். அந்த நேரத்தில் வேறு விவகாரங்களில் மும்முரமாக இருந்த ராமராயர் தன்னுடைய தம்பி வேங்கடாத்திரியை அங்கு அனுப்பி அடில்ஷாவுடன் அமைதி உடன்படிக்கை செய்துகொண்டார். அதன்பின் அந்த உடன்படிக்கையை மீறி பீஜப்பூர் சுல்தான், அகமதுநகரின் சுல்தான் புர்ஹான் நைஜாம் ஷாவுடன் சேர்ந்து கொண்டு விஜயநகரத்தை எதிர்த்து வந்தபோது, அவர்களை ராமராயர் தோற்கடித்தார்

விஜயநகரத்தோடு எந்தவிதப் பிரச்னையும் இல்லாத அகமதுநகரத்தின் சுல்தான், அடில் ஷாவுடன் சேர்ந்து தம்மைத் தாக்கியதுபற்றி பெரும் கோபம் கொண்ட ராமராயர் அவனுக்கு ஒரு பாடம் கற்பிக்க விரும்பினார். பீடார், கோல்கொண்டா ஆகிய நாடுகளின் சுல்தான்களோடு உடன்படிக்கை செய்துகொண்ட அவர், தங்களது படை அவர்கள் நாட்டின் ஊடே செல்வதற்கு அனுமதி வாங்கினார். அதன்படி கோல்கொண்டாவின் வழியாக ராமராயரும் பீடாரின் வழியாக திருமலை ராயரும் அகமது நகரை நோக்கிப் படையுடன் சென்றனர்.

அகமது நகரைச் சூழ்ந்த விஜயநகரப் படைகள், அதைக் கடுமையாகத் தாக்கின. இந்தத் தாக்குதலில் அகமதுநகரின் படைகள்

தோல்வியடையவே அந்நாட்டின் சுல்தான் விஜயநகரோடு சமாதான உடன்படிக்கை செய்துகொண்டான். அடுத்ததாக தங்களது நெடுநாள் பகைவரான பீஜப்பூர் சுல்தானை நோக்கி ராமராயர் படையெடுத்தார், தன்னுடன் சமாதான உடன்படிக்கை செய்து கொண்டு 'நண்பர்களான' அகமதுநகர், கோல்கொண்டா ஆகிய சுல்தான்களையும் சாமர்த்தியமாக இந்தப் படையெடுப்பில் சேர்த்துக்கொண்டார் அவர்.

ராமராயர் தெற்கிலிருந்தும் அகமதுநகர்ப்படைகள் வடக்கில் இருந்தும் கோல்கொண்டாப் படைகள் கிழக்கிலிருந்தும் பீஜப்பூரைத் தாக்கின. தன்னுடைய சக சுல்தான்களே தன்னைத் தாக்க வந்ததைக் கண்ட இப்ராஹிம் அடில் ஷா அதிர்ச்சி அடைந்தான். இந்த நேரத்தில் விவேகம்தான் முக்கியம் என்று அவனுக்கு அறிவுரை சொன்ன, சுல்தானின் படைத்தலைவன் அசாத்கான், அவர்களோடு சமாதானமாகப் போகுமாறு வலியுறுத்தினான். அதன்படி பீஜப்பூர் சுல்தான், ராமராயரோடு அமைதி உடன்படிக்கை செய்துகொண்டான்.

அதன்பின் சில காலம் கழித்து, கோல்கொண்டாவின் மீது படையெடுத்துச் சென்ற அசான்கான் அந்நாட்டுச் சுல்தானைத் தோற்கடித்தான். அதேபோல் அகமதுநகரின் சுல்தானைத் தூண்டிவிட்டு பீஜப்பூரோடு போர் செய்யுமாறு ராமராயர் அனுப்பிவைத்தார். அந்தப் போரில் அகமதுநகரின் சுல்தானான புர்ஹான் நைஜாம் ஷா தோல்வியடைந்து பெருத்த அவமானத்திற்கு ஆளானான். இப்படி அடிக்கடி சுல்தான்களுக்குள் கலகம் மூட்டிவிட்டுக் குளிர்காய்ந்தார் ராமராயர்.

1548ம் ஆண்டு கல்யாணபுரத்தைக் கைப்பற்றுவதற்கு புர்ஹான் நைஜாம் ஷா முயன்றார். ராமராயர் அவருக்கு உதவிக்கரம் நீட்டி அந்தக் கோட்டையை வைத்திருந்த பீடார் சுல்தான் தோற்பதற்குக் காரணமாக இருந்தார். எந்த பீடார் சுல்தானோடு உடன்படிக்கை செய்துகொண்டு நைஜாம் ஷாவைத் தோற்கடித்தாரோ, அந்த சுல்தானை நைஜாம் ஷாவோடு சேர்ந்து ராமராயர் வென்றது தக்காணத்தில் பெரும் அதிர்ச்சியை ஏற்படுத்தியது. இதனால் ஆத்திரமடைந்த பீடாரின் சுல்தான், பீஜப்பூர் சுல்தானோடு உடன்படிக்கை செய்துகொண்டான். இது தமக்கு ஆபத்தைத் தரும் என்று உணர்ந்த ராமராயர் அகமதுநகரின் சுல்தானை பீஜப்பூர் மீது போர் புரியுமாறு மீண்டும் தூண்டிவிட்டார். அந்தப் போர் நடந்த சமயத்தில், ரெய்ச்சூர், முட்கல் ஆகிய இரண்டு கோட்டைகளையும் கைப்பற்றிக் கொண்டார்.

அகமதுநகரத்தில் 1558ல் ஹுசைன் நைஜாம் ஷா சுல்தானாகப் பதவி ஏற்றுக்கொண்டவுடன் செய்த முதல் வேலை கோல்கொண்டாவின் சுல்தான் இப்ராஹிம் குதுப்ஷாவுடன் உடன்படிக்கை செய்து கொண்டு பீஜப்பூருடன் போர் தொடுத்ததுதான். இப்போது பீஜப்பூர் சுல்தான் அடில் ஷா, ராமராயரின் உதவியைக் கோரினான். அதற்குள் அகமதுநகர், கோல்கொண்டாப் படைகள் குல்பர்காவை முற்றுகையிட்டன.

அங்கே ஒரு படையுடன் சென்ற ராமராயர் அவர்களிடையே சமரசம் பேசினார். தங்களுக்குள் அடிக்கடி போர் வருவதால் பெரும் உயிர்ச்சேதமும் பொருட்சேதமும் நிகழ்வதால், அனைவரும் சேர்ந்து ஒரு கூட்டுப் பாதுகாப்புத் திட்டத்தை உருவாக்குவோம் என்று ஒரு திட்டத்தை முன்வைத்தார். அதை அனைவரும் ஏற்றுக்கொண்டு அவர்கள் ஒருவரையொருவர் தாக்குவதில்லை என்று உறுதியளித்தனர். வலிமை மிக்க அரசு சிறிய அரசைத் தாக்கினால் மற்றவர்கள் அந்தச் சிறிய அரசுக்கு உதவ முன்வரவேண்டும் போன்ற உறுதிமொழிகள் கூடல் சங்கமத்தில் கையெழுத்திடப்பட்டன.

ஆனால் இதை விரைவிலேயே காற்றில் பறக்கவிட்டு 1560ம் ஆண்டு அகமதுநகரின் சுல்தான் பீஜப்பூருக்கு எதிராகப் படையெடுத்தான். அவனுக்கு எதிராக பீஜப்பூர், கோல்கொண்டா நாட்டுச் சுல்தான் களுடன் விஜயநகரம் இணைந்தது. பீஜப்பூரிலிருந்து அகமதுநகரின் படையைத் துரத்திச் சென்ற அந்தப் படைகள் அகமதுநகரின் உள்ளே புகுந்து பேரழிவை ஏற்படுத்தின. ஏற்கெனவே பீடாரிலிருந்து அகமதுநகரால் கைப்பற்றப்பட்ட கல்யாணபுரம் பீஜப்பூரிடம் ஒப்படைக்கப்பட்டது.

பெருத்த அடி வாங்கியதால் சிலகாலம் சும்மா இருந்த அகமதுநகரின் சுல்தான் ஹுசைன் நைஜாம் ஷா, இம்முறை கோல்கொண்டாவின் சுல்தானுடன் சேர்ந்துகொண்டு கல்யாண புரத்தை மீட்க முயன்றான். பீஜப்பூருடன் சேர்ந்து கொண்ட ராமராயர் நைஜாம் ஷாவைத் தோற்கடித்து அகமது நகருக்குத் துரத்தினார். அவரது தம்பி வேங்கடாத்ரி கோல்கொண்டாவிற்குள் ஒரு படையுடன் சென்று அந்நகரைச் சூறையாடினார். பல கட்டடங்கள் இடிக்கப்பட்டன. வீடுகள் கொளுத்தப்பட்டன.

இப்படி மித்ர பேதம் என்ற முறையைப் பயன்படுத்தி எதிரிகளுக்குள் அடிக்கடி சண்டை மூட்டிக்கொண்டும் அவர்கள் நாட்டில் பல அழிவு வேலைகளைச் செய்துகொண்டும் இருந்த ராமராயருக்கு

ஆணவம் அதிகரித்தது. சில காலம் தோல்வியையே சந்திக்காத விஜயநகரத்தை அழிப்பதற்கு யாருமில்லை என்ற கர்வத்தில் அவர் மிதந்து கொண்டிருந்தார். ஆனால் இதற்கு முடிவு சீக்கிரமே வந்தது.

கோவா படுகொலை

இஸ்மாயில் அடில் ஷாவிடமிருந்து கோவாவைக் கைப்பற்றிய போர்ச்சுக்கீசியர்கள் அங்கே தங்களுடைய ஆதிக்கத்தைச் செலுத்தத் தொடங்கினர். கிருஷ்ணதேவராயருக்குப் பிறகு விஜயநகர அரசில் ஏற்பட்ட குழப்பமும் தக்காணத்துச் சுல்தான்கள் தங்களோடு போரிட்டுக்கொண்டிருந்ததும் அவர்களுக்கு உதவியாக இருந்தது. அங்கே புதிய ஆளுநராக டாம் கான்ஸ்டன்டைன் டி ப்ரகன்ஸா பதவியேற்ற பிறகு மேற்குக் கடற்கரை நகரங்களைக் குறிவைத்துத் தாக்கத் தொடங்கினார். பல ஊர்கள் கொள்ளையடிக்கப்பட்டு கொளுத்தப்பட்டன. அங்கிருந்த மக்கள் பலர் படுகொலை செய்யப்பட்டனர். 1559ம் ஆண்டு லூயிஸ் டிமெல்லோ என்பவரால் மங்களூர் சூறையாடப்பட்டது. அங்கிருந்த பெரும்பாலான மக்கள் கொல்லப்பட்டனர். மலபார் கரையில் இருந்த பல ஊர்களுக்கு இதுதான் நடந்தது.

மிகக் கொடூரமான நிகழ்வு 1560ம் ஆண்டு கோவாவில் நடைபெற்றது. Inquisition என்ற முறையில் அங்கிருந்த பலர் மதம் மாற வற்புறுத்தப்பட்டனர். அப்படி மதம் மாற மறுத்தவர்கள் சித்ரவதை செய்யப்பட்டுக் கொல்லப்பட்டனர். இதில் பல மாலுமிகளின் தலை துண்டிக்கப்பட்டது. அவர்களில் சிலர் படுதாக்களில் தைக்கப்பட்டு கடலில் உயிரோடு வீசப்பட்டனர். போர்ச்சுக்கீசியர்களால் இரண்டாயிரம் மாலுமிகள் கொல்லப்பட்டதாக ஒரு செய்தி தெரிவிக்கிறது. இதன் காரணமாக போர்ச்சுக்கீசியர்களுக்கு எதிராகக் கலகங்கள் நிகழ்ந்தன. அவை முரட்டுத்தனமாக அடக்கப்பட்டன. வலிமை இழந்துகொண்டிருந்த விஜயநகர அரசின் உதவி அவர்களுக்குக் கிடைக்கவில்லை. பல நூறாண்டுகளாக அமைதியாக இருந்த தென்னகத்தின் பல பகுதிகள் பெரும் குழப்பத்தில் ஆழ்ந்தன. அதன் உச்சமாக தலைக்கோட்டைப் போர் நடந்தது.

அத்தியாயம் 12

தலைக்கோட்டைப் போர்

அதிகாரம் அளவுக்கு அதிகமாகத் தலைமீது ஏறும்போது அதனால் உண்டாகும் அகம்பாவத்தால் மனிதன் தவறு செய்கிறான். அதன் காரணமாக ஏற்படும் வீழ்ச்சி அவனை நிலைகுலையச் செய்துவிடும் என்ற தத்துவத்தின் உண்மை ராமராயருக்கு முற்றும் பொருந்தும். ராஜதந்திரம் என்ற பெயரில் எதிரிகளுக்கு இடையில் அடிக்கடி சண்டை மூட்டிவிடுவதும் அதனால் அவர்களுக்கு ஏற்படும் தோல்விகளை ரசிப்பதுமாக இருந்த ராமராயர், அதன் காரணமாக அந்தச் சுல்தான்களிடையே ஏற்பட்ட மாற்றத்தைக் கவனிக்கத் தவறிவிட்டார்.

தங்களுக்குள் நிகழும் போர்களில் பெரும் சேதம் தங்களில் ஒருவருக்குத்தான் ஏற்படுகிறது. ஒவ்வொருமுறையும் விஜயநகரம் எந்தவிதச் சேதமும் இல்லாமல் தப்பிக்கிறது என்பதையும், வர வர விஜயநகரத்தின் படைகள் தங்கள் நாட்டில் புகுந்து செய்யும் அட்டூழியங்களையும் கண்ட சுல்தான்கள், இதை இப்படியே நீட்டிப்பது தங்கள் அனைவரையும் ஒட்டுமொத்தமாக அழித்து விடும் என்ற முடிவுக்கு வந்தனர். இதில் முதலில் விழித்துக் கொண்டவன் பீஜப்பூரின் சுல்தான் அடில் ஷா. தன்னுடைய மந்திரிகளை அழைத்து இதுபற்றி ஆலோசனை செய்தான். ராமராயரின் படைபலமும், ஒரு பரந்து விரிந்த பகுதியை ஆள்வதால் வரிவசூல் மூலம் விஜயநகருக்குக் கிடைக்கும் செல்வமுமே அவரின் வலுவான நிலைக்குக் காரணம் என்றும், சுல்தான்கள்

தங்களுக்குள் ஒன்றுபட்டு அவரை அழிக்காதவரை சுல்தான்களுக்கு அழிவு நேரிடும் என்பதை அமைச்சர்கள் எடுத்துரைத்தனர்.

அந்த ஆலோசனையை ஏற்றுக்கொண்ட அடில் ஷா, கோல்கொண்டாவிற்கு ஒரு ரகசியத் தூதனை அனுப்பி நட்புக்கரம் நீட்டினான். அதுபோல அகமது நகருக்கும் ஒரு தூதனை அனுப்பி சம்பந்தம் பேசினான். அகமது நகரின் சுல்தான் ஹுசைன் நைஜாம் ஷாவின் மகளான சாந்த்பீபியை தாம் மணந்துகொள்வதற்குச் சம்மதித்தான். அந்தப் பெண்ணிற்குச் சீதனமாக சோலாப்பூர் கோட்டை அளிக்கப்பட்டது. போலவே, அகமது நகரின் இளவரசருக்குத் தன்னுடைய சகோதரியை மணம் செய்து தர அடில் ஷா இசைந்தான். இந்த மண உறவு பீஜப்பூரையும் அகமது நகரையும் இணைத்தது. பீஜப்பூர், கோல்கொண்டா, அகமதுநகர் ஆகிய மூவர் கூட்டணியில் பீடாரின் சுல்தானும் இணைந்தான். இவர்கள் அனைவரும் ரகசியமாகப் படைகளைத் திரட்டிக் கொண்டு விஜயநகரத்தைத் தாக்கத் தகுந்த சமயத்தை எதிர்பார்த்துக் காத்திருந்தனர்.

இதைப்பற்றி எந்தக் கவலையும் கொள்ளாமல் ராமராயர் உற்சாகமாக இருந்தார். விரைவில் சதாசிவராயரை ஒழித்துக் கட்டிவிட்டு தாமே அரசனாகவும் திட்டம் தீட்டிக்கொண்டிருந்தார்.

போரைத் தொடங்க ஒரு காரணம் வேண்டுமென்று கருதிய பீஜப்பூர் சுல்தான், விஜயநகருக்கு ஒரு தூதனை அனுப்பினான். தங்களுக்குச் சொந்தமான ரெய்ச்சூரையும் முட்கலையும் தங்களிடம் உடனே ஒப்படைக்குமாறு அவன் அந்தத் தூதனிடம் அனுப்பிய செய்தியில் குறிப்பிட்டிருந்தான்.

இந்தத் தூதின் பின்புலம் அறியாத ராமராயர், தூதனை நோக்கி எள்ளி நகையாடினார். தங்களிடம் தோற்றுக்கொண்டே இருந்த சுல்தான் மீண்டும் ஒருமுறை தோற்க விரும்புகிறார்கள் போலும் என்று கேலி செய்தார். தூதனையும் அவமானப்படுத்தித் திருப்பி அனுப்பினார். இதைத்தான் எதிர்பார்த்தோம் என்று மகிழ்ச்சியடைந்த சுல்தான்கள், தங்கள் படை முழுவதும் பீஜப்பூரில் வந்து சேரும்படி தங்கள் தளபதிகளுக்கு ஓலை அனுப்பினர். அதன்படி 1564ம் ஆண்டு டிசம்பர் மாதம் சுல்தானியக் கூட்டணியின் காலாட்படைகளும் குதிரைப்படைகளும் கிருஷ்ணா நதியின் வடபகுதியில் தலைக்கோட்டை என்ற ஊருக்கு வெளியே கூடின. தங்கள் பீரங்கிகள் அனைத்தையும் அங்கே கொண்டு வந்து நிறுத்தினர் சுல்தான்கள். அதன்பின் அந்தப் படை டான் நதி கிருஷ்ணாவுடன்

சேரும் இடத்தில் உள்ள ராக்ஷசி, தங்கடி ஆகிய இரண்டு கிராமங்களுக்கும் இடையே இருந்த சமவெளிக்கு முன்னேறியது.

எதிரிகளின் பெரும்படை திரண்டிருக்கும் செய்தியைக் கேட்ட ராமராயர் அஞ்சவில்லை. இதற்கு முன் வந்த போர்கள்போல இதுவும் ஒரு போர் என்றே அவர் நினைத்தார். விஜயநகரப் படைகளைத் தோற்கடிக்கக்கூடிய படைபலம் யாரிடமும் இல்லை என்று அவர் நம்பினார். அதன்பின், தன்னுடைய சிற்றரசர்களுக்கும் அமரநாயக்கர்களுக்கும் உடனே படைகளோடு விஜயநகரம் வந்துவிடும்படி ஓலை அனுப்பினார்.

கிருஷ்ணா நதியிலிருந்து தெற்கே குமரி வரை பரவியிருந்த சாம்ராஜ்யத்தின் படைகள் எல்லாம் திரட்டப்பட்டன. ஆறு லட்சம் காலாட்படையினரும் ஒரு லட்சம் குதிரை வீரர்களும் இருந்தனர் என்றும் சுல்தான்களிடம் இதற்குப் பாதிக்குக் குறைவான படைகளே இருந்தன என்றும் கூட்டோ என்ற போர்ச்சுக்கீசியர் கூறியிருக்கிறார். ஆனால் பெரிஷ்டா ஒன்பது லட்சம் காலாட்படையினரும் நாற்பத்தைந்தாயிரம் குதிரைப்படையினரும் இரண்டாயிரம் யானைகளும் பதினைந்தாயிரம் துணைப்படையும் கொண்டதாக விஜயநகரப் படை இருந்தது என்கிறார்.

இப்படிப் பெரும்படை ஒன்றைத் திரட்டிக்கொண்டு முன்னேறிய ராமராயர், தன்னுடைய தம்பி திருமலை ராயரிடம் ஒரு லட்சம் காலாட்படையையும் இருபதாயிரம் குதிரைப் படையையும் 500 யானைகளையும் கொண்ட ஒரு பிரிவை ஒப்படைத்து கிருஷ்ணா நதியைக் கடந்து சுல்தான்கள் படை வந்தால் அவர்களைத் தடுக்குமாறு சொல்லி அனுப்பி வைத்தார். இன்னொரு தம்பியான வேங்கடாத்திரியிடம் இன்னொரு படைப்பிரிவை மற்றொரு பக்கமாக அனுப்பிவிட்டு, தான் மீதமுள்ள படைகளோடு நடுவில் சென்றார். இப்படித் திரிசூலம்போல மூன்று பிரிவாக கிருஷ்ணா நதியை நோக்கிச் சென்ற விஜயநகரப் படை ஆற்றின் தெற்குக் கரைக்குச் சிறிது தூரத்தில் முகாமிட்டது.

வடகரையில் இருந்த சுல்தான்களின் படைக்கு அலி அடில் ஷா, ஹுசைன் நைஜாம் ஷா, இப்ராஹிம் குதுப் ஷா போன்ற சுல்தான்களே நேரடியாகத் தலைமை வகித்து நடத்தினர். கிருஷ்ணா நதியைக் கடப்பது அவர்களுக்கு அவ்வளவு எளிதாக இல்லை. பிரயாசைப்பட்டு ஆற்றைக் கடந்தால், எதிரிலுள்ள விஜயநகரப் படைப்பிரிவுகள் தங்களுக்கு அங்கேயே ஜலசமாதி கட்டிவிடும் என்பதை உணர்ந்த அவர்கள் வேறொரு சூழ்ச்சியில் ஈடுபட்டனர்.

ஆற்றை அடிக்கடி கடக்க முயல்வது போலவும் ஆனால் அது முடியாமல் பின்வாங்குவது போலவும் போக்குக் காட்டினர். இதைக் கண்ட விஜயநகரப் படையினர், எதிரிகள் ஆற்றைக் கடக்கத் துணிச்சலில்லாதவர்கள் என்று எண்ணிப் பாதுகாப்பில் தகுந்த கவனம் செலுத்தவில்லை.

படையின் ஒரு பிரிவினர் இப்படி நடித்துக்கொண்டு விஜயநகரப் படையினரின் கவனத்தைத் தங்கள் பக்கம் திருப்பிய நிலையில், இன்னொரு பெரும் பகுதியினர் சத்தமில்லாமல் ஆற்றைக் கடந்து வந்துவிட்டனர். இதைக் கேள்விப்பட்ட ராமராயர் பெரும் அதிர்ச்சி அடைந்தார். ஆனாலும் மனம் தளராமல் தனது படைகளைத் திரட்டி எதிரியை நோக்கி முன்னேறினார்.

1565ம் ஆண்டு ஜனவரி மாதம் இரு தரப்பினருக்கும் இடையே பெரும் போர் தொடங்கியது. பீஜப்பூரின் வில் வீரர்கள் இரண்டாயிரம் பேர் கொடுத்த பாதுகாப்பில் அகமது நகரின் பீரங்கிகள் அறுநூறும் மூன்று வரிசைகளாக முன்னேறியது. அம்புமாரிப் பொழிந்த இந்த வீரர்களை அடக்க விஜயநகரத்தின் குதிரைப் படை வீரர்கள் முன்னேறியபோது திடீரென்று விலகிய வில் வீரர்களால் பீரங்கிப் படையினரின் நேரடித்தாக்குதலுக்கு உள்ளானார்கள்.

தொடர்ந்து முழங்கிய பீரங்கிகளால் குதிரைப் படையினர் கொத்துக்கொத்தாக மாண்டு விழுந்தனர். அதைக்கண்ட ராமராயர் தன்னுடைய படைகளைச் சிறிது பின்வாங்கச் சொன்னார். அதன்பின் படையை இரண்டாகப் பிரித்து எதிரிப்படையின் இருபுறங்களிலும் மோதவிட்டார். வீராவேசமாக முன்னேறிய விஜயநகரத்தின் படை கடுமையாக சுல்தான்களின் படையோடு சண்டையிட்டது. அந்தத் தாக்குதலைத் தாங்க முடியாமல் எதிரிப் படை தளர்ந்தது. ராமராயரின் இந்த வியூகம் பலித்தது. விஜயநகரப் படைகளுக்கு வெற்றி கண்ணெதிரே தெரிந்தது.

ஆனால், திடீரென்று ஒரு குழப்பம் ஏற்பட்டது. விஜயநகரத்தின் தரப்பில் இருந்து போரிட்டுக்கொண்டிருந்த இரு இஸ்லாமியத் தளபதிகள் கட்சி மாறி சுல்தான்களின் பக்கம் சேர்ந்தனர். அவர்களோடு விஜயநகரத் தரப்பில் இருந்த இஸ்லாமிய வீரர்களும் எதிர்த்தரப்புக்குச் சென்று திரும்பி, விஜயநகரப் படைகளையே தாக்கத்தொடங்கினர். தங்கள் தரப்பு வீரர்கள் தங்களையே தாக்குவதைக் கண்ட விஜயநகரின் இந்து வீரர்கள் குழப்பமடைந்தனர். சலாபி ரூமிக்கான் என்ற படைத்தலைவனின்

பீரங்கிப் படை இந்தச் சந்தர்ப்பத்தில் விஜயநகரப் படைகள் மீது குண்டுமாரி பொழிந்தது

தமது தரப்பு இஸ்லாமிய வீரர்கள் செய்த இந்தத் துரோகச் செயலால் அதிர்ச்சியடைந்த ராமராயர், அதன் காரணமாக தனது படைகள் சிதறுவதைக் கண்டார். வயது தளர்ந்த நிலையிலும் தாமே ஒரு பல்லக்கில் ஏறி விஜயநகர வீரர்களை உற்சாகப்படுத்தினார். பல்லக்கிலிருந்து காசையும் பணத்தையும் வெள்ளிப் பொருள் களையும் வீரர்களிடையே எறிந்து அவர்களைப் போரிடும்படித் தூண்டினார். அதையெல்லாம் எடுத்துக்கொண்டு வீரர்கள் மேலும் முன்னேறித் தாக்கத் தொடங்கினர்.

ஆனால் இங்கேதான் விதி விளையாடியது. இஸ்லாமியப் படையில் இருந்த யானையொன்று விஜயநகரப் படையினரின் தாக்குதலால் காயமடைந்து பிளிறிக்கொண்டு ஓடிவந்தது. யானை பல்லக்கை நோக்கி வருவதைக் கண்ட பல்லக்குத் தூக்கிகள் பல்லக்கை அப்படியே கீழே போட்டுவிட்டு ஓட்டம் பிடித்தனர். பல்லக்கில் இருந்து நிலை தடுமாறிக் கீழே விழுந்த ராமராயரை சுல்தான்களின் வீரர்கள் சூழ்ந்தனர். நிராயுதபாணியான ராமராயர் சிறை பிடிக்கப்பட்டு அகமது நகர் சுல்தானான ஹுசைன் நைஜாம் ஷாவிடம் கொண்டுசெல்லப்பட்டார்.

ராமராயர் மீது கடும் சினத்தில் இருந்த சுல்தான், தன்னுடைய வாளை உருவி அவர் தலையை வெட்டி எறிந்தான். அப்படிக் கொடூரமான செயலை அவன் செய்தபோது ‘இதற்காக இறைவன் என்ன வேண்டுமானாலும் என்னைச் செய்துகொள்ளட்டும்’ என்று கூறியதாக ஒரு செய்தி உண்டு. மண்ணில் உருண்ட ராமராயரின் தலையை ஓர் ஈட்டியில் குத்தி போர்க்களத்திற்குக் கொண்டு சென்றனர் சுல்தானிய வீரர்கள். தங்கள் தலைவருக்கு நேர்ந்த கதியைக் கண்டு அச்சமடைந்த விஜயநகரப் படை திரும்பி ஓடத் தொடங்கியது. அவர்களைத் தடுத்த நிறுத்த முயன்ற திருமலை ராயரின் கண்ணில் ஓர் அம்பு பாய்ந்ததால் அவர் படுகாயப்பட்டு விழுந்தார். ராமராயரின் இன்னொரு சகோதரரான வேங்கடாத்திரியின் கதி என்ன ஆனதோ தெரியவில்லை.

தலைவனை இழந்து ஓடத்தொடங்கிய விஜயநகர வீரர்களைத் துரத்திய சுல்தான்களின் படையினர் அவர்களைக் கொன்று குவித்தனர். கிருஷ்ணா நதி முழுவதும் ரத்த ஆறு ஓடியது.

இந்தத் தகவல்களையெல்லாம் அறிந்த விஜயநகர மக்கள் பெரும் அச்சத்திற்குள்ளானார்கள். கிட்டத்தட்ட இரண்டு நூற்றாண்டுகளாக

செல்வச்செழிப்போடு விளங்கிய விஜயநகரம் விரைவில் அழிக்கப்படும் என்பதைத் திருமலை ராயர் உணர்ந்துகொண்டார். படுகாயப்பட்ட நிலையிலும் நகரின் செல்வங்களைப் பாதுகாப்பாக வெளியே கொண்டு செல்ல அவர் உத்தரவிட்டார்.

அதன்படி, 500 யானைகளின் மீது தங்கம், வெள்ளி, வைரங்களும், நவரத்தினங்களும் இன்னபிற விலைமதிக்க முடியாத பொருள்களும் ஏற்றப்பட்டன. அரசர்களின் மதிப்பு மிக்க அரியணைகள், சின்னங்கள் ஆகியவை பெனுகொண்டாக் கோட்டைக்குக் கொண்டுசெல்லப்பட்டன. அதோடு சதாசிவராயரும் பெனுகொண்டாக் கோட்டைக்குச் சென்றார். அதன்பின் திருமலை ராயரும் விஜயநகரத்தை விட்டு அகன்றார். அங்குள்ள மக்களில் சிலர் நகரத்தை விட்டு அவசரமாக வெளியேறினர். மற்றவர்கள் வருவது வரட்டும் என்று அங்கே தங்கியிருந்தனர். பாதுகாப்பு ஏதுமில்லாத நகரத்தை, அருகிலுள்ள காட்டில் வசித்து வந்தவர்கள் புகுந்து சூறையாடினர். வீடுகளிலும் அரண்மனைகளிலும் புகுந்து இருந்ததையெல்லாம் எடுத்துச் சென்றனர். இப்படி ஆறுமுறை நகரம் கொள்ளையடிக்கப்பட்டது என்று கூட்டோ கூறுகிறார்.

இதற்கிடையில் விஜயநகரப் படைகள் தங்கியிருந்த இடத்தை நெருங்கிய சுல்தான்களின் படைகள், எதிரிப்படை முகாமைச் சூறையாடின. அங்கிருந்த செல்வங்கள் கொள்ளையடிக்கப் பட்டன. யானைகள் கைப்பற்றப்பட்டு சுல்தான்களின் படைகளுக்கு அனுப்பப்பட்டன. அதன்பின் பத்து நாட்களுக்கு ஓய்வெடுத்துக் கொண்டு சுல்தான்கள் துங்கபத்திரை ஆற்றைக் கடந்து விஜய நகரத்தை நோக்கி முன்னேறினர்.

தங்களைத் தொடர்ந்து தோற்கடித்து தங்கள் நகரங்களை அழித்த அந்தத் தலைநகரைப் பார்த்தவுடன் அவர்களுடைய ஆத்திரம் அதிகமானது. கிட்டத்தட்ட ஆறு மாதங்கள் விஜயநகரம் பேரழிவுக்கு உள்ளானது. அங்கே நடந்த அழிவுகளைப் பற்றி ராபர்ட் ஸ்வெல் பின்வருமாறு எழுதியிருக்கிறார்.

> ‘போக்கிடம் இல்லாமல் அங்கே தங்கியிருந்த மக்கள் அனைவரும் ஈவு இரக்கமின்றிக் கொல்லப்பட்டனர். கோயில்களும் அரண்மனைகளும் இடிக்கப்பட்டன. மதில்கள் இடித்து நொறுக்கப்பட்டன.
>
> அந்த இடங்களில் எல்லாம் சிதறுண்ட கருங்கற்களும் செங்கற்களுமே கிடந்தன. ஒரே கல்லில் செதுக்கப்பட்டிருந்த

நரசிம்ம மூர்த்தியின் உருவம் பின்னப்பட்டது. எந்த மண்டபங்களில் அமர்ந்து விஜயநகர மன்னர்கள் நவராத்திரி, கார்த்திகை போன்ற விழாக்களைக் கண்டு களிப்பது வழக்கமோ அந்த மண்டபங்கள் எல்லாம் அழிக்கப்பட்டன. அவற்றிலிருந்த அருமையான சிற்பங்கள் எல்லாம் நொறுக்கப்பட்டன. துங்கபத்திரை ஆற்றின் கரையில் இருந்த விட்டலசாமி கோயில் இடிக்கப்பட்டு அதிலிருந்த சிலைகள் நொறுக்கப்பட்டன.

அங்கே ஒரு பெரும் தீ மூட்டப்பட்டு அருகிலிருந்து பொருள்கள் எல்லாம் தீயில் போடப்பட்டு எரிக்கப்பட்டது. மரத்தினால் ஆன பல சிற்பங்கள் எரியூட்டப்பட்டன. ஆறு மாதங்களுக்கு முன் செல்வச் சிறப்போடு பொலிந்த விஜயநகரம் தரைமட்டம் ஆயிற்று. உலக வரலாற்றில் இவ்வளவு கொடூரமான அழிவுச் செயல் வேறு எந்த நாட்டிலும் நடந்திருக்க முடியாது. '

அழிக்கப்பட்ட விஜயநகரத்திலிருந்து ஏராளமான செல்வத்தை சுல்தான்கள் கொள்ளையடித்துச் சென்றார்கள். பீஜப்பூர் சுல்தான் அலி அடில் ஷா எடுத்துச் சென்ற பெரும் வைரமும் அதில் உண்டு.

இன்றும் ஹம்பி எனும் நகருக்குச் செல்பவர்கள் இந்த அழிவுச் சின்னங்களைக் காண முடியும். தன்னார்வலர்கள் சிலர் மீண்டும் இந்த நகரத்தைச் சீர்திருத்த முயன்று வருகிறார்கள் அவர்களது முயற்சி எவ்வளவு தூரம் பலிக்கும் என்பதைக் காலம்தான் சொல்லவேண்டும்.

ராமராயரைப்பற்றி

இந்திய வரலாற்று நாயகர்களுள் ஒரு முக்கியமான ஆளுமையாக ராமராயரைச் சொல்லலாம். கிருஷ்ணதேவராயரின் மறைவுக்குப் பிறகு அரசைக் கைப்பற்ற அவர் செய்த பல முயற்சிகள் தோல்வியில் முடிந்தாலும் தளர்ந்து விடாமல் அதைத் தொடர்ந்து செய்துகொண்டிருந்தார் அவர். அச்சுதராயருக்குப் பின் திருமலை தேவன் செய்த குளறுபடி, அவருக்குத் தன் கனவை நிறைவேற்றிக்கொள்ளப் பொன்னான வாய்ப்பாக அமைந்தது. அதன்பின் கிட்டத்தட்ட பத்து வருடங்கள் முடிசூடா மன்னராகவே விளங்கியவர் அவர். சதாசிவராயருக்குப் பொறுப்பைக் கொடுக்காமல் அவர் செய்த சூழ்ச்சிகளைப் பலர் குறை கூறினாலும் ராமராயரைப்போல சதாசிவராயர் திறமையாக ஆட்சியைக் கட்டிக் காத்திருப்பாரா என்பது கேள்விக்குறி. நாட்டின் பல பகுதிகளில் தோன்றிய கலகங்களை எளிதில் அடக்கி, போர்ச்சுக்கீசியரின்

ஆதிக்கம் ஓங்காமல் செய்ததில் பெரும் பங்கு அவருக்கு உண்டு. சுல்தான்களின் தாக்குதல்களில் இருந்து விஜயநகரத்தைக் காப்பதற்கு அவர் செய்த சூழ்ச்சிகள் அளவுக்கு மீறிச் சென்றதால் விளைந்ததுதான் விஜயநகரத்தின் அழிவு என்றே சொல்லலாம். தம்முடைய படையில் இஸ்லாமிய வீரர்களுக்கு முக்கியமான இடத்தைக் கொடுத்ததே அவர் செய்த பெரும் தவறு என்பர் ஆய்வாளர்கள்.

தலைக்கோட்டைப் போரின் விளைவுகள்

தலைக்கோட்டைப் போரின் முக்கிய விளைவு விஜயநகரத்தின் அழிவே அன்றி விஜயநகர அரசின் அழிவு அல்ல என்று சில ஆய்வாளர்கள் கூறுவார்கள். அங்கிருந்து வெளியேறிய ஆரவீட்டு வம்சத்தினர் விஜயநகர ஆட்சியை பெனுகொண்டாவிலும், சந்திரகிரியிலும் பின்னால் வேலூரிலும் தொடர்ந்தனர். முன்பிருந்த தன் வலிமையை எல்லாம் இழந்தபோதிலும் ஓரளவிற்கு ஆட்சியதிகாரத்தை உடையதாகவே விஜயநகர அரசு இருந்தது. அவர்களுக்கு எதிர்ப்பு தமிழகத்தை ஆட்சி செய்த நாயக்க மன்னர்களிடமிருந்துதான் எழுந்தது.

கிட்டத்தட்ட கிருஷ்ணா நதியின் தென்பகுதி முழுவதையும் ஆட்சி செய்த அரசு அகன்றதால் வடக்கிலிருந்து பலமான முகலாயர்கள் ஊடுருவ தலைக்கோட்டைப் போர் ஒரு முக்கியமான காரணமாக இருந்தது. 'இந்துக்களின் ஆட்சிப்பெருமையிலிருந்து தென்னிந்தியாவில் எப்படி இஸ்லாமிய அதிகாரம் பரவியது என்பதைக் குறிப்பதே தலைக்கோட்டைப் போர்' என்று ஹீராஸ் பாதிரியார் சொல்வதில் ஓரளவுக்கு உண்மை இருக்கத்தான் செய்கிறது.

தமக்குள் அடித்துக்கொண்டும் போரிட்டுக்கொண்டும் இருந்த தக்காணத்துச் சுல்தான்கள், ராமராயரையும் விஜயநகரையும் அழிக்கவேண்டும் என்ற ஒரே நோக்கத்தோடு ஒன்றுபட்டனர். அந்த நோக்கம் நிறைவேறியதும் அவர்களுக்கே இயற்கையான போட்டியும் பொறாமையும் தலைதூக்க ஆரம்பித்தன. மீண்டும் நான்கு சுல்தான்களும் தங்களுக்கு இடையில் சண்டையிட ஆரம்பித்தனர். வளமான ரெய்ச்சூர் ஆற்றிடைப்பகுதி பீஜப்பூரிடம் இருந்தது மற்றவர்கள் கண்களை உறுத்தியது. துங்கபத்திரைக்குத் தெற்கே இருந்த விஜயநகரத்தின் பகுதிகளைப் பங்கு போட்டுக்கொள்ள கோல்கொண்டா பீஜப்பூர் சுல்தான்கள் முயன்றார்கள். இந்தக் காரணங்களால் அவர்களுக்கு இடையே

அடிக்கடிப் போர் நடந்து அவர்கள் அனைவரின் வலிமையும் அழிந்தது. வடக்கே இருந்து வந்த முகலாய அரசர்கள் இந்தச் சுல்தான்களை அதனால் எளிதில் வெல்ல முடிந்தது.

செல்வச் செழிப்புமிக்க விஜயநகரத்தின் வீழ்ச்சியால் அதிகப் பாதிப்படைந்தவர்கள் போர்ச்சுக்கீசியர்கள்தான். விஜயநகரத்தின் வாணிபத்தையே பெருமளவில் போர்ச்சுக்கீசியர்கள் நம்பியிருந்தனர். கோவாவிலிருந்து அரசு வாங்கிய குதிரைகள் தவிர விலையுயர்ந்த துணிகள், அணிகலங்கள், நவரத்தினங்கள் ஆகியவற்றைப் போர்ச்சுக்கீசியர்களிடமிருந்து விஜயநகர மக்கள் வாங்கிக் குவித்தனர். ஆனால் அதன் அழிவுக்குப் பிறகு அந்த வியாபாரம் அப்படியே குறைந்து போயிற்று. ‘விஜயநகரப் பேரரசுடன் நாங்கள் ஏராளமான வியாபாரம் செய்துவந்தோம். பலவிதமான அபூர்வப் பொருள்களையும் குதிரைகளையும் விற்றதால் எங்களுக்கு நிறைய லாபம் கிடைத்தது. அதெல்லாம் இப்போது குறைந்தே போயிற்று’ என்று கூட்டோ கூறுகிறார்.

அத்தியாயம் 13

ஆரவீட்டு வம்சம்

தலைக்கோட்டைப் போரும் அதற்கடுத்ததாக விஜயநகரம் முற்றிலுமாக அழிக்கப்பட்ட நிகழ்வுகளும் விஜயநகர அரசை முற்றிலுமாக சிதைத்தது மட்டுமின்றி, அந்நாட்டு அரசபரம்பரை, பிரபுக்கள், மக்கள் ஆகியோரின் மன உறுதியையும் நிலைகுலையச் செய்துவிட்டது. விஜயநகரத்திலிருந்து தப்பி ஓடிய ராமராயரின் சகோதரர் திருமலை ராயர், பெனுகொண்டாக் கோட்டையை அடைந்து அங்கிருந்து அரசுக்குப் புத்துயிர் கொடுக்க முயன்றார். சதாசிவராயரை மீண்டும் சிறையில் அடைத்துவிட்டு, பொயு 1570ல் தாமே அரசுப் பொறுப்பு ஏற்றுக்கொண்டார். அவரால் தொடங்கப் பட்டதுதான் ஆரவீட்டு வம்சம்.

திருமலை ராயர்

திருமலை ராயர் தனது ஆட்சியின் ஆரம்பத்தில் பல சவால்களை எதிர்கொள்ள வேண்டியிருந்தது. தம்மைக் காக்க இயலாத பேரரசின் மேல் மக்கள் நம்பிக்கை இழந்துவிட்டனர். ராமராயர் தன்னுடைய உறவினர்கள் / வேண்டியவர்களை மட்டும் முக்கியமான பதவிகளில் அமர்த்தியிருந்தது மற்ற தலைவர்களை ஆத்திரமடையச் செய்திருந்தது. நாயக்க முறைத் திட்டத்தால் பலம் பெற்ற பல்வேறு பகுதியிலிருந்த நாயக்கர்கள் சுயாட்சி செய்யத் தொடங்கி இருந்தனர். செஞ்சி, தஞ்சை, மதுரை நாயக்கர்கள் தன்னிசையாகத் தங்கள் அதிகாரத்தைச் செலுத்த ஆரம்பித்தனர். மைசூர், வேலூர்,

சித்ரதுர்கா நாயக்கர்களும் வலிமையிழந்த மத்திய அரசைக் கண்டுகொள்ளாமல் ஆட்சி செய்ய ஆரம்பித்தனர்.

இவர்கள் அனைவரையும் ஒன்றிணைத்து மீண்டும் ஓர் அரசைக் கட்டமைக்கவேண்டிய கட்டாயத்தில் இருந்தார் திருமலை ராயர். ஆகவே அவர்களுடைய உரிமை நிலையை ஓரளவுக்கு ஒப்புக்கொண்டார். அதிகாரங்களையும் பகிர்ந்து அளித்தார். தன்னுடைய மூத்த மைந்தரான ஸ்ரீரங்கரை ஆந்திரப் பகுதிக்குத் தலைவராக நியமித்து பெனுகொண்டாவிலிருந்தும் இரண்டாம் மைந்தர் ராமரை ஸ்ரீரங்கப்பட்டினத்திலிருந்து கன்னடப் பகுதி களையும் மூன்றாம் மகனான வேங்கடபதியை சந்திரகிரியிலிருந்து தமிழ்நாட்டுப் பகுதிகளையும் ஆட்சி செய்யச் சொன்னார்.

ஆனால் வழக்கம்போல அவருக்கு எதிர்ப்பு உள்நாட்டில் இருந்தே வந்தது. ராமராயரின் மகனான திருமலை, அரசு தனக்கே உரியது என்று சிற்றப்பனுக்கு எதிராகப் போர்க்கொடி தூக்கினான். தலைக்கோட்டைப் போரில் இருந்து எந்தப் பாடமும் கற்றுக் கொள்ளாமல் பீஜப்பூர் சுல்தானை அணுகி, பெனுகொண்டாவின் மீது படையெடுத்து நாட்டைத் தனக்கே உரிமையாக்கித் தருமாறு கேட்டுக்கொண்டான். அதை ஏற்றுக்கொண்ட சுல்தான், ஒரு படையை அனுப்பி ஒரு பக்கம் அதோனியையும் இன்னொரு பக்கம் பெனுகொண்டாவையும் தாக்கினான். ஆனால் திருமலை ராயரும் அவருடைய வீரத் தளபதியான சவரம் சென்னப்ப நாயக்கரும் பீஜப்பூர் படைகள் மீது கடுமையான தாக்குதல் ஒன்றைத் தொடுத்தனர். இந்தத் தாக்குதலைத் தாங்க முடியாமல் பீஜப்பூர்ப் படைகள் ஓட்டம் பிடித்தன.

மேன்மேலும் பீஜப்பூர்ப் படைகள் தன் நாட்டைத் தாக்காமல் இருப்பதற்காக, நைஜாம் ஷாவின் உதவியைத் திருமலை ராயர் கோரினார். நைஜம் ஷா அதை ஏற்று பீஜப்பூர் மீது படையெடுக்கவே, அடில்ஷா விஜயநகரம் மீதான தாக்குதலை முற்றிலும் கைவிட்டு தன்னுடைய ஊர் திரும்பினான். முக்கிய எதிரியான விஜயநகரம் இப்போது வலுவிழந்துவிட்டபடியால், சுல்தான்களுக்கு இடையே யார் வலியவர் என்ற போட்டி தலைதூக்கியது. அதன்படி பீஜப்பூரைத் தாக்க நைஜாம்ஷாவும் குதூப் ஷாவும் முயன்றனர். அதற்கு உதவியாக திருமலை ராயரை அழைத்தனர். அவர் அதற்கு ஒப்புக்கொண்டு ஒரு படையை அனுப்பினார். ஆனால் அதற்குள் சுல்தான்கள் தங்களுக்குள் சமரசம் செய்துகொண்டனர். தன்னைத் தாக்க வந்த திருமலை ராயரை எதிர்த்து அடில்ஷா மீண்டும் ஒரு படையை அனுப்பினான்.

அவனுடைய தாக்குதலைத் திருமலை ராயர் சமாளித்தாலும் அதோனிக் கோட்டையை அவரால் காப்பாற்ற முடியவில்லை.

வயது முதிர்ந்த காரணத்தால் 1572ம் ஆண்டு தன் மகன் ஸ்ரீரங்கனுக்கு பட்டம் முடிசூட்டிவிட்டு ஓய்வு எடுத்துக்கொண்டார் திருமலை ராயர் சிறையில் இருந்த சதாசிவராயர் அங்கேயே இறந்துபட்டார்.

முதலாம் ஸ்ரீரங்கர்

முதலாம் ஸ்ரீரங்கரும் ஆட்சிக்கு வந்தது முதலே பல பிரச்னைகளைச் சந்திக்கவேண்டியிருந்தது. பேரரசின் அதிகாரம் குறைந்து விட்டதால் பணப்பிரச்னையும் படையுதவிப் பிரச்னையும் அவருக்கு நிரம்ப இருந்தன. சுல்தான்கள் வேறு தொல்லை கொடுத்துக்கொண்டிருந்தனர். இதைத்தவிர பல உள்நாட்டுப் பிரச்னைகளையும் அவர் சந்திக்க வேண்டியிருந்தது.

பீஜப்பூர் சுல்தானான அடில் ஷா 1576ம் ஆண்டு மீண்டும் ஒருமுறை பெனுகொண்டாவைத் தாக்கினான். தளபதியான சென்னப்ப நாயக்கரைக் கோட்டையில் விட்டுவிட்டு, தாம் சந்திரகிரிக் கோட்டைக்குப் பின் வாங்கினார் ஸ்ரீரங்கர். யமாஜி ராவ் என்ற மராட்டிய தளபதியின் உதவியைப் பெற்ற சென்னப்ப நாயக்கர், பீஜப்பூர் படைகளின் மீது போர் தொடுத்து அவர்களைத் துரத்தினான். சுல்தான் மேலும் படைகளை அனுப்பாதவண்ணம் அவனோடு பேச்சுவார்த்தை நடத்தி வெற்றிகண்டார் ஸ்ரீரங்கர்.

இதற்கிடையில் கோல்கொண்டாவின் சுல்தானான குதூப் ஷா மராத்தியப் படைத்தலைவனான முராரி ராவை கோல் கொண்டாவின் தளபதியாக நியமித்தான். அவனுடைய தலைமையில் சுல்தானின் படைகள் விஜயநகர எல்லைப் புறங்களைக் கொள்ளையடித்தன. அகோபிலம் நரசிம்மர் கோயிலும் இதற்கு விதிவிலக்கல்ல. அவனுக்கு எதிராக படை திரட்டிச் சென்ற ஸ்ரீரங்கர், முராரி ராவைத் தோற்கடித்தது மட்டுமின்றி அவனுடைய படையையும் கிருஷ்ணாவின் வடக்கே துரத்தினார். அடுத்ததாக குதூப் ஷா குறிவைத்தது கொண்டவீட்டையும் உதயகிரியையும். சுல்தானின் படைகளால் உதயகிரியின் மக்கள் கொன்று குவிக்கப்பட்டனர். ஸ்ரீரங்கர் தன்னுடைய படையை சென்னப்ப நாயக்கரின் தலைமையில் மீண்டும் அங்கே அனுப்பினார். வினுகொண்டா என்ற இடத்தில் இரு தரப்புப் படைகளும் மோதின, அதிலும் வெற்றி விஜயநகரப் படைகளுக்கே கிடைத்தது. ஆனால் அந்தப் போரில் சென்னப்ப நாயக்கர் உயிரிழந்தார்.

சென்னப்பரைப் போன்ற வலுவான தளபதியை இழந்த விஜயநகரம் தத்தளித்தது. அதனால் குதூப் ஷா மீண்டும் கொண்டவீட்டைத் தாக்கி அதைக் கைப்பற்றிக் கொண்டான்.

ஸ்ரீரங்கருக்கு வாரிசு இல்லையாதலால், அவர் உயிர்துறந்த பின் அவருடைய தம்பியான வேங்கடர் பதவியேறினார்.

வேங்கடபதி தேவராயர்

வேங்கடரின் ஆரம்ப காலமே சோதனை மிக்கதாக இருந்தது. தன்னுடைய அரசை விஸ்தரிக்க முனைந்த குதூப் ஷா கர்னூலையும் கடப்பாவையும் கைப்பற்றிக்கொண்டான். அடுத்து அனந்தபூரும் குத்தியும் வீழ்ந்தன. இப்படிப் பழைய அரசின் பெரும்பாலான பகுதிகள் சுல்தான்களிடத்தில் சென்ற நிலையில் வேங்கடர் ஆட்சியை நடத்தினார். முதலில் ஒரு தூதுவரை குதூப் ஷாவிடம் அனுப்பி அவர் சமாதானம் செய்துகொண்டார். அரசு மேலும் பகுதிகளை இழப்பதைத் தடுக்க அவர் கையாண்ட உத்தி அது.

அதை ஏற்ற கோல்கொண்டாவின் சுல்தான் பெனுகொண்டா மீதான தன்னுடைய தாக்குதலை நிறுத்திக்கொண்டான். சிறிது காலம் அமைதி நிலவியது. அதைப் பயன்படுத்திக்கொண்ட வேங்கடர், தன்னுடைய படைகளைத் திரட்டி கோல்கொண்டாமீது போர் தொடுத்தார். இதை எதிர்பார்க்காத குதூப் ஷா, மீண்டும் பெனுகொண்டாவை முற்றுகையிட விரைந்தான். ஆனால் விஜயநகரத்தின் படைகள் சுல்தானின் படைகளைத் தங்களுடைய பீரங்கிகளால் தாக்கித் துரத்தின. குத்திநகரை மீண்டும் விஜயநகரப் படைகள் கைப்பற்றின.

அங்கிருந்து தப்பி ஓடிய குதூப் ஷா, மீண்டும் தன்னுடைய படைகளைத் திரட்டிக்கொண்டு விஜயநகரப் படைகளைத் தாக்க முனைந்தான். வேங்கடர் தாமே போரில் இறங்கி அவனை கண்டிக்கோட்டையில் தோற்கடித்து கோட்டையைக் கைப்பற்றிக் கொண்டார். தன்னுடைய பகுதிகள் ஒன்றன் பின் ஒன்றாக கைவிட்டுப் போவதால் ஆத்திரமடைந்த குதூப் ஷா, ருஸ்தம் கான் என்பவனின் தலைமையில் ஒரு லட்சம் பேர் கொண்ட படையை விஜயநகரப் படையை அழிக்குமாறு சொல்லி அனுப்பினான்.

விஜயநகரப் படைகளுக்கு கஸ்தூரிரங்க நாயக்கரும் அவரது மகனான யச்சம நாயுடுவும் தலைமை தாங்கினர். பெண்ணாற்றங் கரையில் இருதரப்புப் படைகளுக்கும் இடையே கடுமையான போர் நடைபெற்றது. யச்சமநாயுடு பெரு வீரத்துடன் போர் புரிந்தார்.

சுல்தானின் பீரங்கிகள் தொடர்ந்து முழங்கின. ஆனாலும் தந்தையும் மகனும் எட்டு மணி நேரம் போர் செய்து, தங்களுடைய படைகளை உற்சாகப் படுத்தி விஜயநகரத்திற்கு வெற்றி தேடித்தந்தனர். ருஸ்தான் கான் சிறைபிடிக்கப்பட்டு கொல்லப் பட்டான். 50000 சுல்தானிய வீரர்களும் தங்கள் உயிரை விட்டனர். அடுத்து உதயகிரிக்கோட்டையும் மீட்கப்பட்டது. இப்படி இழந்த பகுதிகள் அனைத்தையும் மீட்ட பெருமைக்கு உரியவரானார் வேங்கடர்.

வெளிப்பகையை ஒருவாறு அடைக்கிய வேங்கடருக்கு அடுத்த பிரச்னை உள்நாட்டிலிருந்து வந்தது. வேலூரின் நாயக்கனான லிங்கமன் வேங்கடர் ஆட்சியை எதிர்த்துக் கலகம் செய்தான். அவனை அடக்குவதற்காக வேங்கடர் யச்சமநாயுடுவை அனுப்பினார். லிங்கமனின் ஆதிக்கத்தின் கீழ் இருந்த உத்தரமேரூர்க் கோட்டையை யச்சமன் கைப்பற்றிக்கொண்டு வேலூர் நோக்கி முன்னேறினான். அதைக் கண்ட லிங்கமன், மதுரை செஞ்சி தஞ்சை நாயக்கர்களைத் தனக்கு உதவி புரிய வேண்டும் என்று கேட்டுக்கொண்டான். பேரரசின் ஆதிக்கத்தில் இருந்து விடுபடத் துடித்துக்கொண்டிருந்த இந்த மூன்று நாயக்கர்களும் அவனோடு சேர்ந்தனர். உத்தரமேரூரில் 1601ம் ஆண்டு மே மாதம் பெரும் போர் ஒன்று நடைபெற்றது. யச்சமன் கடுமையாகச் சண்டையிட்டு வெற்றி பெற்றான். வேலூர்க் கோட்டைக்குத் தப்பியோடிய லிங்கமனை எதிர்த்து நின்று வேங்கடர் வெற்றி பெற்றார். அதன்பின் காவிரியைக் கடந்து மதுரை நாயக்கர்களில் இடங்களை அழித்தார். இதன் காரணமாக நாயக்கர்கள் மீண்டும் விஜய நகரத்திற்குக் கீழ்ப்படிந்தனர்.

தன்னுடைய தலைநகரை முதலில் சந்திரகிரிக்கும் அதன் பின் 1604ம் ஆண்டு வேலூருக்கும் மாற்றினார் வேங்கடர். தொடர்ந்து தமிழகத்தில் இருந்து தொல்லைகள் வந்தால் கவனித்துக்கொள்ள இது உதவியாக இருக்கும் என்ற காரணத்தால் இந்தத் தலைநகர் மாற்றத்தை அவர் செய்தார் போலும்.

இப்படி விஜயநகரத்தின் சிறப்பை மீட்ட பெருமை வேங்கடரையே சேரும். போர்களில் வெற்றி பெற்றது மட்டுமல்லாமல் நாட்டின் பொருளாதார நிலையையும் உயர்த்தியவர் அவர். அவர் ஆட்சியில் வர்த்தகம் உச்சத்தைத் தொட்டது. நல்ல முறையில் இருபத்தெட்டு ஆண்டுகள் ஆட்சி செய்து அரசை உன்னத நிலைக்குக் கொண்டுசென்றார்.

இரண்டாம் ஸ்ரீரங்கர்

வாரிசுகள் ஏதும் இல்லாத வேங்கடபதி ராயருக்கு உடல்நலம் குன்றியபோது அரசு தன்னை விட்டுச் சென்றுவிடும் என்று நினைத்த அவரது மனைவிகளில் இளையவரான பாயம்மா என்பவள் ஒரு சதி செய்தாள். அப்போது அரண்மனையில் பணிசெய்து கொண்டிருந்த ஒரு பிராமணப் பெண் கருவுற்றிருந்தாள். தானும் கருவுற்றிருப்பதாகச் சொல்லி நடித்த பாயம்மா, அந்தப் பிராமணப் பெண்ணுக்குக் குழந்தை பிறந்ததும் அது தன் குழந்தை என்று எல்லாரையும் நம்ப வைத்துவிட்டாள். இது வேங்கடருக்குத் தெரிந்தாலும், மனைவி மீது இருந்த மோகத்தால் அவர் ஏதும் சொல்லவில்லை. ஆனால் அவர் மரணப்படுக்கையில் விழுந்த போது, வம்சத்திற்குத் துரோகம் செய்கிறோம் என்ற உண்மை அவருக்கு உறைத்தது. ஆகவே தனது அண்ணனான ராமரின் மகனான ஸ்ரீரங்கனை அழைத்து வந்து இரண்டாம் ஸ்ரீரங்கராக முடிசூட்டி, தனக்குப் பின் அவரே அரசர் என்று மந்திரி பிரதானிகளைக் கூட்டி அறிவித்தார். அடுத்த இரண்டு நாட்களில் இறந்தும் போனார்.

அரசு தன் கையை விட்டுப் போனதால் பாயம்மா ஆத்திரமடைந்தாள். தனது சகோதரனும் கோலார் பகுதியை ஆட்சி செய்துகொண்டிருந்தவனுமான கொப்பூரி ஜக்கராயனின் உதவியைக் கோரினாள். அவன் ஒரு சிறு படையுடன் வந்து ஸ்ரீரங்கரையும் அவரது மனைவியையும் மூன்று குழந்தைகளையும் சிறையில் அடைத்தான். தனது சகோதரியின் 'மகனே' உண்மையான வாரிசு, அவனே அடுத்த அரசன் என்று எல்லாருக்கும் அறிவித்தான்.

வேங்கடபதி ராயருக்கு விசுவாசமான சிலர் இந்தச் செய்தியை யச்சமனுக்கு அறிவித்தனர். வேங்கடபதி ராயருக்கு மிகவும் நெருங்கியவனும் அவரோடு பல போர்களில் பங்கேற்றவனுமான யச்சமன் இந்தச் சதிச்செயலைக் கண்டு அதிர்ச்சியடைந்தான். தனக்கு நெருக்கமான சலவைத் தொழிலாளி ஒருவனை அரண்மனைக்கு அனுப்பி, ஸ்ரீரங்கரின் குடும்பத்தைத் தப்புவிக்க முயன்றான். சலவைத்தொழிலாளியின் முயற்சியால் ஸ்ரீரங்கரின் இரண்டாவது மகனான பன்னிரண்டு வயது நிரம்பிய ஸ்ரீராமன் அங்கிருந்து தப்பி யச்சமனிடம் வந்து சேர்ந்தான். மற்றவர்களை எப்படியாவது காப்பாற்ற வேண்டும் என்று நினைத்த யச்சமன், தனக்கு வேண்டிய சில நபர்களை அரண்மனைக்கு அனுப்பினான்.

ஆனால் அதற்குள் காரியம் மிஞ்சிவிட்டது. வாரிசு ஒருவன் தப்பிவிட்டான் என்ற செய்தியைக் கேட்ட ஜக்கராயன்

ஆத்திரமடைந்தான். சிறைக்குக் கோபாவேசமாக வந்த அவன் ஸ்ரீரங்கரையும் அவரது மனைவி குழந்தைகளையும் அங்கேயே வெட்டிக்கொன்றான். இந்தச் செய்தியைக் கேட்ட அரண்மனைப் பிரமுகர்களும் மக்களும் ஜக்கராயன் மீது வெறுப்படைந்தனர். அவனிடமிருந்து விலகினர். யச்சமன் ஒரு படை திரட்டிக்கொண்டு வேலூருக்கு ஸ்ரீராமனோடு வந்தான். அவனைச் சந்திக்க இயலாமல் ஜக்கராயன் ஓடிவிட்டான். வேலூர் கோட்டைக்குள் வந்து, ஸ்ரீராமனுக்கு முடிசூடினான் யச்சமன்.

தோப்பூர்ப் போர்

ஆனால் மதுரை, செஞ்சி நாயக்கர்களைச் சந்தித்த ஜக்கராயன் அவர்களிடம் யச்சமனைத் தோற்கடிக்க படையுதவி வேண்டினான். யச்சமனிடம் ஏற்கெனவே தோல்வியடைந்திருந்த அவர்கள் இருவரும் தங்கள் படையைக் கொடுத்து உதவினர். தஞ்சை நாயக்கர் மட்டும் ஜக்கராயனுக்கு உதவ மறுத்துவிட்டார். செஞ்சி கிருஷ்ணப்ப நாயக்கர், மதுரை முத்துவீரப்ப நாயக்கர் ஆகியோரின் படைகளோடு தன்னுடைய படையையும் இணைத்துக்கொண்டான் ஜக்கராயன். தஞ்சை நாயக்கரான ரகுநாதர், யச்சமனின் படைகளோடு தன்னுடைய படையைச் சேர்த்தார். இரு தரப்புப் படைகளும் கல்லணைக்கு அருகில் உள்ள தோப்பூர் (தற்போது தொகூர்) என்ற இடத்தில் மோதின.

16சூசூ16ம் ஆண்டு நடந்த இந்தப் போர் பற்றிய நிகழ்வுகளை 'ரகுநாதாப்யுதமு' என்ற நூல் விரிவாகக் கூறுகிறது. காவிரியின் தென்கரையில் முகாமிட்டிருந்த விஜயநகரப் படை அதிகாலையில் கிளம்பியது. ரகுநாத நாயக்கர் ராமபத்ரன் என்ற அவரது யானையிலும் விஜயநகர அரசனாக முடிசூட்டப்பட்டிருந்த ராமதேவராயன் (ஸ்ரீராமன்) இன்னொரு யானையின் மீது அமர்ந்தும் போருக்குச் சென்றனர். அவர்களோடு யச்சமனும் மற்ற படைத்தலைவர்களும் சென்றனர். இரு தரப்புப் படைகளும் கடுமையாக மோதிக்கொண்டன. கொப்பூரி ஜக்கராயன் ரகுநாத நாயக்கரின் வாளுக்குப் பலியானான். செஞ்சி நாயக்கரும் மதுரை நாயக்கரும் புறமுதுகிட்டு ஓடினர். செஞ்சிநாயக்கரான கிருஷ்ணப்பர் புவனகிரிக்கு ஓடினார். அங்கே சென்று அவரை வெற்றி கொண்டு புவனகிரிக்கோட்டையையும் கைப்பற்றிக் கொண்டார் ரகுநாதர். மதுரை முத்துவீரப்பநாயக்கர் திருச்சிராப் பள்ளிக் கோட்டைக்குள் ஒளிந்துகொண்டார். 'போலி மகன்' கைது செய்யப்பட்டான்.

இந்தப் போரில் ஜக்கராயன் கொல்லப்பட்டாலும் அவனது தம்பி யதிராஜா போரைத் தொடர்ந்து நடத்திக்கொண்டிருந்தான். 1619ம் ஆண்டு போலி மகன் இறந்ததும் இந்தப் போர் முடிவுக்கு வந்தது. இரு தரப்பும் சமாதானம் செய்துகொண்டனர். ஜக்கராயனின் தம்பி மகளை ராமதேவன் திருமணம் செய்துகொண்டான். ஆனால் இதை யச்சமன் விரும்பவில்லை. எதிரியின் மகளைத் திருமணம் செய்யாதே என்று ராமதேவனை அவன் எச்சரித்தான். ஆனால் அதை ராமதேவன் கேட்காததால் அரசுப் பணியில் இருந்து யச்சமன் விலகினான்.

மூன்றாம் வேங்கடர்

ராமதேவராயன் தனது 28ம் வயதிலேயே சந்ததி இன்றி இறந்துபோனான். அவனுக்கு அடுத்தபடியாக அலிய ராமராயரின் பேரனான பெத்த வேங்கடன் என்பவன் அரசனானான்.

மூன்றாம் வேங்கடர் அரசாளத் தொடங்கியதும் அவரது சிற்றப்பனான திம்மராஜு என்பவன் கலகம் செய்தான். அரசு தனக்கே உரியது என்று உரிமைக்கொடி தூக்கினான். செஞ்சி, மதுரை, தஞ்சை நாயக்கர்கள் மூன்றாம் வேங்கடரையே ஆதரித்ததால் அவனது முயற்சிகள் பலிக்கவில்லை. ஆனாலும் நாட்டில் கலகம் ஏற்படுத்திக் கொண்டே இருந்தான் அவன். மூன்றாம் வேங்கடரின் தம்பி மகனான ஸ்ரீரங்கன், ஒரு வழியாகத் திம்மராஜுவை அடைக்கித் துரத்தினான். அதன்பின் ஒருவாறு அமைதி நிலவியது. ஆனால் அது அதிக காலம் நீடிக்கவில்லை.

ஸ்ரீரங்கனே இப்போது வேங்கடருக்கு எதிராகத் திரும்பினான். பீஜப்பூர் சுல்தானைத் தூண்டிவிட்டு வேங்கடருக்கு எதிராகப் படையெடுக்கச் சொன்னான். 1638ம் ஆண்டு இந்தப் படையெடுப்பு நடந்தபோது வேங்கடர் வென்றார். ஆனால் 1641ம் ஆண்டு மீண்டும் பீஜப்பூர் சுல்தான் படையெடுத்து வந்தபோது ஸ்ரீரங்கன் அவனோடு சேர்ந்துகொண்டு வேலூர்க் கோட்டையைத் தாக்கினான். மதுரை நாயக்கர் படையுதவி செய்து வேங்கடரைக் காப்பாற்றி சுல்தானைத் துரத்தினார்.

சென்னப்பட்டினம்

அக்காலத்தில் இந்தியாவிற்கு வணிகம் செய்வதற்காக வந்த கிழக்கிந்தியக் கம்பெனியின் ப்ரான்ஸிஸ் டே என்பவர் 1639ம் ஆண்டு மூன்றாம் வேங்கடரிடமிருந்து தமிழகத்தின் வடகிழக்கில் கடலோரத்தில் உள்ள ஒரு சிறுபகுதியைக் குத்தகைக்கு வாங்கினார்.

அந்த இடம் காளஹஸ்தியின் தலைவராக இருந்த தாமர்ல வேங்கடாத்திரி நாயக்கரின் கீழ் இருந்தது. அந்த இடத்திற்குத் தன்னுடைய தகப்பனாரான தாமர்ல சென்னப்ப நாயக்கரின் பெயர் வைக்கப்படவேண்டும் என்ற நிபந்தனையுடன் வேங்கடாத்திரி நாயக்கர் அதைக் கொடுத்தார். பின்னாளில் அங்கே ஒரு கோட்டை கட்டப்பட்டு அதற்குச் செயிண்ட் ஜார்ஜ் கோட்டை என்ற பெயரும் வைக்கப்பட்டது. இப்படியாக சென்னப்ப நாயக்கரின் பெயரால் சென்னை நகரம் தோன்றியது.

தொடர்ந்து ஸ்ரீரங்கனாலும் அவனது கூட்டாளிகளான சுல்தான்களாலும் தொல்லை ஏற்படவே வேங்கடர் மனமுடைந்து சித்தூருக்கு அருகில் உள்ள காட்டிற்குச் சென்றார். அங்கேயே இறந்துபட்டார்.

மூன்றாம் ஸ்ரீரங்கர்

பொயு 1642ம் ஆண்டு ஸ்ரீரங்கன், மூன்றாம் ஸ்ரீரங்கர் என்ற பெயருடன் பட்டத்திற்கு வந்தார். வேங்கடரைத் தொடர்ந்து தொல்லைக்கு ஆளாக்கியதால் அரசுப் பிரமுகர்களும் நாயக்கர்களும் இவரை வெறுத்தனர். ஆட்சியின் தொடக்கத்தில் கோல்கொண்டா சுல்தான் படையெடுத்து வந்தபோது தனது நண்பனான பீஜப்பூர் சுல்தானுடைய உதவியால் அவனைத் தடுத்து நிறுத்தினான். அதற்கு ஈடாக தமிழகத்து நாயக்கர்களிடமிருந்து பெற்ற திறைப்பணத்தின் ஒரு பகுதியை பீஜப்பூர் சுல்தானுக்கு அளித்தான். இதனால் ஆத்திரமடைந்த மதுரை அரசரான திருமலை நாயக்கர் ஸ்ரீரங்கருக்குக் கப்பம் கட்டுவதை நிறுத்திவிட்டார் செஞ்சி நாயக்கருக்கும் தஞ்சை நாயக்கரான விஜயராகவ நாயக்கருக்கும் அழைப்பு விடுத்த அவர், ஸ்ரீரங்கரின் தவறான செயல்களால் விஜயநகரம் அழிவை நோக்கிச் செல்கிறது. இனிமேல் அவர்களுக்குக் கப்பம் கட்டுவது வீண் என்று உரைத்தார். இதைச் செஞ்சி நாயக்கர் ஏற்றுக்கொண்டாலும் தஞ்சை நாயக்கர் ஏற்றுக்கொள்ளவில்லை.

இந்தக் கூட்டணி ஒன்று உருவானதையும் அதற்குத் திருமலை நாயக்கர் தலைமை வகித்ததையும் அறிந்த ஸ்ரீரங்கர் மதுரை நோக்கிப் படையெடுத்தார். ஆனால் திருமலை நாயக்கர் பீஜப்பூர் சுல்தானைத் தூண்டிவிட்டு வேலூர் நோக்கிப் படையெடுக்கச் சொன்னார். வேலூரைத் தாக்க சுல்தானின் படை வருவதை அறிந்த ஸ்ரீரங்கர் தலைநகர் நோக்கித் திரும்பினார். பீஜப்பூர் படைகளுக்கு எதிராகப் போர் செய்து அவர்களைத் துரத்தினார். ஆனால் பிரச்னை

முடியவில்லை. கோல்கொண்டாவின் சுல்தான் மறுபடி படையெடுத்து வந்தான். இப்படித் தொடர்ந்து நடந்த போர்களைச் சமாளிக்க முடியாமல் தமிழகத்தின் நாயக்கர்களிடம் சமரசம் செய்துகொண்டு உதவி கேட்டார் ஸ்ரீரங்கர். ஆனால் அவர்கள் கையை விரித்துவிட்டனர். வேறு வழியில்லாமல் நாட்டை விட்டு ஓடி, மைசூரில் தஞ்சம் புகுந்தார் ஸ்ரீரங்கர். கோல்கொண்டாவின் சுல்தான் வேலூரைக் கைப்பற்றிக் கொண்டு செஞ்சியை நோக்கிச் சென்றான்.

இம்முறை பீஜப்பூர் சுல்தானிடம் உதவி கேட்ட திருமலை நாயக்கர் அவனிடம் 17000 குதிரைப் படைகளைப் பெற்றுக்கொண்டு தானும் 30000 வீரர்களோடு செஞ்சி நோக்கிச் சென்று செஞ்சி நாயக்கனுக்கு உதவி செய்தார். இவர்களுடைய படை பலத்தால் செஞ்சி சிறிதுகாலம் கோல்கொண்டாச் சுல்தானின் முற்றுகையைத் தாங்கி நின்றது. ஆனால் கோல்கொண்டா சுல்தானும் பீஜப்பூரின் சுல்தானும் ரகசிய உடன்படிக்கை ஒன்று செய்துகொண்டனர். அதன்படி அந்த முற்றுகையை பீஜப்பூர் சுல்தானிடம் ஒப்படைத்து விட்டு கோல்கொண்டாவின் சுல்தான் நாடு திரும்பினான். பீஜப்பூரின் துரோகத்தால் மதுரை, செஞ்சி நாயக்கர்கள் அதிர்ச்சி அடைந்தனர். ஆனால் நிலைமை கைமீறிவிட்டது. சுல்தானின் படைகள் செஞ்சியைக் கைப்பற்றிக் கொள்ளையடித்தன. கையாலாகாத நிலையில் திருமலை நாயக்கர் மதுரை திரும்பினார்.

அடுத்ததாக தன் பார்வையை மதுரை மீது திருப்பிய பீஜப்பூர் படைகள் அந்நகரையும் கொள்ளையடித்தன. மிகுந்த சிரமப்பட்டு திருமலை நாயக்கர் அந்தப் படையை அகற்றினார்.

பீஜப்பூரின் படைகள் திரும்பியதும், ஸ்ரீரங்கர் மைசூர் உதவியோடு இழந்த நாட்டைத் திரும்பப் பெற முயன்றார். அவருக்கு இக்கேரி நாயக்கரான சிவப்ப நாயக்கர் துணை செய்தார். ஆனால் போரிடத் தேவையான பணம் அவரிடம் இல்லை. தமிழகத்து நாயக்கர்கள் அவருக்கு உதவ முன்வரவில்லை. வேலூர் மக்கள் தங்கள் ஆபரணங்களையும் அவர்களிடமிருந்த பணத்தையும் திரட்டித் தந்தனர். திருப்பதி கோயிலில் இருந்த பணமும் அவருக்குக் கிடைத்தது. பொயு 1646ம் ஆண்டு ஏப்ரல் 4ம் தேதி வேலூருக்கு அருகிலுள்ள விரிஞ்சிபுரத்தில் பீஜப்பூர் படைகளுக்கும் விஜயநகரப் படைகளுக்கும் போர் நடந்தது. கடைசியில் திருமலை நாயக்கரும் அவர்களோடு சேர்ந்து கொண்டார். ஆனால் விஜயநகரப் படைகளால் சுல்தானியப் படையை வெற்றி கொள்ள முடியவில்லை.

போரில் தோற்ற ஸ்ரீரங்கர் தஞ்சைக்குப் பக்கத்தில் உள்ள ஒரு காட்டில் தஞ்சம் புகுந்தார். அதன்பின் பீஜப்பூர் படை செஞ்சியையும் தஞ்சையையும் கைப்பற்றியது. அதன் காரணமாக அங்கே இருந்த ஸ்ரீரங்கர் மைசூருக்குச் சென்றார். அங்கே இருந்துகொண்டு 'என்றாவது ஒரு நாள் வேலூரைக் கைப்பற்றலாம்' என்ற கனவோடு 1672ல் மண்ணுலக வாழ்வை நீத்தார். அவரோடு விஜயநகரப் பேரரசு முடிவுக்கு வந்தது.

ஒரு வலிமையான இந்து அரசை நிறுவவேண்டும் என்ற நோக்கத்தோடு உருவாகப்பட்ட விஜயநகர அரசு கிட்டத்தட்ட முன்னூறு ஆண்டுகள் அந்தப் பணியைச் செவ்வனே செய்தது. வட இந்தியாவைப்போல தென்னிந்தியாவில் அந்நியர்கள் அதிக அளவில் ஊடுருவாமலும் இங்குள்ள கோயில்களும் கலைச் செல்வங்களும் சிதையாமலும் காப்பாற்றியதில் விஜயநகர அரசுக்குப் பெரும் பங்கு உண்டு. குறிப்பாக தமிழகத்தில் அந்நியரின் நிழல் அதிகமாகப் படராததற்கு அவர்களின் பாதுகாப்பே காரணம். விஜயநகர அரசுக்குப் பிறகு நாயக்கர்கள் சில காலம் அந்தப் பணியைச் செய்தனர். அதன்பின் பிரிட்டிஷ் ஏகாதிபத்தியத்திற்கு நாடு முழுவதும் அடிமையானது.

துரோகங்களும் காட்டிக்கொடுப்பதும் பொறாமையும் இல்லாமலிருந்தால் இன்னும் சில காலம் விஜயநகர அரசு நிலைபெற்றிருக்கும். ஆனால் மனிதனோடு உடன்பிறந்த இந்தக் குணங்களுக்கு அந்தப் பேரரசும் இரையானதில் வியப்பில்லை. ஒரு காலத்தில் தென்னிந்தியா முழுவதையும் ஆண்டு பெரும் செல்வச்செழிப்போடு திகழ்ந்த விஜயநகர அரசின் வாழ்வில் மட்டும் அல்லாமல் வீழ்ச்சியிலும் நாம் கற்றுக்கொள்ளவேண்டியது அதிகம்.

அத்தியாயம் 14

விஜயநகர அரசின் ஆட்சிமுறை

அக்காலகட்டத்தில் இருந்ததைப்போலவே விஜயநகர அரசிலும் மத்திய அரசு, மாகாண அரசுகள், கிராம சபைகள் என்று மூன்று அடுக்கு ஆட்சி முறையே இருந்தது. அவைகளுக்கு இடையேயான அதிகாரங்கள் அப்போது நிலவிய சூழலை ஒட்டியே தீர்மானிக்கப் பட்டன. சுல்தானியப் படையெடுப்புகளுக்கு முன்பிருந்த சோழ, சாளுக்கிய, பாண்டியப் பேரரசுகளுக்கும் விஜயநகரப் பேரரசுக்கும் ஆட்சிமுறையில் பல வித்தியாசங்கள் காணப்படுகின்றன. நிலவுடைமைச் சமூகத்தின் அடிப்படையிலேயே விஜயநகர ஆட்சிமுறை அமைந்திருந்தது.

மத்திய அரசாங்கம்

சகல வல்லமை படைத்தவராக தலைநகரிலிருந்து ஆண்ட அரசர் இருந்தார். வாரிசு முறைப்படி அரச பதவி தீர்மானிக்கப்பட்டது. மூத்த மகனுக்கு அடுத்த பட்டம் என்பது முறையாக இருந்தாலும் பல சமயம் மற்ற புதல்வர்களும் தாயாதிகளும் ஆட்சி செய்தனர். யார் வலிமையுள்ளவரோ அவருக்கே பதவி என்ற எழுதப்படாத விதியின்படி இம்முறை செயல்பட்டது என்று கூறலாம். அரசாங்கத்தின் வலிமை அரசனைச் சார்ந்தே இருந்தது இதற்கு ஒரு முக்கியமான காரணமாகும். அமைச்சர்களையும், தளபதிகளையும் முக்கிய அதிகாரிகளையும் அரசரே நியமித்தார். போர்களில் ஈடுபடுவதும், அயல்நாட்டு உறவுகளைப் பேணுவதும் அரசர்களுக்குக் கடமையாக இருந்தன.

அரசர் தான் ஆட்சியில் இருந்தபோதே அடுத்து அரசை ஆள்வதற்கு உரிமையானவர் யார் என்று அறிவித்துவிடும் வழக்கம் இருந்தது. இப்படி இளவரசுப் பட்டம் சூட்டப்பட்டவர் சிறிதுகாலம் அரசரோடு சேர்ந்து ஆட்சிப்பொறுப்பைக் கவனிப்பார். முதலாம் ஹரிஹரர் அவருக்குப் பின் அவரது தம்பி புக்கரை இளவரசராக அறிவித்தார் என்பது செப்பேட்டில் உள்ளது. அதன் பிறகு இருவரும் இணைந்து ஆட்சிப்பொறுப்பைச் சில ஆண்டுகள் கவனித்துக்கொண்டனர். இளவரசனாக ஒருவரை அறிவித்த பிறகு முறைப்படி யுவராஜ பட்டாபிஷேகம் நடந்தது. சில சமயம், இளைய வயதிலேயே ஒருவரை இளவரசனாக அறிவித்துவிட்டால், தகுந்த வயது வந்தபின்னரே அவருக்கு யுவராஜ பட்டாபிஷேகம் நடந்தது.

மிகவும் இளைய வயதில் ஒருவர் அரசனாகப் பதவியேற்க நேர்ந்தால், அவருக்குக் காப்பாளராக இன்னொருவர் செயல்படும் முறை இருந்தது. சாளுவ நரசிம்மர் இறந்தபோது அவரது மகன்கள் இளைய வயதினராக இருந்ததால், தன்னுடைய தளபதி நரச நாயக்கரை அவர்களுக்குக் காப்பாளராக வைத்துவிட்டு உயிர்துறந்தார். இதில் சிலர் அரசனை 'பொம்மையாக்கி' விட்டு தாமே அதிகாரம் முழுவதையும் எடுத்துக்கொள்வதுண்டு. நரச நாயக்கர் தமக்குக் கொடுக்கப்பட்ட காப்பாளர் பொறுப்பை முழுமையாக நிறைவேற்றினார். ஆனால் சலக்கராஜு திருமலை ராயன், தன்னுடைய மருமகனைக் கொன்றுவிட்டு, தானே அரசனானான். ராமராயர் கடைசிவரை சதாசிவராயரை பொம்மை அரசராகவே வைத்திருந்தார்.

இந்து தர்மத்தில் உள்ள தர்மசாஸ்திரங்கள், சட்டதிட்டங்களுக்கு உட்பட்டே அரசர் ஆட்சி செய்துவந்தார். அரசருடைய வானளாவிய அதிகாரத்தை மட்டுப்படுத்த எந்தவிதச் சட்டங்களும் இல்லாத அந்தக் காலத்தில், இது போன்ற நீதி நூல்களே அரசன் தன் கடமையைச் சரியாகச் செய்கின்றானா என்பதைச் சொல்லும் வழிகாட்டிகளாக இருந்துவந்தன. ஹரிஹரருடைய கல்வெட்டு ஒன்றில் 'சமூகத்தின் பழைய வழக்கங்களை அனுசரித்துத் தன்னுடைய குடிகளை சேய்நலம் பேணும் தாய்போல' அவர் பாதுகாத்ததாகக் குறிப்பிடப்பட்டுள்ளது. ஆமுக்த மால்யதா என்ற நூலில் 'மக்களுடைய நலனையும் நாட்டின் நலனையும் பாதுகாக்கும் அரசனையே மக்கள் விரும்புவர்' என்று கிருஷ்ணதேவராயர் கூறுகிறார்.

அமைச்சர்கள்

அரசரால் நியமிக்கப்பட்ட அமைச்சர்கள், அவருக்கு வழி காட்டிகளாக இருந்து நாட்டின் நிர்வாகம் நல்ல முறையில் செயல்பட உதவினர். கிருஷ்ணராஜ விஜயமு என்ற நூல், கிருஷ்ணதேவராயர் தன்னுடைய அமைச்சர்களின் சொல்படியே வரிவிதித்தல், போர், உடன்படிக்கை ஆகியவைகளைச் செய்ததாகக் குறிப்பிடுகிறது. அச்சுதராய அப்யுதயம் என்ற நூல், அமைச்சரவை வேங்கடவிலாச மண்டபத்தில் அடிக்கடி கூடுவது உண்டு என்று கூறுகிறது. அமைச்சரவையில் உள்ள எண்ணிக்கை மாறுபட்டு வந்ததாகவே தெரிகிறது. சராசரியாக இருபது பேர் இந்த அமைச்சரவையில் இருந்தனர்.

தலைமை அமைச்சர் 'பிரதானி' என்று அழைக்கப்பட்டார். அவருக்கு மகாப்பிரதானி, சிரப்பிரதானி, தன்னாயகர், மகா சாமந்தாதிபதி போன்ற பெயர்களும் வழங்கின. அவருக்கு உதவியாக உபப்பிரதானிகளும் நியமிக்கப்படுவது உண்டு. சாளுவ திம்மருக்கு சோமராசர் என்பவர் உபப்பிரதானியாகவும் சல்லகராஜு திருமலை ராயருக்கு வீர நரசிம்ம ராயர் என்பவர் உபப்பிரதானியாகவும் இருந்தனர்.

அமைச்சரவை விவாதங்கள் ரகசியமாகவே வைக்கப்பட்டிருந்தன. சில அமைச்சர்கள் வாரிசு முறைப்படி நியமிக்கப்பட்டதாகவும் தெரிகிறது. பல அமைச்சர்கள் போர்களிலும் பங்குபெற்றனர். அவர்களுக்குத் 'தண்டநாயகர்கள்' என்ற பெயரும் இருந்தது. இரண்டாம் தேவராயருடைய தண்டநாயகர் இலக்கண்ணன் என்பவர் இலங்கைக்குப் படையெடுத்துச் சென்றதாகத் தெரிகிறது. கிருஷ்ணதேவராயருடைய பிரதானியான சாளுவ திம்மர் பிரதாப ருத்திர கஜபதியுடனான போர்களில் பங்குகொண்டார்.

அதிகாரிகள்

அரசில் பல துறைகள் இருந்தன. அதில் பல அதிகாரிகள் பங்கு பெற்றனர். அரண்மனையின் வலப்பக்கத்தில் உள்ள திவான்கானா என்ற இடத்தில் இந்த அலுவலர்கள் அமர்ந்திருந்ததாக அப்துல் ரஸாக் கூறினார். தற்காலத்திய தலைமைச் செயலகம் போல அது செயல்பட்டது.

- ராயசம்: தலைமைச் செயல் அதிகாரியின் பெயர் ராயச சுவாமி என்பதாகும். அவரின் கீழ் பல ராயசர்கள் பணி புரிந்தனர். நூனிஸ் இவர்களைக் காரியதரிசிகள் என்று அழைக்கிறார். அக்காலத்தில்

தமிழகத்தில் இருந்த திருமந்திர ஓலை நாயகம் என்பதைப் போன்ற ஒரு பணியாகும் இது.

- காரணீகம்: காரணீகர் என்பவர் வரவு செலவு கணக்குகளைப் பார்க்கும் அதிகாரியாவார். இந்தப் பதவியே பின்னாளில் 'கர்ணம்' என்று அழைக்கப்பட்டது.

- சர்வ நாயகர்: அரண்மனையில் பல்வேறு பணிகளைக் கவனித்து வந்தவருக்கு சர்வ நாயகர் என்று பெயர். அவருக்கு உதவியாக அடைப்பம், பஞ்சாங்கதவீரு, சாசனாச்சாரியார் போன்ற அலுவலர்கள் இருந்தனர். சுயம்பு, சபாபதி, முள்ளந்திரம், திண்டிமர் போன்றோர் கல்வெட்டுகளையும் செப்பேடுகளையும் எழுதினர்.

- முகப்பாவாடை: முகப்பாவாடைகள் என்பவர்கள் அரண்மனையில் இருந்த ஆடைகள், ஜமக்காளங்கள், திரைச் சீலைகள் போன்றவற்றைப் பாதுகாத்து அவற்றைத் தகுந்த சமயத்தில் சுத்தம் செய்து மாற்றவேண்டியவர்களாக இருந்தனர்.

- முத்திரை கர்த்தா: அரசாங்க முத்திரைகள் அனைத்தும் இவரிடம் பாதுகாப்பாக இருந்தன. பத்திரங்களில் தகுந்த முத்திரைகளைப் பதிப்பது இவரின் வேலை. கல்வெட்டுகளில் இவருக்கு முத்திரை கர்த்தா அல்லது முத்திராதிகாரி என்ற பெயர் இருந்தது. ஆக்ஞைதாரகா என்பவர் இவருக்கு உதவியாக இருந்தார்.

- வாசல் காரியம்: அரண்மனை வாயில்களைப் பாதுகாத்தவர் வாசல் காரியமாவார். நூனிஸ் இவரைப் பாதுகாவல் தலைவர் என்று குறிப்பிட்டிருக்கிறார். இவர்கள் போரிலும் ஈடுபடுவதுண்டு. கிருஷ்ணதேவராயரின் ரெய்ச்சூர் போரில் ஒரு வாசல்காரியம் தம்முடைய முப்பதாயிரம் வீரர்களோடும் ஆயிரம் குதிரை வீரர்களோடும் கலந்துகொண்டார்.

- ராய பண்டாரம்: பண்டாரம் என்பது கருவூலம். விஜயநகரத்தில் பெரிய பண்டாரம், சிறிய பண்டாரம் என்று இரு கருவூலங்கள் இருந்தன. பெரிய கருவூலத்திற்கு 'வைர பண்டாரம்' என்றும் சிறிய கருவூலத்திற்கு 'தங்கக் கருவூலம்' என்றும் பெயர்கள் வழங்கின. இவற்றின் அதிகாரியாக ராய பண்டாரம் இருந்தார்.

- தர்ம பரிபாலனத் தலைவர்: கோயில்கள், அந்தணர்கள், மடங்கள் போன்றவற்றிற்கு வழங்கப்பட்ட நிலக் கொடைகளைப் பற்றிய தகவல்களை வைத்திருந்தவர் தர்மாசன

அதிகாரியாவார். இவர்கள் 'தர்ம பாருபாத்தியகாரர்' என்றும் அழைக்கப்பட்டார். அலிய ராமராயர் காலத்தில் தர்ம பாரு என்ற அலுவலராக இருந்தவர், விட்டல சுவாமி கோயிலுக்குக் கிருஷ்ணதேவராயரால் கொடுக்கப்பட்ட தன சாசனம் ஒன்றைத் தம்மிடம் கொடுக்கும்படி கோயில் அதிகாரிகளுக்குக் கட்டளை இட்டிருக்கிறார்.

- அட்டவணை: அரசாங்க வருமானத்தை மேற்பார்வை பார்க்கும் துறைக்கு அட்டவணை என்று பெயர். சோழர்கள் காலத்திய புரவுவரி திணைக்களத்தைப் போன்றதொரு இலாகா இது. அரசிலிருந்த ராஜ்ஜியங்கள், நாடுகள், கிராமங்கள் போன்ற வற்றில் உள்ள நிலங்கள் அவற்றின் எல்லைகள் ஆகியவை வரிசைக் கிரமமாக அந்தத் துறையில் உள்ள ஆவணங்களில் எழுதப்பட்டிருந்தன. ஒவ்வொரு கிராமத்திலும் யார் யாருக்கு நிலம் உள்ளது, அதற்குரிய வரி விவரங்கள் என்ன, எவ்வளவு விளைச்சல் வந்திருக்கிறது போன்ற விவரங்களும் அதில் உண்டு. அமர நாயக்கர்கள் வைத்திருக்கவேண்டிய குதிரை, காலாள் படை விவரங்களும் அதில் இருந்தன.

- ஒற்றர்கள் துறை: தொடர்ந்து ஏதாவது ஒரு போரில் ஈடுபட்டுக்கொண்டிருந்ததாலும், அண்டை நாடான பாமினி சுல்தானியத்திலிருந்து தொல்லைகள் இருந்ததாலும் எதிரி நாடுகளுக்குச் சென்று உளவறிந்து சொல்வதற்காக ஒரு பெரிய ஒற்றர் படை விஜயநகரத்தில் இருந்தது. அதைத் தவிர உள்நாட்டிலேயே ஏகப்பட்ட கலகங்கள் நடந்து கொண்டிருந்ததால், சிற்றரசர்களையும் அமர நாயக்கர்களையும் கண்காணிக்கவும் ஒற்றர்கள் இருந்தனர். நாயக்கர்கள் சார்பாக விஜயநகரம் வந்து தங்கிய தூதர்களுக்கு 'தானாதிபதிகள்' என்று பெயர். அவர்கள் எல்லோரும் அரசரின் நேரடி அதிகாரத்தின் கீழ் இருந்தனர்.

மாகாண அரசு

ஒரு காலகட்டத்தில் தெற்கே இலங்கையிலிருந்து வடக்கே கிருஷ்ணா நதி வரையிலும் கிழக்கே சிம்மாசலத்திலிருந்து மேற்கே கோவா வரையிலும் விஜயநகரப் பேரரசு பரவியிருந்தது. ஆகவே நிர்வாக வசதிக்காகப் பல மாகாணங்களாகப் பிரிக்கப்பட்டிருந்தது. அச்சுததேவராயரின் ஆட்சியின்போது பதினேழு மாகாணங்கள் இருந்தன (ராஜ்யங்கள்) அவை:

1. ஹம்பி
2. பெனுகொண்டா
3. குத்தி
4. கந்தனவோலு
5. ஸ்ரீசைலம்
6. ராயதுர்க்கம்
7. பரகூர்
8. அரகா
9. கொண்டவீடு
10. உதயகிரி
11. சந்திரகிரி
12. முல்பாகல்
13. படைவீடு
14. திருவதிகை
15. ஸ்ரீரங்கப்பட்டணம்
16. ரெய்ச்சூர்
17. முட்கல்

பெரிய மாகாணங்கள் 'மகாராஜ்யங்கள்' என்று அழைக்கப்பட்டன. சந்திரகிரியும் படைவீடும் மகாராஜ்யங்களாக இருந்தன. இந்த ராஜ்யங்களைத் தவிர பேரரசுக்கு அடங்கிய சிற்றரசுகள் பலவும் இருந்தன. தென்காசிப் பாண்டியநாடு, கொல்லம் போன்றவை இதில் அடங்கும். தமிழகத்தில் ராஜ்யங்கள் வளநாடுகளாகவும் வளநாடுகள் கோட்டம் அல்லது கூற்றம் என்பவையாகப் பிரிக்கப்பட்டிருந்தன. ஐம்பது கிராமங்கள் அடங்கிய பகுதி 'நாடு' என்று அழைக்கப்பட்டது. அதற்குத் தலைமையிடமாக இருந்த ஊர் 'சாவடி' என்று பெயர் பெற்றது.

மாகாணத்தை ஆட்சி செய்தவர்கள் 'மகாமண்டலேஸ்வரர்' என்று அழைக்கப்பட்டனர். பெரும்பாலும் அரசர்களுடைய உறவினர்கள் அல்லது முக்கியமான குடும்பங்களைச் சேர்ந்தவர்களே மகாமண்டலேஸ்வரர்களாக நியமிக்கப்பட்டனர். இவர்களது நியமனம் ஓலைகளில் பொறிக்கப்பட்டு முத்திரையோடு அனுப்பப்பட்டது.

இரண்டாம் ஹரிஹரருடைய புதல்வரான விருபாட்சர், தொண்டை மண்டலம், சோழ பாண்டிய மண்டலங்களுக்கான மகாமண்டலேஸ்வரராகப் பதவி ஏற்றிருந்தார். அவருடைய தம்பி தேவராயர் உதயகிரியின் மகாமண்டலேஸ்வரராக இருந்தார். அரசருக்கு உதவிசெய்ய அமைச்சர் குழு இருந்ததுபோல மகாமண்டலேஸ்வரருக்கு உதவி செய்ய ஓர் அமைச்சர் குழு இருந்தது. அரசருக்கு அடங்கி விசுவாசத்துடன் பணிபுரிந்ததால் மகாமண்டலேஸ்வரரின் அதிகாரத்தில் மத்திய அரசாங்கத்தின் குறுக்கீடு அதிகமில்லாமல் இருந்தது. அரசரைப் போலவே இவர்களும் பட்டங்களைப் புனைந்து கொண்டனர்.

‘ஸ்ரீமன் மகாமண்டலீஸ்வர அரிராயவிபாடன் பாஷைக்குத் தப்புவராய கண்டன், மூவராய கண்டன், புக்கண உடையார் குமாரன் ஸ்ரீவீர கம்பண உடையார்’ போன்ற விருதுகள் இவர்களுக்கும் கூறப்பட்டன. தேவைப்பட்டால் ஒரு ராஜ்யத்திலிருந்து இன்னொரு ராஜ்யத்திற்கும் அவர்கள் மாற்றப்பட்டனர்.

மகாமண்டலேஸ்வரர்களுக்கு குறைந்த மதிப்புள்ள நாணயங்களை அச்சடித்துக்கொள்ளும் உரிமை இருந்தது. சீசர் ப்ரெடெரிக் என்ற பயணி அரசில் பலவிதமான சிறிய மதிப்புகொண்ட நாணயங்கள் புழக்கத்தில் இருந்ததாகவும் ஓர் இடத்தில் செலவாணியான அவை மற்றொரு இடத்தில் செலாவணியாகவில்லை என்று கூறியிருக்கிறார்.

தங்களுடைய அதிகார வரம்புக்குட்பட்ட இடங்களில் வரிகளை மாற்றியமைப்பதற்கு மகாமண்டலேஸ்வரர்களுக்கு உரிமை இருந்தது. தறியிறை, காசாயம், குடிமை, சூலவரி, அரசிக்காணம், வாசல் பணம் போன்ற வரிகளை குமார கம்பண்ணர் நீக்கியதாக கல்வெட்டு ஒன்று தெரிவிக்கிறது.

மகாமண்டலேஸ்வர்களில் குறிப்பிடத்தக்கவர்கள் அரசில் பல பெரிய பதவிகளையும் வகித்தனர். கொண்டவீட்டு ராஜ்யத்திற்கு மகாமண்டலேஸ்வரராக இருந்த சாளுவ திம்மர், கிருஷ்ண தேவராயரின் மகாபிரதானியாகவும் இருந்தார். சோழ மண்டலத்தின் ஆளுநராக இருந்த வீர நரசிம்ம நாயக்கர், அச்சுதராயர் காலத்தில் அமைச்சராகவும் இருந்தார்.

மகாமண்டலேஸ்வரருக்கு உதவி செய்ய ராயசம், ராசகர்ணம் போன்ற அலுவலர்கள் இருந்தனர். மகாமண்டலேஸ்வரர்களிடம் மக்கள் தங்கள் குறைகளைக் கூறுவதற்காக ‘அவசரம்’ என்ற ஓர் அதிகாரி உதவி செய்திருக்கிறார். ஆளுநர் நாட்டைச் சுற்றிப்பார்க்கும்பொழுது ராயசமும் அவசரமும் உடன் சென்றனர். ராயசம் அப்போது பிறப்பிக்கப்படும் ஆணைகளை எழுதிப் பல அதிகாரிகளுக்கு அனுப்புவார்.

அமரநாயக்கர்கள்

விஜயநகர அரசின் தனித்தன்மை வாய்ந்தமுறை ‘நாயன் கரா’ அல்லது ‘அமர நாயக்கர்’ முறையாகும். காகதீயப் பேரரசில் இருந்த இந்த முறையை விஜயநகரப் பேரரசர்கள் திருத்தி விரிவுபடுத்தினர். இந்தமுறை ‘நிலங்கள் அனைத்தும் அரசருக்கே சொந்தம்’ என்ற தத்துவத்தின் அடிப்படையில் ஆனது. அரசர் அமர நாயக்கர்கள்

என்ற பிரபுக்களுக்கு நிலங்களைப் பிரித்து அளிக்கிறார். அவர்கள் உழவர்களுக்கு அதை அளிக்கின்றனர். உழவர்களுக்குச் சொந்தமாக நிலங்கள் இல்லை. தங்களுக்கு வந்த வருமானத்தில் இருந்து ஒரு பகுதியை உழவர்கள் நாயக்கர்களுக்கு அளிக்க வேண்டும். நிலங்களில் இருந்து கிடைக்கும் இந்த வருமானத்தின் சரிபாதியை அரசர்களுக்கு நாயக்கர்கள் அளிக்கவேண்டும். மீதிப்பாதியைக் கொண்டு நாயக்கர்கள் தங்களுக்கென்று ஒரு படையை வைத்திருந்து அரசர்கள் வேண்டும்போதெல்லாம் அதைக் கொடுத்து உதவ வேண்டும். இப்படி இருநூறு நாயக்கர்கள் இருந்தனர் என்றும் அவர்களிடம் ஆறு லட்சம் காலாட்படைகளும் 24000 குதிரைப் படைகளும் இருந்தார்கள் என்று நூனிஸ் கூறுகிறார். ஒவ்வொரு நாயக்கரும் அவர்களுடைய நிலங்களின் அளவுக்கேற்ப இந்தப் படைகளை வைத்திருந்தனர்.

அரசரிடமிருந்து பெற்ற நிலங்களுக்கு 'அமரம்' என்று பெயர். அரசில் இருந்த முக்கால்வாசி நிலங்கள் இப்படி பிரித்து அளிக்கப்பட்டிருந்தன. அமர நாயக்க நிலங்களைத் தவிர 'பண்டாரவாடை' என்ற அரசனுக்கே சொந்தமான நிலங்களும் 'இனாம் கிராமங்கள்' என்ற கொடையாக அளிக்கப்பட்ட நிலங்களும் இருந்தன. நாயக்கர்களுக்கு அளிக்கப்பட்ட நிலங்களை அரசர்கள் தங்கள் விருப்பம்போல மாற்றிக் கொடுக்க முடியும். வேறு வகை நிலங்களாக மாற்றவும் முடியும்.

பீயஸ் இவர்களைப் பற்றி இவ்வாறு கூறுகிறார்:

> 'பேரரசில் உள்ள நாயக்கர்கள் பெரிய ஊர்களிலும் கிராமங்களிலும் வாழ்கின்றனர். அவர்களில் சிலருக்கு 15 லட்சம் வராகன் முதல் 10 லட்சம் வரை வருமானம் இருந்தது' என்று குறிப்பிடுகிறார். ஆண்டு தோறும் அரசனுக்குச் செலுத்த வேண்டிய தொகையை இவர்கள் செலுத்திவந்தனர் என்றும் மகாநவமி தினத்தன்று விஜயநகரம் வந்து பேரரசரைத் தரிசித்துவிட்டு இந்தப் பணத்தை அவர்கள் செலுத்தினர் என்றும் அவர் கூறுகிறார். அதைத்தவிர முக்கியப் பண்டிகை, விழாக் காலங்களிலும் அரசர்களுக்கு வாரிசுகள் பிறந்தபோதும் பொன்னையும் இன்னபிற பொருள்களையும் பரிசாக இவர்கள் கொடுக்கவேண்டியிருந்தது. தீபாவளிப் பண்டிகையின் போது பதினைந்து லட்சம் வராகன் வரை விஜயநகரப் பேரரசருக்கு வெகுமதி வந்ததாக பீயஸ் குறிப்பிடுகிறார். அரண்மனைச் சமையலுக்கு வேண்டிய பொருள்களையும் இவர்கள் அளிக்க வேண்டியிருந்தது.

நாயக்கர்களில் சிலருக்குக் கோட்டை கட்டிக்கொள்ளவும் அதிகாரம் இருந்தது. மாத்தூர், சோணகிரி, குன்றத்தூர், மதுரை போன்ற இடங்களில் இவர்கள் கோட்டைகளை வைத்திருந்தனர். தங்களுடைய ஆளுமைக்குட்பட்ட பகுதிகளில் குற்றங்கள் நடக்கும்போது அங்கே அமைதியை நிலைநாட்டி நியாயம் வழங்கும் அதிகாரம் இவர்களுக்கு இருந்தது. நீர்ப்பாசன வசதியை மேம்படுத்தி உழவுத்தொழிலைப் பெருக்குவதற்கான கடமையும் இவர்களுக்கு இருந்தது. இந்தக் கடமைகளிலிருந்து நாயக்கர்கள் தவறினால் அவர்களது நாயக்கர் பதவி பறிக்கப்படும், பல சமயம் தண்டனைகளும் கொடுக்கப்படும்.'

கிராம சபைகள்

ஊர்ச்சபை, நாட்டுச் சபை என்று அழைக்கப்பட்ட கிராம சபைகளே பெரும்பாலும் உள்ளூர் நிர்வாகத்தை விஜயநகரப் பேரரசுக்கு முன்பு தென்னகத்தில் கவனித்து வந்தன. ஆனால் விஜயநகர ஆட்சியில் இந்தக் கிராம அளவிலான சபைகள் மறைந்து வந்தன என்று தெரிகிறது. விஜயநகர ஆட்சியின் போது கிடைக்கும் பல கல்வெட்டு ஆதாரங்களிலிருந்து மகாசபைகள், ஊர்ச்சபைகள் ஆகிவற்றின் எண்ணிக்கை குறைந்துகொண்டே வந்து பின் அடியோடு மறைந்து விட்டன. முதல் கட்டத்தில் 413 கல்வெட்டுகளில் மகாசபைகளைப்பற்றிக் கூறப்பட்டிருக்கின்றன. அடுத்து அவை 80 கல்வெட்டுகளாகவும் அதற்கடுத்து 40 கல்வெட்டுகளாகவும் குறைந்துவிட்டன. 1336ம் ஆண்டு முதல் விஜயநகர அரசைப்பற்றி தமிழகத்தில் நமக்குக் கிடைத்துள்ள 616 கல்வெட்டுகளில் 45 கல்வெட்டுகள்தான் இதுபோன்ற சபைகளைப்பற்றித் தெரிவிக்கின்றன. பொதுவாக தமிழகத்தின் வட பகுதியில்தான் இந்தச் சபைகளைப்பற்றிய அதிக விவரம் விஜயநகர ஆட்சியில் கிடைக்கிறது.

பதினான்காம் நூற்றாண்டின் ஆரம்பத்தில் நடந்த இஸ்லாமியப் படையெடுப்புகளும் அதன் பின் சில ஆண்டுகள் நிலவிய நிச்சயமற்ற தன்மையும் கிராம அளவில் இருந்த சபைகளின் கட்டமைப்பைக் குலைத்துவிட்டன. அவர்களுக்கு மேல் மட்டத்தில் தலைமை என்று யாரும் இல்லாததால், தடி எடுத்தவன் தண்டல்காரன் என்ற சொலவடைக்கு ஏற்ப அதிகாரம் வலிமையானவர்கள் கையில் மாறி மாறிச் சென்றது. அந்தணர்களைப் பராமரிக்க யாரும் இல்லை என்பதால்

பிரம்மதேயங்களும் சதுர்வேதிமங்கலங்களும் செயல் இழந்தன. அடிமட்டத்தில் இருந்த அமைப்புகள் சீரழிந்தன.

‘மாலிக்கபூர் படையெடுப்பிற்குப் பிறகு தொடர்ந்த இருண்ட காலத்தில் தென்னிந்தியாவில் நிலைபெற்றிருந்த சமய, சமூக, பொருளாதார அமைப்புகள் வேர் அற்ற மரங்கள்போல் வீழ்ந்தன’ என்கிறார் கே.வி. சுப்பிரமணிய ஐயர். தக்காணத்தில் இந்த இடைக்காலத்தில் தோன்றிய சுல்தானிய அரசுகளும் மதுரையில் இருந்த சுல்தானிய அரசும் இதுபோன்ற அமைப்புகளுக்குச் சாபக்கேடாக இருந்தன. ஆதிசூரத்தன் என்ற சுல்தானியத் தலைவன் படையெடுத்து வந்தபோது விருதராச பயங்கர வளநாட்டில் குழப்பமும் கலகமும் தோன்றின என்றும் அவனுடைய ஒன்பதாம் ஆட்சியாண்டில் குளமங்கலம், பனையூர் என்ற கிராம மக்கள் கூலிப்படையில் சேர்ந்து போர் செய்து வாழ்க்கை நடத்தினர் என்றும் அதனால் தென்னாட்டுக் கிராமங்களில் உள்ள மக்கள் கிராமங்கள் பாழடைந்து மக்கள் காடுகளுக்குச் சென்று பதுங்கிக்கொண்டனர் என்றும் கல்வெட்டுகள் கூறுகின்றன. இப்படி யாரும் இல்லாத கிராமங்களில் சபைகளும் இல்லாமல் போனதில் வியப்பில்லை.

அதற்குப் பின்னால் ஆட்சி செய்ய வந்த விஜயநகர மன்னர்கள், மத்தியில் தங்களுடைய அதிகாரத்தையும் மாகாணங்களில் ஆளுநர்களுடைய அதிகாரத்தையும் நிறுவினரே தவிர, கிராம சபைகளை மீண்டும் ஏற்படுத்துவதில் ஆர்வம் காட்டவில்லை. குறிப்பாக அவர்கள் கொண்டுவந்த அமர நாயக்க முறை, கிராம சபைகளுக்குப் பதிலாகச் செயல்பட்டது.

‘சோழர்கள் ஆட்சியில் மாட்சியுற்று விளங்கிய மகாசபைகளும் மற்றக் கிராம அமைப்புகளும் நாயக்கர் முறையால் சீர் கேடு அடைந்தன. இவற்றில் தெலுங்கு, கன்னட இன நாயக்கர்கள் பதவி வகித்து கிராமசபைகளை ஆதரிக்காது விட்டனர்’ என்கிறார் கே.ஏ. நீலகண்ட சாஸ்திரி. அதற்கு முந்தைய காலத்தில் கிராமங்களில் இருந்து வரிவசூல் செய்தல், செலவழித்தல், நீதி வழங்குதல் ஆகிய கடமைகள் கிராம சபைகளால் நிறைவேற்றப்பட்டு வந்தன. விஜயநகர அரசில் அவை மத்திய அரசால் நேரடியாக நியமிக்கப்பட்ட அலுவலர்களால் செயல்படுத்தப்பட்டன. கிராம அமைப்புகள் செய்த வேலைகளை தண்டநாயகர்கள், பண்டாரதரர் போன்ற மத்திய மாகாண அதிகாரிகள் செய்தனர். ஆகவே இந்தச் சபைகள் செயலிழந்து போயின.

ஆயக்காரர் முறை

பதினைந்தாம் நூற்றாண்டின் இறுதியில் 'ஆயக்காரர் முறை' என்ற அமைப்பு விஜயநகர அரசர்களால் தென்னிந்தியாவில் ஏற்படுத்தப் பட்டது. கிராமங்களில் வரிகளை வசூலிப்பதற்காக மணியக்காரர், கர்ணம், வெட்டி, தலையாரி போன்றவர்கள் நியமிக்கப்பட்டனர். இந்த முறையைப் பின்னாளில் ஆங்கிலேயர்களும் பின்பற்றினர். இவர்களில் கர்ணம், மணியம், தலையாரி ஆகிய மூவரும் மாகாணத் தலைவர்களால் நியமனம் செய்யப்பட்டனர். கிராமங்களில் உள்ள நன்செய், புன்செய் நிலங்களின் விவரங்கள், கொடையாகக் கொடுக்கப்பட்ட நிலங்களின் விவரங்கள், தோப்புகள், மேய்ச்சல் நிலங்கள் ஆகியவற்றின் தகவல்கள் அடங்கிய அட்டவணை கர்ணத்திடம் இருக்கவேண்டும். அவரிடம் சிட்டா என்ற குறிப்பேடும் இருக்கவேண்டும். இன்னார் இந்த வரிகளை இவ்வளவு தரவேண்டும் என்று எழுதப்பட்ட தண்டல் குறிப்பின் அடிப்படையில் மணியக்காரர் வரிகளை வசூல் செய்ய வேண்டும். இவர்களுக்கு மாதம் தோறும் ஊதியம் வழங்கப்படும். ஊர்ப் பொதுத் தொழிலாளர்களான சலவை செய்பவர், நாவிதர், பொற்கொல்லர், குயவர் ஆகியவர்களுக்கு நிலங்கள் பாத்தியதையாக வழங்கப்பட்டன. ஊராரும் இவர்களுக்கு விளைச்சலில் ஒரு பகுதியை அளித்தனர்.

நீதி வழங்கும் முறை

தற்போதைய காலத்தைப்போல சிவில், குற்றவியல் சட்டங்கள் விஜயநகர அரசில் இல்லை. இந்து மத அறநூல்களான யாக்ஞவல்க்ய ஸ்மிருதி, பராசர மாதவ்யம் போன்ற நூல்களில் கூறப்பட்ட வழிகாட்டுதல்களின் படியே நீதி வழங்கப்பட்டது. 'தருமத்தின்' படி நடக்கவேண்டும் என்று மக்கள் அறிவுறுத்தப் பட்டனர். இந்த தருமம் என்ற சொல் சம்பிரதாயங்கள், சமய தத்துவங்கள், மரபுகள் ஆகியவற்றை அடிப்படையாகக் கொண்டிருந்தது.

சிவில் வழக்குகள் பெரும்பாலும் பஞ்சாயத்துகளில் தீர்க்கப் பட்டன. அவர்களால் தீர்க்கமுடியாத சிக்கலான வழக்குகள் அரசரிடம் கொண்டு செல்லப்பட்டன. அரசரிடம் கொண்டு செல்லப்பட்ட வழக்குகள் உள்ளூர் அதிகாரிகளின் மூலமாகவே கொண்டு செல்லப்பட்டன. திருவாமத்தூர் கோயில் ஸ்தானிகர்கள், காரணீக மங்கராயசய்யர், சாளுவ அரியவ நாயக்கர் போன்ற அரசு அலுவலர்கள் மூலம் கிருஷ்ணதேவராயரிடம் மேல்முறையீடு

செய்தனர். தலைநகரில் இருந்த நீதிபதிகளும் இதுபோன்ற வழக்குகளில் தீர்ப்பளித்தனர். விஜயநகர அமைச்சரான பிரதானி தலைமை நீதிபதியாகவும் இருந்தார் என்கிறார் அப்துல் ரஸாக். கிருஷ்ணதேவராயரின் பிரதானியான சாளுவ திம்மருக்கு 'தர்ம பிரதிபாலகர்' என்ற பட்டம் இருந்தது. சில சமயம் அரசரும் பிரதானியும் சேர்ந்து தீர்ப்பு வழங்குவதுண்டு. தீர்ப்புகள் வழங்குவதற்கு பெரும்பாலும் ஆவணங்களும் சாட்சிகளுமே அடிப்படையாக இருந்தன.

மாகாணங்களில் மகாமண்டலேஸ்வரர் அங்கிருந்த நீதி சபையின் பிரதிநிதிகளுடன் சேர்ந்து தீர்ப்பு வழங்கினார். கிராமசபைகள் மறைந்ததால் அவற்றோடு இருந்த நீதி சபைகளும் மறைந்து போயின. அந்தப் பொறுப்பு அரசால் நியமிக்கப்பட்ட ஆயக்காரர்களுக்கு வந்து சேர்ந்தது. குறிப்பிட்ட வழக்குகளுக்கு மேலாணையாளர் ஒருவர் நியமிக்கப்பட்டு அவர் மூலமாக விசாரணை நடைபெற்றது.

திருவொற்றியூர் கோயிலில் பணி செய்த பதியிலார், இடபத் தளியிலார், தேவரடியார் ஆகிய மூன்று பிரிவினரும் தங்களுக்குள் போட்டி போட்டுக்கொண்டு வேலைநிறுத்தம் செய்தபோது, ஆனைகுந்தி விட்டப்பர் என்பவரை குமாரகம்பண்ணர் மேலாணையாளராக நியமித்தார். 1371ம் ஆண்டு கோயில் தானத்தார், கோயில் அதிகாரிகளான ஸ்ரீருத்திரர், ஸ்ரீமஹேஸ்வரர் ஆகியோர் முன்னிலையில் இந்த வழக்கு விசாரணை செய்யப்பட்டது. பின்வரும் தீர்ப்பும் வழங்கப்பட்டது. அதன்படி,

- இடபத்தளியிலார் சுவாமி சந்நிதியில் பணி செய்ய வேண்டும்.

- தேவரடியார்கள் அம்மன் சந்நிதியில் பணி செய்யவேண்டும். கோயிலின் உற்சவமூர்த்திகள் உலாவரும்போது வேறுவிதமான பணிகளை அவர்கள் செய்யவேண்டும்.

- மாணிக்கவாசகருடைய திருவெம்பாவை உற்சவத்தின் போது பதியிலார் பணி செய்ய வேண்டும்.

என்று தீர்ப்பு வழங்கப்பட்டது.

திருமண சம்பந்தமான வழக்குகள், சமய ஆச்சாரங்களைப் பற்றிய வழக்குகள் ஆகியவற்றை சமயாச்சாரியார்கள் தீர்த்து வைத்தனர். கிருஷ்ணதேவராயருடைய ஆட்சியில் வந்த ஒரு வழக்கில் தீர்ப்பளித்த வேங்கட தாத்தய்ய ராஜா என்பவர் வடகலை

சம்பிரதாயப்படி திருமணம் நடைபெறவேண்டும் என்று தீர்ப்பளித்திருக்கிறார்.

ஆவணம், சாட்சிகளின் அடிப்படையில் வழங்கப்பட்ட தீர்ப்புகளை வாதி, பிரதிவாதிகள் ஒப்புக்கொள்ளாதபோது தெய்வீகச் சோதனை என்றமுறை சில சமயம் பயன்படுத்தப்பட்டது. அதன்படி வாதி, பிரதிவாதிகள் பழுக்கக் காய்ச்சின இரும்பைக் கையில் எடுத்தோ, கொதிக்கும் எண்ணெய் / நெய்யில் விரல்களைத் தோய்த்தோ தங்களுடைய நியாயத்தை நிரூபிக்கலாம். இதைப்பற்றி நிகோலோ கான்டி கூறுகையில் 'கோயிலில் உள்ள சிலையின் முன்பு ஒரு பாத்திரத்தில் நெய் வைக்கப்பட்டுக் கொதித்துக்கொண்டிருக்கிறது. தன் மீது குற்றமில்லை என்று சொல்லும் ஒருவன், அந்த நெய்யில் இரண்டு விரல்களை விட்டான். அந்த இரண்டு விரல்களும் ஒரு துணியால் கட்டி அதன் முடிச்சில் முத்திரை வைக்கப்பட்டது. இரண்டு நாள் கழித்து அந்த முத்திரை உடைக்கப்பட்டு துணி நீக்கப்பட்டது. விரல்களில் காயமில்லை என்றால் அவன் குற்றவாளி இல்லை. காயம் இருந்தால் அவன் குற்றவாளி என்று கருதப்பட்டு தண்டனை விதிக்கப்பட்டது' என்கிறார்.

குற்றவியல் வழக்குகள் பெரும்பாலும் அரசரின் நேரடி விசாரணைக்கு வந்தது. 'அரசனிடம் முறையிட விரும்புபவர்கள் அரசவையில் அரசனுடைய பாதங்களை வணங்குவதுபோல சாஷ்டாங்கமாக தரையில் விழுந்து நமஸ்கரித்து முறையிட வேண்டும். ஒருவேளை அரசருடைய நகர ஊர்வலத்தின்போது முறையிட வேண்டுமென்றால் ஒரு நீளமான கழியில் வேப்பிலை அல்லது மற்ற செடிகளின் இலைகளைக் கட்டி அரசனுக்கு முன் சென்று தங்கள் குறைகளைத் தெரிவிக்கலாம். கொள்ளையரிடம் தங்கள் பொருள்களை இழந்தவர்கள் அப்படிச் செய்தனர். அரசர் தன்னுடைய காவலர்களை அழைத்து அவர்களின் பொருள்களை மீட்கும்படி வழிசெய்வார்' என்று நூனிஸ் கூறுகிறார்.

பல சமயங்களில் மகாமண்டலேஸ்வரர்களும் குற்றவியல் வழக்குகளை விசாரணை செய்தனர். சில சமயம் அதிகாரிகளிடமும் அந்த விசாரணை வந்தது. திருக்கழுக்குன்றம் கோயிலில் ஐந்தன் என்பவன் குன்றவனப் பெருமாள் கோயில் பண்டாரத்துக்குள் புகுந்து காசுமாலையில் இருந்த 150 பொற்காசுகளைத் திருடி விட்டான் என்று கோயில் மெய்க்காவலதிகாரி குற்றம் சூட்டினார். இதை விசாரிப்பதற்கு ஸ்ரீருத்ர மகேஸ்வரர், சேங்கிலான் கிழான், திருப்பலாவாயில் உடையார், வென்றாபரணன் ஆதித்தேவன்,

தனவான் அமராபதி காத்தார், காரைக்கிழான் பொன்னம்பலக் கூத்தன் ஆகிய அதிகாரிகள் நியமிக்கப்பட்டு விசாரணை செய்தனர். ஆனால் ஐந்தன் ஊரை விட்டு ஓடிப்போய்விட்ட படியால் அவனுக்குச் சொந்தமான நான்கு வயல்களும் அவனுக்குக் கோயிலில் இருந்த விசேஷ உரிமைகளும் தண்டேசுவரப் பெருவிலையாக 850 பொற்காசுகளுக்கு ஏலம் விட்டு கோயில் பண்டாரத்தில் சேர்க்கப்பட்டன.

தண்டனைகள்

குற்றம் நிரூபிக்கப்பட்டால் குற்றம் செய்தவர்களுக்குக் கடுமையான தண்டனைகள் வழங்கப்பட்டன. 'சிறிய திருட்டுக் குற்றங்களுக்கும் திருடனுடைய கை கால்கள் குறைக்கப்பட்டன. பெரிய திருட்டுக் குற்றங்களுக்குத் தாடையில் கூர்மையான கொக்கியை மாட்டித் தொங்கவிட்டனர். ராஜத்துரோகம் செய்தவர்களுக்கு வயிற்றில் கூர்மையான கழியைச் செருகிச் சித்ரவதை செய்தனர். அவர்களுடைய கண்கள் குருடாக்கப் பட்டன. கொலைக்குற்றம் செய்தவர்களுக்குச் சிரச்சேதத் தண்டனை வழங்கப்பட்டது. சில சமயம் மதங்கொண்ட யானைகளின் காலில் அவர்கள் தலை இடறப்பட்டு அவர்களுக்கு மரண தண்டனை நிறைவேற்றப்பட்டது' என்று நூனிஸ் எழுதி இருக்கிறார். ஆனால் இதுபோன்ற தண்டனைகள் எல்லாருக்கும் வரைமுறையின்றி வழங்கப்பட்டதாகத் தெரியவில்லை. கிருஷ்ணதேவராயர் 'கொலைக்குற்றவாளிகளுக்கு மூன்று முறை முறையீடுகள் செய்ய அனுமதி உண்டு' என்று எழுதி இருக்கிறார்.

அத்தியாயம் 15

படைபலம்

எந்த ஒரு நாட்டிற்கும் வலிமையான படைபலம் அவசியம். பாமினி சுல்தான்கள் போன்று அண்டைநாடுகளோடு தொடர்ந்து ஏதாவது பிரச்னையில் இருந்த விஜயநகர அரசுக்கு ராணுவத்தின் தேவை அதிகமாக இருந்தது. சுல்தான்கள் அடிக்கடி அற்பக் காரணங்களுக்காகப் படையெடுத்து வந்ததால் அவர்களோடு போர் செய்ய வேண்டிய தேவை இருந்தது. அதைத்தவிர உள்நாட்டுக் கலகங்களையும் அடக்கவேண்டி இருந்தது. இதனால் அரசர்கள் அதிக எண்ணிக்கையுள்ள படையைப் பராமரித்தனர். மன்னர்கள் தனிப்பட்ட முறையில் வைத்திருந்ததைத் தவிர நாயக்கர்களிடமும் படைபலம் இருந்தது என்று பார்த்தோம். நாயக்கர்களுடைய படையளவை அரசரே நிச்சயம் செய்கிறார். அது எந்த அடிப்படையில் நிர்ணயம் செய்யப்பட்டது என்று தெரியவில்லை. அதை மாற்றியமைக்க அரசருக்கு அதிகாரம் இருந்தது.

அரசர்களுக்குத் தேவைப்படும்போது அந்தப் படையும் சேர்ந்துகொண்டது. நாயக்கர்களைத் தவிரச் சிற்றரசர்களும் அரசருக்குத் தேவைப்படும் சமயங்களில் படைகளைக் கொடுத்து உதவினர். பார்போசோ, விஜயநகரப் படையில் ஒரு லட்சம் வீரர்கள் இருந்தனர் என்றும் அவர்களில் இருபதினாயிரம் பேர் குதிரை வீரர்கள் என்றும் குறிப்பிட்டிருக்கிறார். கிருஷ்ண தேவராயரிடம் ஐம்பதாயிரம் காலாட்படை வீரர்களும் ஆறாயிரம் குதிரை வீரர்களும் இருந்தனர் என்றும் இவர்களில் இருநூறு குதிரை

வீரர்கள் எப்போதும் அரசனுடன் இருந்தனர் என்றும் யானைகளைப் பழக்குவதற்கு மூவாயிரம் பேர்களும் குதிரைகளைப் பராமரிப்பதற்கு 1600 பேரும் இருந்தனர் என்று நூனிஸ் கூறுகிறார்.

தற்போது உடல் பரிசோதனை செய்து ராணுவத்திற்கு ஆள் எடுப்பதுபோல விஜயநகரப் படையில் சோதனைக்குப் பிறகே ஆட்கள் சேர்க்கப்பட்டனர். ‘படையில் சேர விரும்புகிறவர் களுடைய உடல் நன்கு பரிசோதனை செய்யப்படுகிறது. தகுந்த உயரம் இருக்கிறதா என்று பார்த்து, பெயர், பிறந்த இடம், பெற்றோர்களின் பெயர் ஆகியவற்றை எழுதிக்கொள்கின்றனர். படையில் சேர்ந்த பின் விடுமுறையில் சுலபமாக இவர்கள் சென்றுவிடமுடியாது. அப்படிச் சென்றவர்களுக்குத் தண்டனை அளிக்கப்பட்டது. ’ என்கிறார் பார்போசா.

கிருஷ்ணதேவராயருடைய ரெய்ச்சூர்ப் போரின் போது அவருக்குத் துணையாக அமர நாயக்கர்கள் அனுப்பிய படையின் அளவு என்ன என்பதை நூனிஸ் குறிப்பிட்டுள்ளார்.

நாயக்கர் பெயர்	காலாட்படை வீரர்	குதிரைப் படை வீரர்	யானைகள்
விஜயநகரக் காவலர் தலைவர்	30000	1000	6
திரிம்பிசாரன்	50000	2000	20
திம்மப்ப நாயக்கர்	60000	3500	30
அடைப்ப நாயக்கர்	1,00,000	5000	50
கொண்டம நாயக்கர்	1,20,000	6000	60
குமரப்ப நாயக்கர்	80000	2500	40
ஓகம்திரோகோ	30000	1000	10
மூன்று தலைவர்கள்	40000	1000	15
அடைப்பக்காரர்	15000	200	
குமாரவீரய்யா	8000	400	20
மொத்தம்	533000	22600	251

விஜயநகர அரசின் படைகளில் அந்தணர்கள் பலர் பணி புரிந்திருக்கின்றனர். கோட்டைகளுக்குத் தலைவர்களாக இருப்பதிலும் படையை நடத்திச் செல்வதிலும் மற்றவர்களைவிட அந்தணர்கள் சிறந்தவர்கள் என்று கிருஷ்ணதேவராயர் ‘ஆமுக்தமால்யதா’வில் குறிப்பிடுகிறர். அதன்படி பல அந்தணர்கள் படையில் சேர்த்துக்கொள்ளப்பட்டனர். லக்கண்ணா, மாதண்ணா

ஆகிய சகோதரர்கள் இரண்டாம் தேவராயர் காலத்தில் தக்ஷிண சமுத்திராதிபதிகளாகப் பணியாற்றினர். சாளுவ திம்மரும் அவருடைய தம்பி சாளுவ கோவிந்தரும் கிருஷ்ண தேவராயருடைய காலத்தில் பல முக்கியப் பதவிகளை வகித்தனர். திருக்கடையூர் ஆபத்சகாயர் ரெய்ச்சூர் போரில் முக்கியப் பங்காற்றினார். தழுவக் குழைந்தான் பட்டருடைய மகனான செல்லப்பா, அச்சுததேவராயர் காலத்தில் பதவி வகித்தார். இப்படிப் பல உதாரணங்களைச் சொல்லலாம்.

அக்காலத்தில் உள்ளதைப்போலவே கரி, பரி, காலாட்படைகள் விஜயநகர ராணுவத்தில் இருந்தன. கிருஷ்ணதேவராயரின் காலத்திற்குப் பிறகு பீரங்கிப் படை சேர்க்கப்பட்டது.

காலாட் படை

விஜயநகரத்து ராணுவத்தில் பெரும்பகுதி காலாட் படையாக இருந்தது. இவர்கள் பலவித உடைகள் அணிந்துகொண்டு போரிட்டதாக பீயஸ் கூறுகிறார். சிலர் இடுப்பில் கச்சை கட்டிக்கொண்டு போரிட்டனர். வாள், கோடரி, ஈட்டி, கேடயம், குறுவாள் ஆகியவற்றைக் கொண்டு அவர்கள் போரிட்டனர். உலோகங்களாலும் தோல்பட்டையினாலும் செய்யப்பட்ட கேடயங்களைக் கொண்டு தம் உடலில் காயங்கள் ஏற்படாத வண்ணம் அவர்கள் பார்த்துக்கொண்டனர். இதைத் தவிரப் பயிற்சி பெற்ற வில் வீரர் படையும் விஜயநகரத்தில் இருந்தது.

குதிரைப் படை

போர்ச்சுக்கீசியர்களிடமிருந்து அரபுக் குதிரைகளை வாங்கிக் குவித்து அவற்றிற்குப் பயிற்சியளித்து தங்கள் ராணுவத்தில் விஜயநகர அரசர்கள் ஈடுபடுத்தினர். சாளுவ நரசிம்மர் ஆயிரம் வராகன்களுக்கு மூன்று குதிரை வீதம் வாங்கியதாகவும் கப்பல்களில் குதிரைகள் கொண்ட வரப்படும்போது இறந்து போன குதிரைகளின் வால்களை விட அதிகப்பணம் கொடுத்து குதிரைகள் வாங்கப்பட்டதாகவும் நூனிஸ் கூறுகிறார். கிருஷ்ணதேவராயர் காலத்தில் ஆண்டொன்றுக்குப் பதின்மூன்றாயிரம் குதிரைகள் பாரசீகத்திலிருந்து கொண்டுவரப்பட்டன. அவற்றில் சிறந்தவைகளை அவரே வைத்துக்கொண்டார். தன்னுடைய ஆமுக்த மால்யதா நூலில் ராணுவத்தின் செலவில் சரிபாதியைக் குதிரைகளைப் பாதுகாப்பதற்குப் பயன்படுத்தவேண்டும் என்று குறிப்பிடுகிறார் அவர்.

குதிரைப்படைகளைப் பராமரிப்பதற்காகத் தனிப்பட்ட அலுவலர் ஒருவர் இருந்தார். அரசாங்கக் குதிரைகள் மீது முத்திரை பதிக்கப்பட்டிருந்தது. ஒவ்வொரு குதிரை வீரனுக்கும் உதவியாக பணியாள் ஒருவனும் ஒரு பணிப்பெண்ணும் நியமிக்கப் பட்டிருந்தனர். குதிரை இறந்துபோனால், அதன் மீதிருந்த முத்திரையைக் காட்டி வேறு ஒரு குதிரையை வீரன் பெற்றுக்கொள்ளலாம். கிருஷ்ணதேவராயர் 6000 குதிரைகளை இலவசமாக வழங்கியிருந்தாராம். போர்க் குதிரைகளின் நெற்றியில் பட்டயங்கள் கட்டியிருக்கும். உடல் முழுவதும் துணியால் மூடப்பட்டிருக்கும். குதிரைகளுக்குத் தீனி கொண்டுவரும் ஆட்களுக்கு நிலமானியங்கள் அளிக்கப்பட்டன.

யானைகள்

இரும்பு மலைகளைப் போன்ற யானைகள் விஜயநகரப் படையில் இருந்ததாக அப்தும் ரஸாக் குறிப்பிட்டிருக்கிறார். பத்தாயிரம் யானைகளுக்கு மேலாகப் படையில் இருந்தது என்றும் அவர் எழுதியிருக்கிறார். யானை மீது இருந்த அம்பாரிகளில் ஆறுமுதல் பன்னிரண்டு வீரர்கள் அமர்ந்துகொண்டு போரிட்டனர். போர் யானைகளின் முகத்தில் பயங்கரமான பூத உருவங்கள் வரையப்பட்டு இருந்தது.

விஜயநகரப் பேரரசின் கஜஷாலா – யானை லாயம்

பீரங்கிகள்

துப்பாக்கி கொண்டு சுடுவது, கைக்குண்டுகளை எறிவது போன்ற புதுமைகளை அடுத்து பீரங்கிப் படைகளும் விஜயநகர ஆட்சியில்தான் தென்னிந்தியாவில் அறிமுகம் செய்யப்பட்டன. மகாப்பிரபு பாச்சைய கௌடர் என்பவர் வெடிமருந்து தயாரித்து நாதகிரி அரசருக்கு விற்றதாக 1441ம் ஆண்டு கல்வெட்டு தெரிவிக்கிறது. ரெய்ச்சூர் முற்றுகையின் போது கிருஷ்ண தேவராயர் பல பீரங்கிகளைப் பயன்படுத்தியதாக நூனிஸ் எழுதியிருக்கிறார்.

ராணுவத் துறை

விஜயநகர ராணுவத்திற்கு 'தளவாய்', 'சேனாதிபதி' என்று அழைக்கப்பட்டவர் தலைமை வகித்தார். ஒரு வகையில் அவர் முப்படைகளுக்கும் தலைவர் என்றே கூறலாம். ராணுவ அதிகாரிகளிடையே எந்த மாதிரியான வரிசை பின்பற்றப்பட்டது என்ற தகவல்கள் இல்லை. ஆனால் போர் தொடர்பான முடிவுகள் அரசரால் மட்டுமே எடுக்கப்பட்டன. அதற்காக அரசர் அமைச்சர்களின் ஆலோசனையைக் கோருவார். ரெய்ச்சூர்ப் போருக்கு முன்பு கிருஷ்ணதேவராயர் அவருடைய அமைச்சர் களுடைய ஆலோசனையைக் கேட்டார் என்று தெரிகிறது. எந்த விதத்தில் கோட்டையை முற்றுகையிடலாம் என்ற யோசனையைக் கேட்டு அவர் நடந்ததாக நூனிஸ் கூறுகிறார்.

போர்களின் தன்மையைப் பொருத்தவரை கிருஷ்ணதேவராயர் மட்டுமே தர்மயுத்த முறையை மேற்கொண்டிருக்கிறார். 'எதிரிகளுடைய கோட்டைகளையும் நிலங்களையும் அரசர்கள் கைப்பற்றலாம். ஆனால் அரண்மனைகளில் உள்ள பெண்கள் துன்புறுத்தப்படக்கூடாது. அவர்களுடைய கற்புக்கு எந்தவிதப் பங்கமும் ஏற்படக்கூடாது' என்று ஆமுக்த மால்யதாவில் அவர் எழுதியிருக்கிறார். அந்தக் கொள்கையையே அவர் தாம் மேற்கொண்ட போர்களிலும் பின்பற்றினார். ரெய்ச்சூர் போருக்குப் பின்னும், கலிங்கப்போர்களுக்குப் பின்னும் கோட்டைகளில் இருந்த பொதுமக்கள் எவ்விதத்திலும் துன்புறுத்தப்படவில்லை. பெண்களும், முதியோர்களும், குழந்தைகளும் விடுதலை செய்யப்பட்டு பாதுகாப்பாக வெளியேற்றப்பட்டனர்.

அளவில் மிக அதிகமான விஜயநகர ராணுவம் பல சமயங்களில் ஒழுங்காகச் செயல்படாமல் பாமினி சுல்தான்களிடம் தோற்றதற்கு

அவர்களுக்கு ஒரே சீரான பயிற்சி இல்லாததே காரணம் என்று கூறலாம். மத்திய அரசிடம் இருந்த படைவீரர்களுக்கு நல்ல முறையில் போர்ப்பயிற்சி கிடைத்தாலும் அதேபோன்ற பயிற்சி நாயக்கர்களிடமிருந்த படைவீரர்களுக்குக் கிடைத்ததாகக் கூற முடியாது. போர் இல்லாத காலங்களில் அவர்கள் விவசாயம் போன்ற மற்ற வேலைகளைச் செய்துவந்ததும் போர் வரும்போது மட்டும் வலிமையான போர் வீரர்களாக மாறுவதும் இயலாத விஷயம்.

பல நாயக்கர்கள் கடமைக்காகப் படை வைத்துக்கொண்டிருந்தது மட்டுமின்றி, பல சமயங்களில் வேண்டா வெறுப்பாகத்தான் அவர்களைப் போருக்கு அனுப்பி வைத்தனர். சுல்தானியப் படைகளைப்போல நவீன ஆயுதங்களான துப்பாக்கிகள், பீரங்கிகள் ஆகியவை அதிக அளவில் இல்லாததும் விஜயநகரப்படைகளின் பின்னடைவிற்குக் காரணமாக இருந்தது. வீரர்கள் போர்களுக்குச் செல்லும்போது அவர்களுக்கு உற்சாகம் அளிப்பதற்காக பொதுமகளிர் பாசறையில் தங்கவைக்கப்பட்டனர் என்று பார்போசா கூறுகிறார். இதுவும் வீரர்களின் திறனைக் குறைத்தது.

படைவீரர்களுக்கு மத்திய அரசிலிருந்து நேரடியாக ஊதியம் வழங்கப்பட்டது. நான்கு மாதங்களுக்கு ஒருமுறை அவர்களுக்கு ஊதியம் கொடுக்கப்பட்டதாக அப்துல் ரஸாக் கூறுகிறார். வருடத்திற்கு ஒருமுறை ராணுவ அணிவகுப்பைப் பார்வையிட்டு ஊதியம் வழங்கினார் கிருஷ்ணதேவராயர் என்கிறார் நூனிஸ். இவற்றைத் தவிரத் தினக்கூலி பெறும் வீரர்களும் இருந்தனர். ஒவ்வொரு வீரனுக்கு வாரம் ஒருமுறை நான்கு முதல் ஐந்து வராகன்கள் ஊதியமாக அளிக்கப்பட்டதாக பார்போசா கூறுகிறார். உயர்பதவி வகித்தவர்களுக்கு 1000 வராகன்கள் ஆண்டுதோறும் ஊதியம் வழங்கப்பட்டதாகத் தெரிகிறது.

கோட்டைகள்

எதிரி வீரர்களிடமிருந்து தங்களைப் பாதுகாத்துக்கொள்ளவும், மறைவிலிருந்து நீண்டநாட்கள் போரிடவும் கோட்டைகள் விஜயநகர அரசர்களுக்கு உதவின. அதன் காரணமாக பல ராணுவக் கோட்டைகளை அவர்கள் கட்டிக்கொண்டனர். 'புக்கதேவருடைய நாட்டின் இறைமையைக் காக்கும் சக்கரத்தின் அச்சாணி போன்றது இந்தக் கோட்டை' என்று குத்தியில் உள்ள கல்வெட்டு கூறுகிறது. தலதுர்க்கம், ஜலதுர்க்கம், கிரிதுர்க்கம், வனதுர்க்கம் என்று நான்கு

வகைகளாகக் கோட்டைகள் வகைப்படுத்தப்பட்டனவாம். நில அமைப்புகளால் பாதுகாக்கப்பட்டவை தலதுர்க்கம் என்றும், நதிகள் போன்ற நீர் நிலைகளால் பாதுகாக்கப்பட்டவை ஜலதுர்க்கம் என்றும், மலைகளாலும் குன்றுகளாலும் சூழப்பட்ட கோட்டைகள் கிரிதுர்க்கம் என்றும் காடுகளால் சூழப்பட்டவை வனதுர்க்கம் என்றும் பெயரிடப்பட்டன. எல்லாக் கோட்டையைச் சுற்றியும் அகழிகள் இருந்தன. விஜயநகரக் கோட்டைக்கு வெளியே உயரமான கருங்கல் சுவர்கள் பதிக்கப்பட்டிருந்தன. கோட்டைகளின் மேலே கண்காணிப்பிற்காகக் கோபுரங்கள் கட்டப்பட்டன.

உள்நாட்டுப் பாதுகாப்பு

தற்போதைய போலீஸ் முறையைப் போன்று விஜயநகரத்திலும் உள்நாட்டுப் பாதுகாப்புக்காகக் காவலர்கள் இருந்தனர். அவர்கள் இரு வகையாகப் பிரிக்கப்பட்டிருந்தனர். தலைநகரின் காவல் மத்திய அரசால் நியமிக்கப்பட்டிருந்த காவலர்களின் பொறுப்பில் இருந்தது. மாகாணங்கள், ஊர்ப்புறங்களின் காவல் நாயக்கர் களாலும், கிராம மக்களாலும் அமைக்கப்பட்டிருந்தது.

தலைநகரில் இருந்த காவல் படையைப்பற்றி அப்துல் ரஸாக் கூறுவது, 'ஏழு அரண்களுக்குள் நடைபெறும் எல்லாச் சம்பவங் களையும் பற்றி உடனுக்குடன் நகர்க் காவல் படையினர் அறிந்துகொண்டனர். களவு ஏற்பட்டால் அந்தப் பொருளை மீட்டுக் கொண்டு வந்து கொடுக்கவேண்டிய பொறுப்பு இவர்களிடம் இருந்தது. அப்படி மீட்டுக் கொடுக்கத் தவறினால் இவர்கள் மீது அபராதங்கள் விதிக்கப்பட்டன' என்கிறார் அவர். அப்துல் ரஸாக்கிற்கே இப்படி ஓர் அனுபவம் ஏற்பட்டது. அவரோடு வந்திருந்த சில அடிமைகள் விஜயநகரத்திலிருந்து தப்பி ஓடிவிட்டனர். அவர்களைப் பிடித்துக்கொண்டுவரும் பொறுப்பு காவலர்களிடம் ஒப்படைக்கப்பட்டது. அது அவர்களால் முடியாமல் போகவே, அபராதத்தை அவர்கள் செலுத்தவேண்டிய தாயிற்று. இரண்டாம் தேவராயர் காலத்தில் விஜயநகரத்தில் பன்னிரண்டாயிரம் காவலர் இருந்தனர். அவர்களுக்கு மாதம் ஒன்றிற்கு 30 பணம் ஊதியமாகக் கொடுக்கப்பட்டது என்று அப்துல் ரஸாக் குறிப்பிடுகிறார்.

நூனிஸ் இந்தக் காவல்படையைப் பற்றிக் கூறுகையில் 'ஊர்ப்புறங்களிலும் கிராமங்களிலும் திருட்டுகள் நடந்தால்

அவற்றைப்பற்றி அரசனுக்குத் தகவல் தெரிவிக்கப்பட்டது. உடனே தலைநகரிலிருந்த நாயக்கர்களின் காரியதரிசிகளுக்கு இந்தச் சம்பவம் அறிவிக்கப்பட்டது. அவர்கள் நாயக்கர்களைத் தொடர்பு கொண்டு திருட்டுப் பொருள்களை மீட்க ஏற்பாடு செய்தனர்' என்கிறார். கிராமப் புறங்களில் இது போன்ற திருட்டுக் குற்றங்களில் ஈடுபடுபவர்களே காவலர்களாக நியமிக்கப்பட்டனர். இதற்கு 'பாடிகாவல்' என்ற பெயர் வழங்கியது. காவலர்களுக்கு நிலமானியங்கள் விடப்பட்டன. கிராமங்கள் தோறும் தலையாரிகள் காவலர்களுக்குத் தலைவர்களாக இருந்து சட்டம், ஒழுங்கைப் பாதுகாத்தனர். தலையாரிகள் தங்கள் கடமைகளைச் சரிவர நிறைவேற்றவில்லையென்றால் அவர்களுக்கு அபராதம் விதிக்கப்பட்டது.

பாடிகாவல் முறையைப் பிறருக்குக் கிரயம் விடும் வழக்கமும் இருந்தது. புதுக்கோட்டைக்கு அருகில் உள்ள அன்னவாசல் மக்கள் தங்களுடைய பாடிகாவல் உரிமையை 150 சக்கரப்பணத்திற்குக் கிரயம் செய்தனர் என்கிறது ஒரு கல்வெட்டு. செல்வமும் செல்வாக்குமுள்ள நாட்டுத் தலைவர்களிடம் பாடிகாவல் உரிமையை விடும் முறையும் இருந்தது. இப்படி உரிமை பெற்ற தலைவர்கள் 'அரசு சுதந்தரம்' என்ற கிராம வரியை தங்களின் செலவுகளுக்காக வசூலித்தனர். அதைத் தவிரக் காவல்காரர்கள் 'காவல் முறையில்' கிராம நிலங்களை அனுபவித்து வந்தனர். அவர்களுக்குப் பல்வேறு விதமாக ஊதியங்கள் வழங்கப்பட்டன. அவற்றில் இறையிலி நிலங்கள், மற்ற இறையிலி நிலங்களில் இருந்து கிடைக்கும் வருமானத்தின் ஒரு பகுதி, நிலத்தில் உழும் ஏர்களுக்கு ஏற்ற வருமானம், சந்தை கூடும்போது அங்கே விதிக்கப்பட்ட வரிகளிலிருந்து ஒரு பகுதி ஆகியவை அடங்கும்.

அத்தியாயம் 16

பொருளாதாரம்

ஒரு நாட்டின் வளர்ச்சிக்கு மிக முக்கியமானது அதன் பொருளாதாரம். விஜயநகரம் சாதாரணமாகத் தொடங்கி பேரரசாக வளர்ச்சியடைந்ததற்கு அதன் பொருளாதார மேம்பாடும் அதனால் வந்த செல்வச் செழிப்புமே காரணம். பேரரசின் முக்கியமான வருமானம் வரிகளிலிருந்து வந்தது. பல்வேறு வகையான வரிகள் நாட்டின் பல பகுதிகளில் வசூலிக்கப்பட்டதாக அங்குள்ள கல்வெட்டுகள் தெரிவிக்கின்றன. அவற்றில் சில வரிகள் பின்வருமாறு.

நில வரி

பண்டைக்கால அரசுகளில் நிலவரியே அதிக வருமானத்தைக் கொடுத்தது. நன்செய், புன்செய் நிலங்களின் மீது விதிக்கப்பட்ட வரியும் மற்ற நில வரிகளும் இதில் அடங்கும். நன்கு விளைச்சல் உள்ள நிலங்களில் அவற்றில் விளைந்த பயிர்களுக்கு ஏற்ப நன்செய், புன்செய் வரிகள் விதிக்கப்பட்டன. நன்செய் நிலங்கள் வாழை, கரும்பு, நெல் விளைந்த நிலங்கள் என்றும் கத்தரி, பரங்கி, மஞ்சள், இஞ்சி, வெங்காயம், கோதுமை, கடலை விளைந்த நிலங்கள் என்றும் வகைப்படுத்தப்பட்டன. புன்செய் நிலங்களில் பாக்கு, தென்னை, மா, பலா, வாழை, வேம்பு முதலிய மரத்தோட்டங்கள் இருந்தன.

நிலங்களின் மீது வரிகள் விதிக்கப்படுவதற்கு முன்னால் அவை அளக்கப்பட்டன. விஜயநகரப் பேரரசில் நிலங்கள்

கிருஷ்ணதேவராயரின் ஆட்சியில் அளக்கப்பட்டதாக 1513ம் ஆண்டு கல்வெட்டு ஒன்று தெரிவிக்கிறது. நிலத்தை அளக்கப் பலவிதமான கோல்கள் பயன்படுத்தப்பட்டன. தமிழகத்தில் ராஜவிபாடன், கண்டகண்டராயன் போன்ற கோல்கள் இருந்தன. இவற்றில் சில கோல்கள் 18 அடி நீளத்திலும், சில 20 அடி நீளமாகவும் மற்றும் சில 24 அடியாகவும் இருந்தன. மொத்த விளைச்சலைக் கணக்கிட்டு அதில் ஒரு குறிப்பிட்ட பங்கு நிலவரியாக வசூலிக்கப்பட்டது. புன்செய் நிலங்களுக்கு அந்நிலங்களை உழுவதற்குச் செலவாகும் ஏர்களின் கணக்குப்படியோ அல்லது நடவு நடுவதற்குச் செலவாகும் ஆட்களின் கணக்குப்படியோ வரிகள் விதிக்கப் பட்டன. மனு ஸ்மிருதி போன்ற நீதிநூல்களில் கூறப்படும் நிலங்களின் விளைச்சலில் ஆறில் ஒரு பங்கு வரியாக வசூலிக்கப்படவேண்டும் என்ற விதி, விஜயநகர அரசர்களால் பின்பற்றப் பட்டதாகத் தெரியவில்லை. கிட்டத்தட்ட சரிபாதி வருமானம் வரியாக வசூலிக்கப்பட்டது.

லூயி ரைஸ் என்பவர் விஜயநகர அரசர்களுக்கு நிலவரியின் மூலம் 81 கோடி வராகன்கள் கிடைத்ததாகக் குறிப்பிடுகிறார். வார்த்திமா, விஜயநகர அரசர்களுக்கு நாள்தோறும் 12000 வராகன்கள் நிலவரி கிடைத்ததாகக் கூறியிருக்கிறார்.

சொத்து வரி

வீடு, வீட்டு மனைகளைத் தவிரச் சிறிய கதவுகள் உள்ள வீடுகள், நிலவறைகள், ஊற்றுகள், கோயில்கள், குருக்களின் வீடுகள் ஆகியவற்றின் மீதும் வரிகள் விதிக்கப்பட்டன. ஆடு, மாடு போன்ற விலங்குகள், வண்டி போன்றவை மீதும் வரிகள் வசூலிக்கப் பட்டன.

வணிக வரி

பொருள்களின் மீது சுங்கவரிகள் விதிக்கப்பட்டன. அவற்றைத் தல ஆதாயம், மார்க்காதாயம், மாமூல் ஆதாயம் என மூவகையாகப் பிரிக்கலாம். சந்தையிலும் கடைத்தெருவிலும் கொண்டு வந்து விற்கப்படும் பொருள்களின் மீது ‘தல ஆதாயம்’ என்ற வரி விதிக்கப்பட்டது. ஒரு சந்தையிலிருந்தோ ஊரிலிருந்தோ மற்ற சந்தைக்கு/ ஊருக்குக் கொண்டு செல்லப்படும் பொருள்கள் மீது விதிக்கப்படும் வரி ‘மார்க்க ஆதாயம்’ என்றும், அயல்நாடுகளுக்குப் பொருள்களை ஏற்றுமதி செய்யும்போது விதிக்கப்படும் வரி ‘மாமூல் ஆதாயம்’ என்றும் பெயர் பெற்றன.

தொழில் வரி

தொழிலாளர்களான கால்நடை மேய்ப்பவர், தச்சர்கள், சலவைத் தொழிலாளிகள், குயவர், இசை வல்லுநர்கள், பொற்கொல்லர்கள், புரோகிதர்கள், பொது மகளிர் ஆகியவர்கள் மீது வரிகள் விதிக்கப்பட்டன. விஜயநகரத்தில் நாவிதர்களுக்குப் பல சலுகைகள் வழங்கப்பட்டன. கொண்ட ஜா என்ற முடி திருத்துபவர் சதாசிவராயருக்கும் அலிய ராமராயருக்கும் தன்னுடைய கைத் திறமையைக் காட்டி முடிதிருத்தியதால் சவரத் தொழிலாளர்கள் மீதான வரிகள் நீக்கப்பட்டன. கைத் தொழில்களான துணி நெய்தல், எண்ணெய் எடுத்தல், மரக்கலம் செய்தல் போன்றவற்றின் மீதும் வரிகள் விதிக்கப்பட்டன. தறிக்கடமை, செக்குக் கடமை, அரிசிக்காணம், நூலாயம் போன்ற வரிகள் விதிக்கப்பட்டதாகக் கல்வெட்டுகள் தெரிவிக்கின்றன.

ராணுவ வரி

அரசுக்கு ஆகும் ராணுவச் செலவுகளுக்கும் கோட்டை கொத்தளங்களைப் பராமரிப்பதற்கும் ராணுவ வரிகள் வசூலிக்கப் பட்டன. கோட்டை மகமை, பீரங்கி வரி, சேனை ஆயம் போன்றவை இது தொடர்பான வரிகளாகும். பட்டாயக் காணிக்கை, சூலவரி போன்ற வரிகளும் வசூலிக்கப்பட்டன.

சமூக வரிகள்

கோயில்களில் திருவிழாக்கள் நடத்துவதற்கும் இடங்கை வலங்கைப் பிரிவினர்களுக்கும் சாதிக்கூட்டங்கள் நடத்துவதற்கும் வரிகள் விதிக்கப்பட்டன. பாட்டிறை, சம்மதம் ஆகியவை இவற்றில் அடங்கும். சோழர்கள் காலத்திலிருந்து வசூலிக்கப்பட்ட கண்ணாலக் காணம் என்ற வரி திருமணம் நடைபெறும்போது வசூலிக்கப்பட்டது. ஆனால் இந்த வரிக்கு விஜயநகர ஆட்சியின் போது பெரும் எதிர்ப்புத் தோன்றவே பல இடங்களில் இந்த வரி நீக்கப்பட்டது. கிருஷ்ணதேவராயர் இந்த வரியை முற்றிலும் நீக்கினார் என்று தெரிகிறது.

அபராதங்கள்

வரிகளைத் தவிர அடிதடி சண்டை, திருட்டு, தீவைத்தல் போன்ற குற்றங்களுக்கு அபராதங்கள் விதிக்கப்பட்டன. வசூலிக்கப்பட்ட அபராதத்தில் ஒரு பங்கு மத்திய அரசுக்குச் செலுத்தப்பட்டது. ஆடு மாடுகள் பயிர்களை மேய்ந்தால், அவை பட்டியில் அடைக்கப்பட்டு சொந்தக்காரர்களிடமிருந்து அபராதங்கள் வசூலிக்கப்பட்டன.

மற்ற வரிகள்

வாரிசில்லாத பிராமணர்களின் சொத்துகள் அரசுடைமையாகப் பட்டன. இதற்குக் கடும் எதிர்ப்புத் தோன்றியதை அடுத்து சதாசிவராயர் இந்த வரியை நீக்கினார். வருமானம் போதாதபோது கட்டாயம் என்ற பெயரில் வரிகள் வசூலிக்கப்பட்டன. மேலும் பாடிகாவல் வரிகள், நீர்நிலைகளைச் செம்மைப்படுத்துவதற்கு வரிகள், விறகு சுமந்து செல்வதற்கு வரிகள் இப்படிப் பல வரிகள் ஆங்காங்கே புழக்கத்தில் இருந்தன.

வரிவசூல் முறைகள்

வரிகள் பெரும்பாலும் தானியங்களாகவும் சில இடங்களில் பணமாகவும் வசூலிக்கப்பட்டன. நிலவரிகள் தானியங்களாகவும் பொற்காசுகளாகவும் வசூலிக்கப்பட்டன என்று இரண்டாவது தேவராயரின் திருவரங்கக் கல்வெட்டு ஒன்று தெரிவிக்கிறது. நன்செய் நிலவரிகள் தானியங்களாகவும் பணமாகவும் வசூலிக்கப் பட்டன. புன்செய் நிலவரிகள் பணமாகவே வசூலிக்கப்பட்டன. வரிவசூலுக்கு நான்கு வழிகள் பின்பற்றப்பட்டதாகத் தெரிகிறது. அரசாங்க அலுவலர்கள் நேரடியாக மக்களிடமிருந்து வசூலிக்கும் முறை, குத்தகைக்காரரிடம் விட்டுவிட்டு அவர்களிடமிருந்து வரி வசூல் செய்யும் முறை, உள்ளூர் நிர்வாகஸ்தர்கள் வரிவசூலித்து அரசிடம் செலுத்தும் முறை, நாயக்கர்கள் வரிவசூலித்து அரசிடம் செலுத்தும் முறை ஆகியவையே இந்த முறைகள்.

பெருமழை, புயல், பஞ்சம், வெள்ளம் போன்ற இயற்கைச் சீற்றங்கள் நடைபெற்ற நேரங்களில் வரிகளிலிருந்து சலுகைகள் காட்டப்பட்டன. உதாரணமாக வழுவூரில் 1402ம் ஆண்டைச் சேர்ந்த கல்வெட்டு ஒன்று காவிரியாற்றில் ஏற்பட்ட வெள்ளத்தினால் நன்செய் வயல்கள் மண்மூடிப்போய் வாய்க்கால்கள் தூர்ந்து வரப்புகள் இடம் தெரியாமல் எல்லைக் கற்களும் காணமுடியாமல் பாழாகிவிட்டது என்றும் அதனால் வழுவூரில் இருந்தவர்கள் ஊரை விட்டுச் செல்லும் கட்டாயத்திற்கு ஆளானார்கள் என்றும் விஜயநகர அரசாங்கம் அவர்களுக்குச் சலுகைகளை அளித்து நிலவரியைக் குறைத்து குடியானவர்களுக்கு உதவினர் என்றும் குறிப்பிடுகிறது. போலவே ஸ்ரீரங்கராயபுரம் என்ற ஊரில் நடந்த கொள்ளையினால் துன்புற்ற நெசவாளர்களும் வியாபாரிகளும் மூன்று ஆண்டுகளுக்கு வரிகள் கொடுக்கவேண்டியதில்லை என்று ஆணையிடப்பட்டது.

இதுபோன்று வரிகளை வசூலிப்பதற்கும் குறைப்பதற்கும் தள்ளுபடி செய்வதற்கும் அட்டவணை என்ற துறை இருந்தது.

இது வரிகளின் வகைக்கேற்பப் பிரிக்கப்பட்டிருந்தது. மத்திய அரசுக்குரிய வரிகளை மாற்றுவதற்கு மத்திய அரசுக்கே அதிகாரம் இருந்தது. விஜயநகரப் பேரரசின் நிதியாண்டு மகாநவமியன்று தொடங்கியது. அன்று அரசின் வரவு செலவுக் கணக்குகள் சரிபார்க்கப்பட்டு சரிசெய்யப்படுவது வழக்கம். மகாநவமி தினத்தன்று நாயக்கர்கள் அரசுக்கு ஆண்டுதோறும் செலுத்த வேண்டிய தொகையைக் கொடுத்தனர்.

வரி வசூலில் சிக்கல்கள்

பல சமயங்களில் வரிகளைக் கொடுக்க மறுத்து குடிமக்கள் கலகம் செய்தனர். வரிச்சுமை அதிகமாக இருந்ததே இதற்கான காரணமாக இருந்தது. அந்த நேரங்களில் அரசாங்கம் அதைப் பரிசீலித்து ஆவன செய்தது. பொயு 1429ம் ஆண்டு பராந்தக வளநாட்டு இடங்கை வலங்கை சாதிகளும் திருவகாவூரில் வாழ்ந்த குடியானவர்களும் சேர்ந்து வரி கொடுக்க மறுத்து பின்வரும் தீர்மானத்தை நிறைவேற்றினர்.

‘ஹொய்சாள அரசர்களுடைய காலம் முதல் இப்பகுதி கோயில் வேலைக்காரருக்கு ஜீவிதப்பற்றாக இருந்தது. இதுவரையில் எங்களிடமிருந்து எந்த வரியும் வசூலிக்கப்பட்டதில்லை. இப்போது எங்களுடைய நிலங்கள் பிறருக்கு அடைவோலை மூலம் தரப்படுகின்றன. புரவு வரிகளும் வசூலிக்கப்படுகின்றன. இந்த மண்டலத்தில் மக்களுடைய சம்மதமின்றிப் புதிய வரிகளை விதிக்கக்கூடாது. முன்பிருந்த நிலைமையே தொடரவேண்டும்’ என்று அவர்கள் தீர்மானித்தனர்.

தஞ்சையில் உள்ள கல்வெட்டு ஒன்றில் அரசாங்கம் விளைச்சலுக்கு ஏற்றபடி வரிவசூல் செய்யாமல் தாறுமாறாக வரிவசூல் செய்கின்றனர் என்று முறையிட்டு அந்த ஊர் மக்கள் தாங்களே வரி நிர்ணயம் செய்துகொண்டனர் என்ற தகவல் உள்ளது. விருப்பண்ண உடையார் காலத்தில் பெருநகர் என்ற இடத்தில் வாழ்ந்த நெசவாளர்கள் வரி கொடுக்க முடியாமல் தாங்கள் வாழ்ந்த இடங்களை விட்டுவிட்டு வெளியூர் சென்றுவிட்டனர். அதன்பின் வரிகள் குறைக்கப்பட்டு அவர்கள் மீண்டும் அந்த இடத்தில் வந்து குடியேறுமாறு செய்யப்பட்டது.

செலவினங்கள்

உயர்தர அரசாங்க அலுவலர்களுக்குச் சர்வமானியங்களாக நிலங்கள் விடப்பட்டன. அடுத்த அடுக்கில் உள்ள அலுவலர்

களுக்கு மானியங்களும் இனாம் நிலங்களும் கொடுக்கப்பட்டன. ராணுவம், பாடிகாவல் என்ற உள்நாட்டுப் பாதுகாப்புக்கும் அதிகம் செலவிடப்பட்டது. நாடு அடிக்கடி போர்களைச் சந்தித்துக் கொண்டிருந்ததால் பராமரிப்புச் செலவுக்கு அதிகம் செலவாயிற்று. இடைக்காலத்தில் நடந்த சுல்தானியப் படையெடுப்புகளால் சீரழிந்த கோயில்களை மீண்டும் சீரமைத்துத் திருப்பணி செய்வதற்கும் அறக்கட்டளைகளை நடத்துவதற்கும் வருமானத்தில் ஒரு பங்கு செலவிடப்பட்டது.

மல்லிகார்ஜுனராயர் தனது வருமானத்தில் ஐந்தில் ஒரு பகுதியைக் கோயில்களுக்குச் செலவிட்டார் என்று நூனிஸ் குறிப்பிடுகிறார். பெருவழிகளையும் மற்ற சாலைகளையும் அமைப்பதற்காக ஆகும் செலவினங்கள், நீர்ப்பாசன வசதிகள் செய்வதற்காக ஆன செலவினங்கள் ஆகியவை மற்ற செலவினங்களில் அடங்கும்.

நாணயங்கள்

பல்வேறு மதிப்புள்ள நாணயங்கள் அச்சடித்துப் புழக்கத்தில் விடப்பட்டன. வராகன் என்ற பொன் நாணயம் ஒரே அளவு, எடை உள்ள நாணயமாக பேரரசு எங்கும் பழக்கத்தில் இருந்தது. விஜயநகரத்தின் சின்னமான வராக உருவம் அதில் பொறிக்கப் பட்டிருந்ததால் அந்தப் பெயர் வந்தது. பின்னாளில் அதில் கோபுரம் பொறிக்கப்பட்டிருந்ததை அடுத்து அது ‘பகோடா’ என்று அழைக்கப்பட்டது. அதைத்தவிர வெள்ளி செம்பு நாணயங்களும் இருந்தன. இரண்டாம் ஹரிஹரர் ஆட்சியிலிருந்து வரிகளை நாணயங்களாகப் பெறும் வழக்கம் அதிகரித்ததால், நாணயங்களை அச்சடிப்பதும் அதிகரித்தது. கன்னட, நாகரி எழுத்துகள் நாணயங்களில் பொறிக்கப்பட்டிருந்தன.

ஆஞ்சநேயர் உருவமும் கன்னட, நாகரி எழுத்துகள் கொண்ட ஹரிஹரர், புக்கர் கால நாணயங்கள்

லக்ஷ்மிநாராயணர் உருவம் பொறித்த
இரண்டாம் ஹரிஹரர் காலத்து நாணயம்

கிருஷ்ணதேவராயர் ஆட்சிக்காலத்து நாணயம்

இவற்றில் கத்யானம் (அ) வராகன், பிரதாபம், காதி, பணம் ஆகியவை தங்க நாணயங்கள். தாரா என்பது வெள்ளி நாணயம். பணம், ஜிதால், காசு ஆகியவை செப்பு நாணயங்கள்.

பலவிதமான கடவுளர்களின் உருவங்களும் நாணயங்களில் காணப்பட்டன. ஹரிஹரரும் புக்கரும் ஆஞ்சநேயரின் உருவத்தை நாணயங்களில் அச்சடித்தனர். இரண்டாம் ஹரிஹரர் ஆட்சிக் காலத்தில் நாணயங்களில் நந்தி, சரஸ்வதி, பிரம்மா, உமாமஹேஸ்வரர், லக்ஷ்மிநாராயணர் ஆகிய தெய்வங்கள் இடம்பெற்றிருந்தனர். கஜவேட்டைக்காரரான இரண்டாம் தேவராயரின் நாணயங்களில் அரசர் யானையுடன் போரிடும் உருவம் பொறிக்கப்பட்டிருந்தது. கிருஷ்ணதேவராயர் ஆட்சிக்காலத்தில் வேங்கடேசர், பாலகிருஷ்ணர் உருவங்கள் பொறித்த நாணயங்கள் அச்சிடப்பட்டன.

அத்தியாயம் 17

சமயம்

தென்னிந்தியாவில் தோன்றிய மற்றப் பேரரசுகளைவிட விஜயநகரப் பேரரசின் முக்கியமான கடமையாக இருந்தது, சுல்தானியப் படையெடுப்புகளால் சனாதன தர்மத்திற்கு ஏற்பட்ட சீரழிவைப் போக்கி அதை நிலைநிறுத்துவது. இந்து சமயத்தைக் காப்பதற்காக வந்த அரசு என்று விஜயநகரப் பேரரசு தன்னை வெளிப்படையாகச் சொல்லிக்கொள்கிறது. இரண்டாம் ஹரிஹரருடைய கல்வெட்டு ஒன்று அவரை 'இந்து சமய சூரரத்ன' என்று குறிப்பிடுகிறது. 'வேத மார்க்க பிரதிஷ்டாபனாச்சாரியா', 'வைதீக மார்க்க பிரதிஷ்டாபனாச்சாரியா' போன்ற பெயர்களும் அரசர்களுக்கு வழங்கப்பட்டன. இந்து சமயத்தோடு சேர்ந்த மரபுகள், சடங்குகள், வழிபாடுகள் ஆகியவையும் விஜயநகரப் பேரரசின் காலத்தில் மேலெழுந்தன. நடுவில் மறைந்து போயிருந்த இந்து சமய இலக்கியமும் புத்துணர்ச்சி பெற்றது.

மதுரை, ஸ்ரீரங்கம், சிதம்பரம் முதலான கோயில்கள் சுல்தானியப் படையெடுப்புகளால் பெரும் அழிவுக்கு ஆளாயின. அவற்றைச் சீர்திருத்திய பெருமை விஜயநகர அரசர்களையே சாரும். இந்தப் படையெடுப்புகளின் போது ஆங்காங்கே மறைத்து வைக்கப் பட்டிருந்த விக்கிரகங்கள் மீண்டும் அந்தந்தக் கோயில்களுக்குக் கொண்டு வரப்பட்டு திருவிழாக்கள் மீண்டும் நடைபெற்றன. நித்திய பூஜைகளுக்கும் மாத, வருடாந்தர நிகழ்வுகளுக்கும் நிவந்தங்கள் விடப்பட்டன.

அத்வைத மரபைப் பின்பற்றிய ஆதிசங்கரரின் பீடங்களில் ஒன்றான சிருங்கேரி மடாதிபதியின் ஆசியால் தொடங்கப்பட்டு அவரைக் குருவாகக் கொண்ட அரசர்களால் தோற்றுவிக்கப்பட்டாலும், அதன்பின் வந்த விஜயநகர அரசர்கள் த்வைதம், விசிஷ்டாத்வைதம் போன்ற மரபுகளையும் பின்பற்றினர். பெரும்பாலான மக்கள் இந்து மதத்தின் கடவுளர்கள் அனைவரையும் வணங்குபவர்களாக இருந்தனர். ஷண்மதம் என்று அழைக்கப்பட்ட ஆறு சமயங் களையும் அவர்கள் பின்பற்றினர். மாதவ வித்யாரண்யருடைய அருளினால் ஞானம் என்ற பேரரசை இரண்டாம் ஹரிஹரர் அடைந்ததாக கல்வெட்டு ஒன்று குறிப்பிடுகிறது.

விஜயநகர ஆட்சியின் ஆரம்பத்தில் பாசுபதம், காளாமுகம் ஆகிய இரு சைவ சமயப் பிரிவுகளும் நாட்டில் பரவியிருந்தன. மாவிரதிகள் என்று அழைக்கப்படும் இவ்வகைச் சமய குருக்களின் மடங்கள் பல இருந்தன. திருவானைக்காவலில் ஒரு பாசுபத மடம் இருந்ததாகத் தெரிகிறது. சங்கம வம்சத்தில் பின்னால் வந்த அரசர்கள் பலர் காளாமுகச் சைவத்தை ஆதரித்தனர். காளாமுகப் பிரிவைச் சேர்ந்த கிரியாசக்திப் பண்டிதர் என்பவர் சங்கம வம்ச அரசர்களுக்குக் குருவாக இருந்திருக்கிறார். சந்திரகுத்தி, அரகா கொங்கணம் போன்ற பகுதிகளுக்கு ஆளுநராக இருந்த மாதவ மந்திரி என்பவர் கிரியாசக்திப் பண்டிதருக்குப் பெரிய விழா ஒன்றைக் கொண்டாடினார். முதலாம் தேவராயருடைய கல்வெட்டுகளில் பல கிரியாசக்திப் பண்டிதரை 'ராயராஜகுரு பிதாமகர்' என்று மரியாதையுடன் குறிப்பிடுகின்றன.

கர்நாடக மாநிலத்தில் இன்றும் தொடரும் வீர சைவ மரபும் விஜயநகர ஆட்சியில் செல்வாக்குப் பெற்றிருந்தது. இரண்டாம் தேவராயர் வீர சைவர்களை ஆதரித்து 'வீர சைவமாசம்பன்னர்' என்ற பெயரைச் சூட்டிக்கொண்டார். இவற்றைத் தவிரச் சைவ சித்தாந்தமும், சிவாத்வைதமும் நாட்டில் பல பகுதிகளில் பின்பற்றப்பட்டு வந்தது.

வைணவத்தைப் பொருத்தவரை ராமானுஜரின் விசிஷ்டாத்வைதம் பரவலாகப் பின்பற்றப்பட்டது. வேதாந்த தேசிகருக்கு கோபணார்யா பலவிதமான மரியாதைகள் செய்து ஸ்ரீரங்கத்திற்கு அழைத்ததாகவும் செஞ்சியில் தான் வழிபட்டு வந்த அழகிய மணவாளப் பெருமாளை அவரைக்கொண்டு மீண்டும் ஸ்ரீரங்கத்தில் பிரதிஷ்டை செய்ததாகவும் கூறப்படுகிறது. விருப்பண்ண உடையார், கிருஷ்ணதேவராயர், அச்சுததேவராயர் என்று பல

அரசர்களும் மகாமண்டலேஸ்வரர்களும் ஸ்ரீரங்கம் கோயிலுக்குத் திருப்பணிகள் செய்துள்ளனர்.

அதேபோல திருப்பதி திருவேங்கடமுடையானுக்கு விஜயநகர அரசர்கள் எண்ணிலடங்காத் திருப்பணிகள் செய்திருக்கின்றனர். சிலர் அங்கேயே முடிசூட்டிக்கொள்வதையோ அல்லது முடிசூட்டிக்கொண்ட பின் திருப்பதிக்கு விஜயம் செய்வதையோ வழக்கமாக வைத்திருந்தனர்.

சாளுவ வம்ச அரசர்களின் காலத்திலிருந்து வைணவத்தின் செல்வாக்கு அதிகரித்தது. வைணவ சம்பிரதாய நூல்கள் பலவற்றை எழுதியவரும் அறிவில் சிறந்தவருமான வேங்கடதாதாரியர் என்பவர் பேரரசில் வாழ்ந்த வைணவர்களுக்குத் தலைவராக நியமனம் செய்யப்பட்டார்.

மத்வ சம்பிரதாயத்தைச் சேர்ந்தவர்களையும் விஜயநகர அரசர்கள் ஆதரித்தனர். பாதராய மடத்தின் தலைவராக இருந்த பத்மநாப தீர்த்தர் என்பவர் சாளுவ நரசிம்மரின் சமகாலத்தவர். அவரால் ஆதரிக்கப்பட்டவர். கிருஷ்ணதேவராயர் காலத்தில் வாழ்ந்த வியாசராயர் என்ற ஆசார்யர் சிறப்பு வாய்ந்தவராவார். மத்வ சமயக் கொள்கைகளைப் பரப்புவதற்கு எட்டு மடங்களை நிறுவியவர் இவர். பன்னூர் என்ற இடத்தில் பிறந்த இவர், ப்ராமண்ய தீர்த்தர் என்பவரால் மத்வ சமயத்தில் தீக்ஷை கொடுக்கப்பட்டார். தாம் பின்பற்றிய த்வைத சித்தாந்தத்தைப் பற்றி பல நூல்களை இவர் எழுதியுள்ளார். தாத்பர்ய சந்திரிகா, தருக்க தாண்டவம், நியாயாமிர்தம் ஆகிய நூல்கள் இவர் எழுதியவை.

விஜயநகரப் பேரரசு எங்கும் பஜனைகள், கதாகாலட்சேபங்கள் மூலமாக மத்வருடைய சித்தாந்தத்தை வியாசராயர் பரப்பினார். ‘வைணவ சித்தாந்த பிரதிஷ்டாபனாச்சாரியர்’ என்று அவர் அழைக்கப்பட்டார். கிருஷ்ணதேவராயரின் குருவாக இவரைக் கருதலாம். ஒரு தடவை, கிருஷ்ணதேவராயர் குறிப்பிட்ட சமயத்தில் அரியணையில் அமர்ந்திருந்தால் பெரும் பிரச்னைகள் வரும் என்று ஜோதிடர்கள் கூறவே, தமக்குப் பதிலாக வியாசராயரை சிம்மாசனத்தில் கிருஷ்ணதேவராயர் அமரச் செய்தார். அதனால் அரசுக்கு நேரவேண்டிய ஆபத்து நீங்கியது. அதன் காரணமாக வியாசராயருக்கு ‘கர்நாடக சிம்மாசனாதீஸ்வரர்’ என்ற பெயர் வழங்கப்பட்டது. அவருக்கு பிரம்மதேயமாகப் பல கிராமங்கள் அளிக்கப்பட்டன.

கிருஷ்ணதேவராயரால் மீண்டும் கட்டப்பட்ட சிதம்பரம் கோயில் கோபுரம்

கிருஷ்ணதேவராயருடைய அவையில் வைணவத்தின் இன்னொரு பிரிவைச் சேர்ந்தவரான வல்லபாச்சாரியருக்கும் மற்றவர்களுக்கும் இடையே விவாதங்கள் நடந்தபோது வியாசராயர் தலைமை வகித்துத் தீர்ப்பு வழங்கியிருக்கிறார் என்று சம்ப்ரதாய குலதீபிகை என்ற நூல் கூறுகிறது. ஹம்பியில் உள்ள யந்த்ரோத்தர ஆஞ்சநேயர் விக்ரகம் வியாசராயரால்தான் பிரதிஷ்டை செய்யப் பட்டது. அதன்பின் விஜயநகரப் பேரரசில் 732 இடங்களில் ஆஞ்சநேய வழிபாடு பரவியது. கிருஷ்ணதேவராயர் இவருக்கு ரத்தினாபிஷேகம் செய்தார். வியாசராயருடைய பிருந்தாவனம் விஜயநகரத்திற்கு அருகே ஆனைகுந்தியில் நவபிருந்தாவனத்தில் உள்ளது.

கோயில்கள்

தாம் இந்து சமயத்தில் எந்த சம்பிரதாயத்தைப் பின்பற்றினாலும் எல்லா தெய்வங்களையும் விஜயநகர அரசர்கள் வழிபட்டனர். வேறுபாடு இல்லாமல் சைவ - வைணவக் கோயில்கள் அனைத்தும் ஆதரிக்கப்பட்டன.

தமிழ்நாட்டில் உள்ள பல கோயில்களில் விஜயநகர அரசர்களின் திருப்பணிகள் இருப்பதைக் காண்கின்றோம். சுல்தானியப் படையெடுப்பில் இடிக்கப்பட்ட பல கோபுரங்கள் கிருஷ்ண தேவராயரால் மீண்டும் கட்டப்பட்டன. ராய கோபுரங்கள் என்று அழைக்கப்பட்ட இவை திருவண்ணாமலை, சிதம்பரம், காஞ்சிபுரம் ஆகிய இடங்களில் காணப்படுகின்றன. விஜயநகரத்தில் உள்ள கணேசர் கோயிலும், ஹம்பி விருபாட்சர் கோயிலின் கோபுரமும் மண்டபங்களும் அவரால் அமைக்கப்பட்டவை. அவர் உதயகிரிக் கோட்டையைக் கைப்பற்றிய பிறகு அங்கிருந்து கொண்டுவந்த பாலகிருஷ்ண விக்ரகம் விஜயநகரத்தில் பிரதிஷ்டை செய்யப் பட்டது. விஜயநகரத்திலுள்ள விட்டலர் கோயிலும் அவரால் உருவாக்கப்பட்டது. அஹோபிலம் நரசிம்மருக்கு கழுத்து ஆபரணம், வைரமாலை, மரகத மோதிரம், பொன் தாம்பாளம் ஆகியவற்றோடு ஆயிரம் வராகன்கள் கோத்த மாலை ஒன்றும் அளிக்கப்பட்டது.

அச்சுதராயரும் பல கோயில்களுக்குத் திருப்பணி செய்திருக்கிறார். காஞ்சிபுரம் ஏகாம்பரநாதர் கோயிலுக்கும் வரதராஜப் பெருமாள் கோயிலுக்கும் பாரபட்சமின்றி அவர் உத்தரவிட்டிருக்கிறார். காமாட்சியம்மன் கோயிலில் அவர் துலாபாரம் செய்திருக்கிறார். ஆனந்த நிதி என்ற நிதியை ஏற்படுத்தி, வேதத்தில் வல்ல

அந்தணர்களுக்கு அவர்கள் குபேரச் செல்வம் பெறச் செய்தவர் அவர் என்று கல்வெட்டுகள் குறிப்பிடுகின்றன. சிதம்பரத்தில் கோவிந்தராஜப் பெருமாளை மீண்டும் பிரதிஷ்டை செய்து வழிபாடுகள் தொடங்க 500 பொற்காசுகள் வழங்க அவர் ஆணையிட்டதாகக் கல்வெட்டு உண்டு.

கோயில்களைத் தவிர பல்வேறு சம்பிரதாயங்களைச் சேர்ந்த மடங்களும் விஜயநகர அரசர்களால் ஆதரிக்கப்பட்டன. 1346ம் ஆண்டு சங்கம சகோதர்கள் அனைவரும் சிருங்கேரி மடாலயத்திற்கு நிலக்கொடை அளித்திருக்கின்றனர். வித்யாரண்யர் ஜீவன்முக்தி அடைந்த பிறகு முதலாம் ஹரிஹரர் சிருங்கேரியில் அக்ரஹாரங்கள் அமைத்து பல நிலக்கொடைகள் செய்திருக்கிறார். கிருஷ்ண தேவராயரின் அண்ணனான சாளுவ வீர நரசிம்மர், காஞ்சி காமகோடி பீடாதிபதியாக இருந்த மகாதேவ சரஸ்வதி என்பவருக்கு இரண்டு கிராமங்களை மானியமாக அளித்துள்ளார். கிருஷ்ண தேவராயர் மகாதேவ சரஸ்வதியின் மாணவர் சந்திரசூட சரஸ்வதிக்கு 1522ல் இரண்டு கிராமங்களை மடப்புறமாகக் கொடுத்திருக்கிறார். அதுபோலவே சந்திரசூட சரஸ்வதிக்கு அடுத்தபடியாகப் பதவி வகித்த சதாசிவ போதேந்திரருக்கு 1528ம் ஆண்டு உதயம்பாக்கம் என்ற கிராமத்தை கிருஷ்ணதேவராயர் தானமாக அளித்திருக்கிறார்.

பாசுபதத்தின் சுத்த சைவப் பிரிவின் மடங்களான கோளகி மடம் வட தமிழ் நாட்டிலும் தென் ஆந்திரப் பகுதிகளிலும் பல இடங்களில் இருந்தன. கங்கைக்கும் நர்மதை நதிக்கும் இடையே இருந்த கோளகிரி மடத்தின் திரிபே கோளகி என்று சொல்லப்பட்டது. ஸ்ரீசைலம், புஷ்பகிரி, திருப்பரங்குன்றம் ஆகிய இடங்களில் கோளகி மடங்கள் இருந்தன. அவை விஜயநகர அரசர்களால் ஆதரிக்கப்பட்டன. புஷ்பகிரி, ஹூலி முதலிய இடங்களில் இருந்த காளாமுக மடங்களும், உடுப்பியில் உள்ள மத்வ சமய மடங்களும் இந்த வம்ச அரசர்களால் ஆதரிக்கப்பட்டவையே.

சைவசித்தாந்தத்தைப் பின்பற்றும் தமிழ்நாட்டிலுள்ள பல ஆதீனங்களும் விஜயநகர ஆட்சிக்காலத்தில் அமைக்கப் பட்டனவையே. தருமபுரம் ஆதீனம் குருஞானசம்பந்த தேசிகரால் அமைக்கப்பட்டது. திருவாவடுதுறை ஆதீனத்தை அமைத்தவர் சித்தர் சிவப்பிரகாசர் என்பவருடைய மாணவர் நமச்சிவாய மூர்த்தி தேசிகர். திருநாவலூரில் மெய்ஞ்ஞான மாமுனிவர் அச்சுத தேவராயர் காலத்தில் ஒரு மடம் அமைத்திருக்கிறார். காஞ்சிபுரத்தில் ஞானப்பிரகாச சுவாமிகள் மடமும்

திருவொற்றியூரில் அங்கராயன் மடமும் விஜயநகர ஆட்சியில் இருந்ததாகத் தெரிகிறது.

திருவிழாக்கள்

பழைய திருவிழாக்களுக்கு மீளுருவம் தந்தது மட்டுமின்றி பல புதிய திருவிழாக்களும் விஜயநகர அரசர்களால் கொண்டாடப்பட்டன. மகாநவமி அங்கே கொண்டாடப்பட்ட முக்கியத் திருவிழாவாக இருந்தது. ஒன்பது நாட்கள் நவராத்திரித் திருவிழா கொண்டாடப் பட்டு, ஒன்பதாம் நாள் மகிஷாசுரனை துர்கையம்மன் கொன்ற விழா விமரிசையாகக் கொண்டாடப்பட்டது. அந்நாளில் உயரமான மேடை மீது துர்கையம்மனின் விக்ரகம் வைக்கப்பட்டு வழிபாடுகள் நடைபெறும். எருமைகளும் ஆடுகளும் பலி கொடுக்கப்படும். இந்த ஒன்பது நாட்களிலும் பல விதமான கலை நிகழ்ச்சிகளும் மல்யுத்தம், வில்வித்தை, வாட்போர் போன்ற விளையாட்டுப் போட்டிகளும் நடைபெற்றன.

நாட்டின் பல பகுதிகளிலிருந்து வந்த நாயக்கர்களும் பிரபுக்களும் அவற்றில் கலந்துகொண்டு சிறப்பித்தனர். வாணவேடிக்கைகள் நடத்தப்பட்டன. தற்காலத்தில் குடியரசு தினவிழா போன்ற நாட்களில் நடைபெறுவதைப் போல ராணுவ அணிவகுப்பும் நடைபெற்றது. இந்தக் காட்சியைப்பற்றி பீயஸ் இப்படி எழுதியிருக்கிறார்.

> ‘நாயக்கர்களுடைய வாகனங்கள் வரிசையாக பவனி வந்தன. அவற்றைத் தொடர்ந்து நன்கு அலங்கரிக்கப்பட்ட குதிரைப் படைகள் வரிசையாக நிறுத்தப்பட்டிருந்தன. இந்தக் குதிரைப் படைகளைச் சுற்றித் தாம்பாளங்களில் அரிசியும் தேங்காயும் மலர்களும் கொண்டுவந்து மலர்களைத் தூவி நீரைத் தெளித்தனர். பிறகு அரண்மனை ஆடல் மகளிர் தங்கத்தாலான சொம்பை ஏந்திக்கொண்டு அதன்மீது விளக்கை ஏற்றிக்கொண்டு வந்தனர். அதன்பின் பலர் தீவட்டிகளை ஏந்திக்கொண்டு சென்றனர். அந்த இடத்திலிருந்து அரண்மனைவரையிலும் படைத்தலைவர்கள் தங்கள் பதவிக்கு ஏற்றவாறு யானை, குதிரை, காலாட் படைகளை நிறுத்தி வைத்துள்ளனர். தெருக்களிலும் குன்றுகளின் சரிவுகளிலும் வரிசை வரிசையாக இந்தப் படைகள் நிறுத்திவைக்கப்பட்டிருந்தன. முதல் வரிசையில் காலாட் படைகளும் இரண்டாவது வரிசையில் குதிரைப் படைகளும் மூன்றாவது வரிசையில் யானைகளும் நின்று கொண்டிருந்தன.

கிருஷ்ணதேவராயர் தன்னுடைய அரண்மனையை விட்டு நன்கு அலங்கரிக்கப்பட்ட குதிரையின் மீது ஏறி அந்தப் படைகளைப் பார்வையிட்டார். அரசருக்கு முன் செம்பினால் செய்து வெள்ளியினால் அலங்கரிக்கப்பட்ட பல்லக்கு ஒன்றில் அம்மனின் விக்ரகம் பதினாறு பேர்களால் எடுத்துச் செல்லப்படுகிறது. அரசர் தன்னுடைய படை வீரர்களைப் பார்த்துப் புன்னகை செய்யும்போது அவர்கள் தங்கள் கேடயங்களின் மீது வாட்களைத் தட்டி ஆரவாரம் செய்கின்றனர். வில் வீரர்களும் துப்பாக்கிப் படையினரும் பீரங்கிப் படையினரும் தங்கள் திறமைகளைக் காட்டினர். இவற்றால் பூமி அதிர்ந்து பிளந்து விடும் போலத் தோன்றியது. உலகம் முழுவதிலுமுள்ள வீரர்கள் விஜயநகரத்தில் கூடியிருப்பதுபோல இருந்தது. இதெல்லாம் ஏதோ கனவுலகக் காட்சியைக் காண்பதுபோல இருந்தது.'

விஜயநகரத்தில் புத்தாண்டு விழாக் கொண்டாட்டத்தைப்பற்றி நிக்கோலோ கான்டி குறிப்பிட்டிருக்கிறார். ஆனால் அது தீபாவளிப் பண்டிகையாகும். 'இந்தத் திருநாளில் ஆண்களும், பெண்களும், சிறியவர்களும், முதியவர்களும் ஆறுகளிலும் குளங்களிலும் கடலிலும் நீராடுகின்றனர். புத்தாடைகளை அணிந்து இசை நடனம் விருந்து ஆகியவற்றில் ஈடுபடுகின்றனர். தங்களுடைய வேலை ஆட்களுக்கு விதவிதமான நிறங்களுள்ள புத்தாடைகளை அளிக்கின்றனர்' என்று வர்ணிக்கிறார். அமாவாசையிலிருந்து அவர்களின் மாதங்கள் தொடங்குவதாக அவர் குறிக்கிறார்.

இது போன்ற திருவிழாக்களைத் தவிரக் கோயில்களில் நடைபெற்ற திருவிழாக்களும் மீண்டும் தொடங்கப்பட்டன. பல கோயில்களில் தேர்கள் சரி செய்யப்பட்டு தேர்த்திருவிழா கொண்டாடப்பட்டது.

ஸ்ரீரங்கத்தில் இரண்டாம் ஹரிஹரருடைய புதல்வரான விருப்பண்ண உடையார் துலாபாரம் ஏறி 17000 பொற்காசுகளையும் 52 கிராமங்களையும் அளித்தார். அறுபது ஆண்டுகளுக்குப் பிறகு 1383ம் ஆண்டு சித்திரை மாதம் ரேவதி நட்சத்திரத்தில் ரத உற்சவம் நடத்தினார் விருப்பண்ணர். அதன் காரணமாக இன்றும் சித்திரை மாதம் விருப்பன் திருநாள் ஸ்ரீரங்கத்தில் கொண்டாடப்படுகிறது.

மதுரையில் நின்று போயிருந்த மீனாட்சி திருக்கல்யாணத் திருவிழாவைக் குமார கம்பண்ணர் தொடங்கி வைத்தார். மீனாட்சியம்மனின் பட்டாபிஷேகத்தின்போது அம்மனிடமிருந்து செங்கோலை வாங்கி, தாம் மீனாட்சியின் பிரதிநிதியாக ஆள்வதாக

அவர் உறுதிசெய்துகொண்டார். இன்றும் செங்கோல் வாங்கும் திருவிழா மதுரையில் சித்திரைத் திருவிழாவின் போது நடத்தப்படுகிறது.

மற்ற சமயங்கள்

இந்து சமயத்தைப் பின்பற்றினாலும் மற்ற மதங்களையும் விஜயநகர அரசர்கள் ஆதரித்தனர். விஜயநகரப் பேரரசின் பல பகுதிகளில் சமணசமயத்தைச் சேர்ந்தவர்கள் வாழ்ந்துவந்தனர். 1368ல் சமணர்களுக்கும் வைணவர்களுக்கும் சச்சரவு ஏற்பட்ட போது முதலாம் புக்கர் தலையிட்டு அந்தத் தகராறைத் தீர்த்து வைத்தார்.

கணிகிட்டிச் சமணக் கோயில், ஹம்பி

ராமானுஜருக்கு வணக்கம் சொல்லித் தொடங்கும் கல்வெட்டு ஒன்றில் 'சமண சமயத்தவர்கள் எப்போதும் போல ஐந்து வகை இசைக்கருவிகளுக்கும் கும்பகலசத்திற்கும் உரிமையுள்ளவர்கள் ஆவார். இருதரப்பினரும் தங்களுக்கு எதிர்த்தரப்பால் நேரிடும் துன்பங்களைத் தங்களுடைய துன்பங்களைப்போலவே நினைக்க வேண்டும். அனைவரும் ஓரே கடவுளால் படைக்கப்பட்ட மக்கள் என்பதை உணரவேண்டும். திருப்பதி தாத்தய்யா, நாட்டிலுள்ள சமண இல்லறவாசிகளிடம் இருந்து வசூல் செய்யும் தொகையைக்கொண்டு சிரவண பெலகோலா கோமதீஸ்வரர் சிலையைக் காவல் புரிவதற்கு இருபது மெய்க்காப்பாளர்களை நியமனம் செய்யவேண்டும். சீர்குலைந்த மற்ற சமணக் கோயில்களை மீண்டும் கட்டியமைக்கவேண்டும். இந்த விதிகளுக்கு மாறாக நடப்பவர்கள் அரசனுக்கும் சமுதாயத்திற்கும் துரோகியாவார்' என்று கூறப்பட்டுள்ளது.

இரண்டாம் ஹரிஹரருடைய அமைச்சர் இருகப்பர் சமண சமயத்தைச் சேர்ந்தவர். ஹம்பியில் உள்ள கணிகிட்டிச் சமணக் கோயிலையும் குத்தியில் பார்சவ ஜீனநாதர் கோயிலையும் கட்டியவர் அவர். திருப்பருத்திக்குன்றத்தில் கோயிலை அமைத்து அதற்கு எதிரில் ஓர் இசை மண்டபத்தையும் அவர் அமைத்துள்ளார்.

கர்நூல், விஜயமங்கலம், குன்றத்தூர் ஆகிய இடங்களில் உள்ள சமண ஆலயங்களுக்கு விஜயநகர அரசர்கள் நிவந்தங்கள் வழங்கியுள்ளனர். சாளுவ நரசிம்மர் பல ஜீனாலயங்களைச் செம்மைப்படுத்தியுள்ளார். கிருஷ்ணதேவராயர் பல சமணப் பள்ளிகளுக்குச் சொந்தமான நிலங்களை இறையிலி நிலங்களாக மாற்றினார்.

அதுபோலவே பௌத்த சமயமும் பல அரசர்களால் ஆதரிக்கப் பட்டது. நாவலூர்க் கிராமத்தில் கச்சிக்கு நாயக்கர் என்று அழைக்கப்பட்ட விக்கிரகம் இருந்த பௌத்த விஹாரத்திற்கு அந்தக் கிராமம் பள்ளிச்சந்தமாக அளிக்கப்பட்டிருக்கிறது.

அத்தியாயம் 18

கலையும் இலக்கியமும்

தென்னகத்தின் கலைத் துறை விஜயநகர அரசர்களின் காலத்தில் ஒரு புதுப்பாய்ச்சலைக் கண்டது. மற்ற அரசர்களைப் போல விஜயநகர அரசிலும் கோயில்கள் அவர்களின் கலைத்திறனுக்கான எடுத்துக் காட்டுகளாகத் திகழ்ந்தன. அர்த்த மண்டபம், முக மண்டபம், கருவறை என்று சிறியதாக இருந்த பல கோயில்களிலும் பல்வேறு வகையான மண்டபங்கள் கட்டப்பட்டது விஜயநகர அரசின் ஆட்சியில்தான். கோயில்களில் ஏற்படும் திருவிழாக்களுக்கு ஏற்ப கல்யாண மண்டபங்களும் நூற்றுக்கால் ஆயிரங்கால் மண்டபங்களும் அவர்களால் ஏற்படுத்தப்பட்டன. கல்யாண மண்டபங்களின் நடுவே மேடைகள் அமைக்கப்பட்டு அதில் சுவாமி, அம்மன் திருக்கல்யாணங்கள் நடைபெற்றன.

அந்த மண்டபங்களில் அழகு மிக்க தூண்கள் அமைக்கப்பட்டு அவற்றில் அற்புதமான சிற்பங்கள் செதுக்கப்பட்டன. கஜயாளி, சிம்ம யாளி போன்ற யாளிகளும், குதிரைகளும் அவற்றின் மீது வீரர்களும் சிற்பங்களாக தூண்களில் அமைக்கப்பட்டன. ஒரே கல்லால் செதுக்கப்பட்ட கருங்கல் தூண்களும் இசைத்தூண்களும் தூண்களின் உச்சியில் தாமரை மொட்டுகளும் அந்த மண்டபங்களின் அமைக்கப்பட்டன. கோபுரங்களின் நுழைவாயில்களில் ஒயிலாக துவாரபாலகிகளின் உருவங்கள் இருந்தன. திருவிளையாடல், தசாவதாரம், பாகவதம் போன்ற புராண நிகழ்ச்சிகள் கோயில் மாடங்களிலும் சுற்றுச்சுவர்களிலும் செதுக்கப்பட்டன.

ஒரே கல்லில் செதுக்கப்பட்ட
பிரம்மாண்ட நரசிம்மர் சிலை, ஹம்பி

இன்றும் ஹம்பி நகரிலுள்ள அழிவுச்சின்னங்களைப் பார்க்கும் போது குன்றுகளும் பாறைகளும் உள்ள சமவெளி இல்லாத அந்த நிலத்தில் எப்படி ஒரு பெரிய நகரத்தை உருவாக்க முடிந்தது என்ற வியப்பு எழுகிறது. கோட்டைகளும் அரண்மனைகளும் உயர்ந்த மாளிகைகளும் அந்த வனப்பகுதியில் மனித முயற்சியால் எழுப்பப்பட்டது ஒரு சாதாரண விஷயமில்லை

கோயில் கோபுரங்கள் அமைப்பதிலும் பல்வேறுவிதமான வேறுபாடுகள் தோன்றின. கர்நாடகக் கோபுரங்கள் அகலமாக இருந்தாலும் அவை உயரமாக அமைக்கப்படவில்லை. ஆனால் தமிழகத்தில் ஏழு, ஒன்பது, பதினோரு நிலைக் கோபுரங்கள் சிகரங்கள், நாசிகை, முகப்பட்டி, சக்திதுவஜம், சிம்மலதா போன்ற அலங்காரங்களோடு காணப்படுகின்றன.

விஜயநகர அரசில் அமைக்கப்பட்ட சில கோயில்களைப் பற்றியும் அவற்றில் சில முக்கிய அம்சங்களைப் பற்றியும் பார்க்கலாம்.

ஹசாரா ராமசாமி கோயில்: விஜயநகர அரண்மனைக்கு அருகில் அமைக்கப்பட்ட இந்தக் கோயில், அரச வம்சத்தவர்கள் தனிப்பட்ட முறையில் வழிபடுவதற்காகக் கட்டப்பட்டிருக்கிறது. இதைச் சுற்றிக் கட்டப்பட்டுள்ள பெரும் மதில் சுவர் இந்தக் கருத்தை வலியுறுத்துகிறது. கிருஷ்ணதேவராயர் காலத்தில் இந்தக் கோயில் கட்டி முடிக்கப்பட்டிருக்கிறது. அர்த்தமண்டபம் கறுப்புச் சலவைக்கற்களால் கட்டப்பட்டு நான்கு தூண்களுக்கு மேல் சித்திர வேலைப்பாடுகளுடன் விதானம் கட்டப் பட்டிருக்கிறது. கருவறையின் மேல் மூன்று தூண்களுடன் விமானம் அமைந்துள்ளது. கருவறை விமானத்திலும் சுற்றிலும் பலவிதமான சிற்பங்கள் காணப்படுகின்றன. இராமாயணக் கதையும் பாகவதத்தில் உள்ள கதைகளும் தெய்வ உருவங்களும் இங்கே சிற்பங்களாக உள்ளன.

விட்டலர் கோயில்: விஜயநகரில் உள்ள சிறப்பு மிக்க கோயில் இது. பண்டரிபுரத்தில் உள்ள பாண்டுரங்க விட்டலர் கோயிலைப்போல இது அமைக்கப்பட்டிருக்கிறது. இரண்டாம் தேவராயர் காலத்தில் இந்தக் கோயில் கட்டுமானம் தொடங்கப்பட்டிருக்கலாம். அவருடைய அலுவலரான திப்பண்ணா இந்தக் கோயிலின் போகமண்டலத்தை அமைத்ததாக ஹரிபட்டர் என்ற புலவர் தன்னுடைய நரசிம்ம புராணத்தில் கூறியுள்ளார். தலைக் கோட்டைப் போருக்குப் பின் ஊரை விட்டு அனைவரும் சென்றுவிட்டதால் கோயில் முற்றுப்பெறாமல் நின்றுவிட்டது.

கோயிலின் மகாமண்டபத்தில் 12 அடி உயரமுள்ள 56 தூண்கள் உள்ளன. இதில் நாற்பது தூண்கள் வரிசையாக இருபக்கங்களிலும் அமைந்துள்ளன நடுவில் பதினாறு தூண்கள் அமைக்கப்பட்டுள்ளன. இந்த ஐம்பத்தாறு தூண்கள் ஒவ்வொன்றும் ஒரே கல்லினால் அமைந்தவை. அவற்றில் உள்ள வேலைப்பாடுகளும் உச்சியில் உள்ள நாக பந்தமும் தாமரை மொட்டுகளும் காண்போர் வியக்கும் வண்ணம் உள்ளன.

இந்தக் கோயிலில் உள்ள கல்யாண மண்டபம் 48 தூண்களைக் கொண்டு நடுவில் உள்ள சதுரமான மேடையுடன் இருக்கிறது. திருக்கல்யாண உற்சவத்தின் போது சுவாமியும் அம்மனும் மேடையில் வைக்கப்பட்டு அவர்களுக்குத் திருமணம் நடைபெறும். இங்குள்ள தூண்கள் சிறந்த வேலைப்பாடு உடையவை. கல்யாணமண்டபத்திற்கு எதிரில் ஒரு கல் தேர் உள்ளது. இந்தத் தேரின் சக்கரங்கள் தாமரைப்பூ வடிவத்தில் அமைந்துள்ளன. தேரின் மீது ஏறுவதற்கு இரண்டு யானைகளைக் கொண்ட கல்படி உள்ளது. இந்தத் தேர் ஒரே கல்லில் அமைந்தது என்றும் இல்லை ஒன்பது கல் பாறைகளைக் கொண்டு அமைக்கப்பட்டது என்றும் கூறுவர். அப்படிப் பொருத்தப்பட்டிருந்தால், அது வெளியே தெரியாத வண்ணம் அழகாகக் கற்களைச் சேர்த்துள்ளனர்.

நரசிம்மர்: ஒரே கல்லில் அமைந்த மிகப் பெரிய நரசிம்மரின் சிலை ஹம்பியின் முக்கியமான இடமாகும் இது நான்கு சுவர்கள் சூழ்ந்த ஓர் இடத்தில் உள்ளது. அங்கே உள்ள கல்வெட்டு இது 1528ம் ஆண்டு பிரதிஷ்டை செய்யப்பட்டதாகக் கூறுகிறது. இதன் உயரம் 22 அடிக்குமேல் உள்ளது. தலைக்கோட்டைப் போரை அடுத்து ஏற்பட்ட அழிவினால் இதன் ஒரு பகுதி சிதைக்கப்பட்டுள்ளது. இது லக்ஷ்மி நரசிம்மர் விக்ரகம் என்று சொல்வதுண்டு.

சிருங்கேரி வித்யாசங்கரர் கோயில்: ஹொய்சாள விஜயநகர முறைகளைப் பயன்படுத்திக் கட்டப்பட்ட கோயில் இது. முகமண்டபம் இல்லாமல் அமைந்திருக்கும் கருவறையும், கோயிலுக்கு வெளியே மேடைகள் அமைந்திருக்கும் விதமும் மூன்று அடுக்குக் கோபுரமும் உச்சியில் உலோகத்தை வைத்திருப்பதும் இந்த இரு முறைகளும் கலந்ததைக் காட்டுகின்றன. கோயிலின் கருவறை சப்த ரத முறையைச் சேர்ந்ததாகும். பிரதட்சணப் பாதையில் ஆறு படிக்கட்டுகள் கல் யானைகளைப் பக்கவாட்டில் வைத்துக்கட்டப்பட்டுள்ளன.

அடிப்பாகத்தில் பல மடிப்பு வேலைகள் உள்ளன. அவற்றின் மேல் புடைப்புச் சிற்பங்கள் உள்ளன.

இவற்றைத் தவிர ஆந்திர மாநிலம் தாடிபத்திரியில் உள்ள ராமலிங்கேஸ்வரர் கோயிலும் வெங்கடரமணர் கோயிலும் சிறந்த கலைச்செல்வங்களுடன் காணப்படுகிறது. ராமலிங்கேஸ்வரர் கோயில் கோபுரங்கள் பிரசித்தி பெற்றவை. லேபாக்ஷி என்ற இடத்தில் பாபவிநாசர், வீரேசர், ரகுநாதர் ஆகிய மூன்று தெய்வங்களுக்குத் திரிகூடாசலம் என்ற பெயரில் அமைக்கப் பட்டுள்ள இந்தக் கோயிலின் நாட்டிய மண்டபமும் கல்யாண மண்டபமும் சிறப்பு வாய்ந்தவை. பாபவிநாசர் கோயிலில் அழகிய சிற்ப வேலைப்பாடுகள் உண்டு. தமிழ்நாட்டில் உள்ள கோயில்களில் பெரும்பாலானவை விஜயநகர ஆட்சியில் விரிவுபடுத்தப்பட்டவையாகும்.

ஓவியங்கள்

சாளுக்கிய, பல்லவ, சோழர்கள் காலத்தைப்போல விஜயநகரத்தின் காலத்திலும் சித்திரக்கலைக்கு அரசர்கள் ஆதரவளித்தனர். சோழர்காலத்து ஓவியங்கள் வண்ணங்களைச் சுண்ணாம்பு நீரில் கலந்து காய்ந்த சுண்ணாம்புப் பூச்சுகளின் மீது வரையப்பட்டன. விஜயநகர காலத்தில் வண்ணங்கள் தண்ணீரில் கலக்கப்பட்டு சுண்ணாம்புப் பூச்சு காய்வதற்கு முன் சித்திரங்கள் வரையப்பட்டன. கோயில்களின் விதானங்களில் இதிகாசம், புராணம், பாகவதம் ஆகியவற்றிலிருந்து சித்திரங்கள் தீட்டப்பட்டன. ஹம்பி, ஆனைகுந்தி, லேபாக்ஷி, சோமப்பள்ளி, வர்த்தமானர் கோயில் போன்ற இடங்களில் விஜயநகரக் காலச் சித்திரங்கள் உள்ளன.

ஹம்பி விரூபாட்சர் கோயிலில் உள்ள ரங்க மண்டபத்தின் கூரையில் மும்மூர்த்திகளின் உருவம், திருபுரசம்ஹாரக் காட்சி, காமனை எரித்தல் ஆகியவை வரையப்பட்டுள்ளது. ராமன் சீதையை மணப்பதற்காக சிவதனுசை ஒடிப்பது, அர்ஜுனன் யந்திரத்தில் உள்ள மீனை அம்பு கொண்டு எய்வது போன்ற காட்சிகளும் தீட்டப்பட்டுள்ளன. ஆனைகுந்தியில் உஜயப்ப மடத்தின் கூரையில் எட்டு இதழ் தாமரைப் பூ, அணிலோடு விளையாடிக் கொண்டிருக்கும் ஆண்களும் பெண்களும், முனிவர் யானையின் மீது அமர்ந்து ஊர்வலம் செல்வது ஆகியவை காணப்படுகின்றன. லேபாக்ஷி ரகுநாதர் கோயில், வீரபத்திரசுவாமி கோயில் ஆகியவற்றின் மண்டபங்களிலும் கர்ப்பக்கிரஹத்திலும் பல்வேறு ஓவியங்கள் காணப்படுகின்றன. சிவ பார்வதி திருமணம்,

மனுநீதி சோழன், லேபாக்ஷி

வீரபத்திரரை வணங்கும் விஜயநகர மன்னர்கள், லேபாக்ஷி

கிராதார்ஜுனீயக் கதை, காலசம்ஹார மூர்த்தி, கங்காதரர் ஆகிய ஓவியங்கள் இங்கே உள்ளன.

விஜயநகர அரண்மனையிலும் இதுபோலவே இதிகாசப் புராணக் காட்சிகள் வரையப்பட்டிருந்தன. விஜயநகர அரண்மனையில் இருந்த அரசிகள் கண்டுகளிப்பதற்காக அயல்நாட்டவரான போர்ச்சுக்கீசியர், இத்தாலியர் ஆகியோர் தங்கள் நாட்டில் தினசரி வாழ்க்கையை எப்படி நடத்தினர் என்பதைக் குறிக்கும் வகையில் சித்திரங்கள் வரையப்பட்டிருந்தன என்று பீயஸ் குறிப்பிடுகிறார். கிருஷ்ணதேவராயருடைய உருவமும் அவர் தகப்பன் நரசநாயக்கருடைய உருவமும் வரையப்பட்டிருந்தன என்றும் அவர் கூறுகிறார்.

அரண்மனையில் இருந்த நடன அரங்கில் பரதநாட்டிய கரணங்களைக் குறிக்கும் சிற்பங்கள் இருந்தன. அவற்றைப் பார்த்துப் பல நடன மாதர்கள் ஆடற்கலையைக் கற்றுக்கொண்டனர் என்று பீயசும் நூனிஸுஎம் கூறுகின்றனர்.

இலக்கியம்

கல்வியறிவு நிறைந்த அரசர்களையும் அறிஞர்களையும் கொண்ட விஜயநகரப்பேரரசில் பல்வேறு மொழிகளைச் சேர்ந்த இலக்கியங்கள் படைக்கப்பட்டன. மொழி, சமய வேறுபாடு பாராமல் விஜயநகர அரசர்கள் இலக்கியத்தை ஆதரித்தது இதற்குக் காரணமாகும்.

சமஸ்கிருதத்தைப் பொருத்தவரை பேரரசைத் தோற்றுவிப்பதற்கு முக்கியப் பங்களித்த வித்யாரண்யர் அனுபூதி பிரகாசிகை, அபரோக்ஷானுபூதி தீபிகை, ஐத்தரேய தீபிகை, விவரண பிரமேய சங்கிரகம் போன்ற நூல்களை எழுதியிருக்கிறார். வைணவ ஆச்சாரியார்களில் முக்கியமானவரான வேதாந்த தேசிகர் பல்வேறு நூல்களை இந்தக் காலகட்டத்தில் இயற்றினார். சமஸ்கிருதத்தில் மட்டுமின்றி தமிழிலும் பிராகிருதத்திலும் இவர் நூல்களை இயற்றியிருக்கிறார். அவரால் இயற்றப்பட்ட பல நூல்கள் இப்போது கிடைக்கவில்லை. இவர் எழுதிய முக்கியமான நூல்கள் 'பாதுகா சகஸ்ரம்', 'ஹம்ச சந்தேகம்', சங்கல்ப சூர்யோதம்', 'தத்துவதீபிகா' ஆகியவை ஆகும்.

மாதவாச்சாரியார் பராசர ஸ்மிருதியின் உரையான பராசர வியாக்கியம் என்ற நூலை எழுதியிருக்கிறார். மாதவ்ய கால நிர்ணயம் ஆகிய நூல்களும் இவரால் இயற்றப்பட்டவை.

மாதாவாச்சாரியார் எழுதிய மற்றொரு நூல் ஜைமினி சூத்திரங்களின் உட்பொருள்களை விளக்கி யாகங்கள் செய்வதின் செய் முறையையும் பயனையும் கூறுவது கர்ம மீமாம்ச நியாயமால விஸ்தாரம் என்ற நூல். அது புக்கருடைய சபையில் அரங்கேற்றம் செய்யப்பட்டது.

மாதவாச்சாரியாருடைய தம்பியான சாயனாச்சாரியர் முதலாம் கம்பண்ணருடைய அமைச்சராக இருந்து சுபாஷித கதநிதி என்ற நூலை எழுதியுள்ளார். தைத்திரீய ஆரண்யக பாஷ்யம், சுக்ல யஜுர் வேத பாஷ்யம், வம்ச பிராமண பாஷ்யம், சாமவேத சம்கீத பாஷ்யம், அதர்வவேத சம்கீத பாஷ்யம் போன்ற பல உரை நூல்களை எழுதியிருக்கிறார்.

முதலாம் தேவராயருடைய மகனான ராமச்சந்திரன் என்பவரால் ஆதரிக்கப்பட்ட சென்னுபட்டர், கிருஷ்ண மிஸ்ரருடைய நூலுக்கு உரை எழுதியுள்ளார். வானநூலில் வல்லவராகிய வித்தியமாதவ சூரி என்பவர் குமாரசம்பவம், கிராதார்ஜுனியம் என்ற நூல்களுக்கு உரை எழுதியிருக்கிறார். இரண்டாம் தேவராயருடைய மருமகன் கோபதிப்பன், காவியாலங்கார காமதேனு தாளதீபிகை என்ற நூல்களின் ஆசிரியராகக் கருதப்படுகிறார்.

அரசர்களில் சாளுவ நரசிம்மர் ராமாப்யூதயம் என்ற நூலை எழுதியிருக்கிறார். கிருஷ்ணதேவராயர் ஆமுக்த மால்யதா என்ற தெலுங்குப் பிரபந்தத்தையும் மதலாச சரித்திரம், சத்தியவாது பரிணயம், சகல கதாசாகர சங்கிரகம், ஞானசிந்தாமணி, ஜாம்பவதி திருமணம் போன்ற நூல்களை எழுதியிருக்கிறார்.

அச்சுத ராயர் காலத்தில் வாழ்ந்த ஸ்ரீனிவாசன் என்ற புலவர் அறுபத்து மூன்று நாயன்மார்களின் வரலாற்றைச் 'சிவபக்த விலாசம்' என்ற நூலில் விளக்கியுள்ளார்.

தெலுங்கு இலக்கியம்

தெலுங்கு இலக்கியம் விஜயநகர அரசின் காலத்தில் மறுமலர்ச்சி அடைந்தது. பல்வேறு புலவர்கள் விஜயநகர அரசர்களால் ஆதரிக்கப்பட்டனர். தெலிங்கானாவிலிருந்தும் ஆந்திராவில் இருந்தும் பல புலவர்கள் விஜயநகரத்திற்கு இடம் பெயர்ந்தனர். முதலாம் புக்கருடைய சபையில் இருந்த நாச்சன் சோமநாத கவி என்ற புலவர் வடமொழியில் உள்ள ஹரிவம்சம் என்ற நூலின் அடிப்படையில் உத்தர ஹரிவம்சம் என்ற நூலை இயற்றி அதற்காக புக்கராயப் பட்டணம் என்ற கிராமத்தைத் தானமாகப் பெற்றார்.

முதலாம் தேவராயருடைய காலத்தில் விக்கிர மார்க்க சரிதத்தை எழுதிய ஜக்கண்ணா என்ற புலவர் வாழ்ந்தார். ஸ்ரீநாதர் என்ற புலவர் நைஷதத்தைத் தெலுங்கில் மொழி பெயர்த்தார். இந்நூல் எட்டுக் காண்டங்களும் ஆயிரத்திற்கும் மேற்பட்ட செய்யுள்களும் கொண்டது. பஞ்சமகா காவியங்களில் ஒன்றாகக் கருதப்படுகிறது. ஹரவிலாசம் என்ற சிவபெருமானுடைய திருவிளையாடல்களை ஏழு காண்டங்களில் கூறும் நூலும் இவரால் எழுதப்பட்டது.

இரண்டாம் தேவராயருடைய சபையில் சாரதா என்ற தெலுங்குக் கவியரசி இருந்தார். அவர் பதினெட்டு நாடகங்களை எழுதியுள்ளார். பீன வீரபத்திரர் என்ற புலவர் ஜைமினி பாரதம் என்ற நூலை எழுதி சாளுவ நரசிம்மருக்கு அர்ப்பணித்தார். காளிதாசருடைய சாகுந்தலத்தையும் பாரதக் கதைகளையும் தொகுத்து சிருங்கார சாகுந்தலம் என்ற நூலை அவர் இயற்றினார். கிருஷ்ணதேவராயரின் அவையில் இருந்த அஷ்டதிக் கஜங்கள் என்ற கவிராயர்களைப் பற்றி ஏற்கெனவே இந்நூலில் பார்த்தோம். அவர்களைத் தவிர பன்னிரு ஆழ்வார்களுடைய சரிதத்தைக் கூறும் 'பரமயோக விலாசம்' என்னும் நூலை முதலாம் திருமலை ராயரின் உறவினராகிய சித்தராஜு திம்மராஜு பூபாலர் என்பவர் இயற்றினார். மக்களுடைய மூடநம்பிக்கைகளைக் கண்டித்த வேமனர் என்ற புலவரும் விஜயநகர அரசின் காலத்தில் வாழ்ந்தவரே

கன்னட இலக்கியம்

விஜயநகர ஆட்சியில் கன்னட மொழியில் தோன்றிய இலக்கியங்கள் பெரும்பாலும் வீரசைவ, சமண, வைதீக சமயங்களைச் சேர்ந்தவையாக இருந்தன. ஆராத்திய அந்தண வகுப்பைச் சேர்ந்த பீமகவி கன்னடத்தில் பெரும் புலமை படைத்திருந்தார். சோமநாதர் என்பவர் தெலுங்கில் எழுதிய பசவ புராணத்தைக் கன்னடத்தில் மொழி பெயர்த்தார். பாகுபலி என்ற கவிஞர் பதினைந்தாவது சமண தீர்த்தங்கரரான தருமநாதர் என்பவருடைய வாழ்க்கை வரலாற்றை எழுதியிருக்கிறார். இரண்டாம் ஹரிஹரர் கன்னட மொழியில் புலமை பெற்றிருந்ததால் 'கர்நாடக வித்யாவிலாசர்' என்ற பெயர் பெற்றார். வீரசைவ சித்தாந்த தந்திரம் என்ற நூலை லக்ஷ்மண தண்டநாதர் என்பவரும் நூற்றொரு ஸ்தலம் என்ற நூலை ஜக்கனாரியரும் இயற்றினர். பொம்மராசா என்ற புலவர் எழுதிய சுந்தர புராணம் என்ற நூலில் சுந்தர மூர்த்தி நாயனாரின் வரலாறு கூறப்பட்டுள்ளது. சித்தேஸ்வரர் என்பவர் பல வீரசைவ தத்துவ நூல்களை எழுதியிருக்கிறார்.

கன்னடத்தில் கவிதைக் கல்வெட்டு - விஜயநகர கவிஞர் மஞ்சராஜா (1398)

பாஸ்கர கவியின் மகனான திம்மண்ண கவி என்பவர் கிருஷ்ணதேவராயரின் விருப்பத்திற்கேற்ப மகாபாரதத்தின் பின்பகுதியை எழுதியதாகத் தெரிகிறது. தக்க யாகத்தைப் பற்றிய நூலான வீரபத்திர விஜயம் என்ற நூல் வீரபத்திர ராஜா என்பவரால் இயற்றப்பட்டது.

தமிழ் இலக்கியங்கள்

சோழர் ஆட்சிக்காலத்திற்குப் பிறகு தொய்வடைந்திருந்த தமிழ் இலக்கியங்களுக்கு விஜயநகர அரசர்கள் பலர் ஆதரவளித்து உயிர் ஊட்டினர். குமார கம்பண்ணருடைய காலத்தில் வாழ்ந்த வில்லிபுத்தூரார் தமிழில் மகாபாரதத்தை எழுதினார். அக்காலத்தில் வாழ்ந்த வேதாந்த தேசிகர் சமஸ்கிருத நூல்களையும் தமிழ் நூல்களையும் இயற்றியிருக்கிறார் என்று பார்த்தோம்.

அந்நியர் படையெடுப்பால் பக்தியும் வழிபாடுகளும் அடியோடு வீழ்ந்து போய் தத்தளித்த அக்காலத்தில் தோன்றியவர்தான் அருணகிரிநாதர். முருகப்பெருமான் மீது பக்தி கொண்டு 'திருப்புகழ்' என்ற பக்திப் பாடல்களை அருமையான சந்த நடையில் எழுதினார் இவர். தமிழகம் முழுவதும் பயணம் செய்து பல்வேறு தலங்களுக்குச் சென்று பக்தியை வளர்த்தார். அந்த வகையில் சைவ, வைணவ சமயங்கள் வீழ்ந்திருந்த களப்பிரர் ஆட்சிக்குப் பின் தோன்றிய பக்தி இயக்கத்தின் செயல்களைப் பதினைந்தாம் நூற்றாண்டில் கிட்டத்தட்ட தனியொருவராக இவரே செய்தார் என்று சொல்லலாம். முருகப்பெருமானின் மீது பக்திப்பாடல்கள் பாடியிருந்தாலும் திருப்புகழில் சிவன், பார்வதி, விஷ்ணு, லக்ஷ்மி என்று எல்லாத் தெய்வங்களையும் சேர்த்தே பாடி இந்து சமயத்தை ஒன்றிணைத்தவர் இவர்.

அப்போது அரசனாக பிரபுடதேவ மகாராஜன் என்பவர் இருந்ததாகக் குறிப்பிட்டிருக்கிறார் அருணகிரிநாதர். தனது பாடல்களில் 'பிரபுடதேவ மாராசன் உளமுமாட வாழ்தேவர் பெருமாளே' என்று பாடியிருக்கிறார் அருணகிரிநாதர். பிரபுடதேவ மகராஜன் என்ற பெயர் மூன்று விஜயநகர அரசர்களுக்கு வழங்கியுள்ளது. முதலாம் தேவராயர், இரண்டாம் தேவராயர், மல்லிகார்ஜுன பிரபுடதேவராயர் ஆகிய மூன்று அரசர்களுக்கும் அந்த அடைமொழி இருந்தது. இவர்களில் இரண்டாம் தேவராயர் திருவண்ணாமலைக் கோயிலுக்கு வந்து தரிசனம் செய்து பல தானங்களைச் செய்ததாகக் கூறப்படுகிறார். அந்தக் காலகட்டத்தில் அருணகிரிநாதரின் பெருமையை அறிந்து அவரை தேவராயர்

சிறப்பித்திருக்கக்கூடும். ஆகவே அருணகிரிநாதரின் காலம் பொயு 15ம் நூற்றாண்டின் முற்பகுதி என்று ஆய்வாளர்கள் கூறுகின்றனர்.

திருப்புகழைத் தவிர, கந்தர் அலங்காரம், வேல் வகுப்பு, வீரவாள் வகுப்பு, கந்தர் அந்தாதி, கந்தர் அனுபூதி என்று பல நூல்களை அருணகிரிநாதர் இயற்றியிருக்கிறார். தமிழையும் பக்தியையும் ஒரு சிக்கலான காலகட்டத்தில் மீட்டெடுத்ததில் அருணகிரிநாதரின் பங்கு அளப்பரியது.

திருவரங்கம் கோயிலில் பரிசாரகராகப் பணிசெய்து பிறகு அன்னையின் அருள் பெற்றுக் கவிபாடுவதில் வல்லவரானார் என்று கவி காளமேகம் புகழப்படுகிறார். சிலேடைக் கவிக்குப் புகழ்பெற்ற இவர், தூது, அந்தாதி, மடல் போன்ற சிற்றிலக்கிய வகைகளைப் பாடுவதிலும் வல்லவர். சாளுவ மங்குவின் பேரரான சாளுவ திருமலை ராயர் சோழ நாட்டில் மகாமண்டலேஸ்வரராக ஆட்சி செய்தார். அவர் காளமேகப் புலவரையும் அதிமதுர கவியையும் ஆதரித்தார். 'கல்யாணிச் சாளுவ திருமலை ராயன் மந்தரப் புயனாம் கோப்பயன் உதவும் மகிபதி விதரணராமன்' என்று காளமேகம் இவரைப் புகழ்கிறார்.

கிருஷ்ணதேவராயர் காலத்தில் பல தமிழ்ப்புலவர்கள் வாழ்ந்திருந்தனர். அவர்களில் குறிப்பிடத்தக்கவர்கள் சிதம்பர புராணத்தை எழுதிய புராணத் திருமலை நாதர், சிதம்பரப் பாட்டியல் என்ற நூலை எழுதிய பரஞ்சோதியார், பாகவதத்தைத் தமிழில் மொழிபெயர்த்த செவ்வைச் சூடுவார் என்ற புலவர் ஆகியோர்.

திருவாரூர் தியாகராஜர் கோயிலில் மேற்பார்வை பார்த்த தத்துவப் பிரகாசர் என்பவரும் சிறந்த தமிழ்ப்புலவர்களில் ஒருவர். கோயில் நடைமுறைகளை இவர் சீர்திருத்த முயன்றபோது திருவீழிமிழலையிலிருந்து திருவாரூர் வந்து தங்கியிருந்து அங்குக் கோயில் பணிகளைக் கவனித்துக்கொண்டிருந்த பட்டர்கள் அதற்குச் செவிசாய்க்கவில்லை. ஒரு முறை திருவாரூர்க் கோயில் திருவிழா முடிந்த பின் கொடியிறக்க முனைந்தபோது, கோயில் பணிகள் சரியாக முற்றுப்பெறாமல் கொடியிறக்கக்கூடாது என்று அரசனிடம் முறையிட்டு இவர் ஒரு பாடலை எழுதினார்.

மருவுபுகழ்க் கிருஷ்ண மகாராயர் ஆணை
அரிய வடமலையார் ஆணை - திருவாரூர்ப்
பாகற் கொடியறுப்பார் பாதம் திருவாணை
தியாகக் கொடியிறாகா தே

என்று கிருஷ்ணதேவராயரிடமும் அவருடைய பிரதிநிதியாக அங்கு வேலைபார்த்த வடமலையாருக்கும் அவர் செய்யுள் எழுதினார். அதைக் கேட்ட கிருஷ்ணதேவராயர், திருவீழிமிழலை பட்டர்களைக் கோயிலிலிருந்து விலக்குமாறு வடமலையாருக்கு உத்தரவிட்டார். சைவ சித்தாந்த நூல் ஒன்றையும் இவர் எழுதியிருக்கிறார்.

இவர்களைத் தவிர இருசமய விளக்கம் என்ற நூலை எழுதிய அரிதாசர், தமிழிலும் சமஸ்கிருதத்திலும் பல நூல்களை எழுதிய குமார சரஸ்வதி என்று புலவர், காஞ்சிபுரத்தில் இருந்த சைவமடத்தில் மடாதிபதியாக இருந்தவரும் தொண்டை மண்டல சதகம் என்று நூலை எழுதியவருமான காஞ்சி ஞானப்பிரகாசர் ஆகியோரும் கிருஷ்ணதேவராயரால் ஆதரிக்கப்பட்டனர்.

மேற்கோள் நூல்களின் பட்டியல்

1. Epigraphia India Volumes - Archealogical Survey of India
2. South Indian Inscriptions Volumes - Archealogical Survey of India
3. South Indian Temple Inscriptions
4. Mysore Archelogical Reports
5. Tirumalai Tirupati Devasthanam Inscriptions - 6 Volumes
6. Pudukottai State Inscriptions - Vol 1 & 2
7. Travancore Archaeological Series - Vol I to VII
8. The Forgotten Empire - Robert Sewell
9. The Vijayanagara Empire - DomingosPaes-FenaoNuniz
10. Sources of Vijayanagar History - Dr. S. Krishnaswami Iyengar
11. The Tamil Country under Vijayanagar - Dr. A Krishnaswami
12. Administration and Social Life under Vijayanagar - Parts I &II - T. V. Mahalingam
13. A History of South India - K. A. NilakantaSastri
14. Foreign Notices of South India - K.A. NilakantaSastri
15. History of Nayaks of Madura - R. Sathianathier
16. Origin of Vijayanagara, The City and the Empire - Dr. N. Venkataramayya
17. பாண்டியர் வரலாறு - சதாசிவப்பண்டாரத்தார்
18. மதுரை நாயக்கர் வரலாறு - அ.கி.பரந்தாமனார்
19. தமிழக வரலாறு - மக்களும்பண்பாடும் - டாக்டர் கே.கே. பிள்ளை
20. கங்காதேவியின் மதுரா விஜயம் - ஸ்ரீவைஷ்ணவஸ்ரீ அ. கிருஷ்ணமாசார்யர்
21. ஸ்ரீரங்கம் கல்வெட்டுகள் மற்றும் செப்பேடுகள் பற்றிய ஒரு முழு ஆய்வு - பகுதி 1-2 - ஸ்ரீவைஷ்ணவஸ்ரீ அ. கிருஷ்ணமாசார்யர்
22. தமிழகக்கோபுரக்கலை மரபு - முனைவர் குடவாயில் பாலசுப்பிரமணியன்
23. தஞ்சாவூர் நாயக்கர் வரலாறு - முனைவர் குடவாயில் பாலசுப்பிரமணியன்

எஸ். கிருஷ்ணன்

மொழிபெயர்ப்பாளர், எழுத்தாளர், வரலாற்று ஆர்வலர். தமிழர் நாகரிகம், மரபு, கல்வெட்டு ஆராய்ச்சி போன்ற துறைகளில் தொடர்ந்து எழுதி வருபவர். பெங்குவின் வெளியிட்ட இந்திய வணிகத் தொடர் நூல்களின் வரிசையில் 'அர்த்தசாஸ்திரம்', 'கிழக்கிந்தியக் கம்பெனி', 'பழந்தமிழ் வணிகர்கள்' போன்ற நூல்களை மொழிபெயர்த்துள்ளார். சீக்கிய மதம் தோற்றுவிக்கப்பட்டதிலிருந்து தற்காலம் வரை அந்தச் சமூகம் அடைந்த மாற்றங்களை சுருக்கமாக விளக்கும் 'சீக்கியர்கள்' என்ற வரலாற்று நூலையும் இவர் எழுதியிருக்கிறார். சமீபத்திய நூல், 'சேரர் சோழர் பாண்டியர்: மூவேந்தர் வரலாறு'.

மதுரையைச் சேர்ந்த கிருஷ்ணன் நிதித்துறை மேலாண்மையில் முதுகலைப் படிப்பை முடித்தவர். தற்போது தனியார் மென்பொருள் நிறுவனமொன்றில் பணியாற்றி வருகிறார்.

www.ingramcontent.com/pod-product-compliance
Lightning Source LLC
LaVergne TN
LVHW100235051026
849517LV00006B/1875
* 9 7 8 9 3 9 0 9 5 8 5 1 1 *